AF762711

ലഫ്റ്റനന്റ് കേണൽ സി പ്രവീൺ

ശ്രീ കെ ലക്ഷ്മണന്റെയും ശ്രീമതി ജയശ്രീയുടെയും മകനായി കണ്ണൂർ ജില്ലയിൽ ജനനം. തലശ്ശേരി സെന്റ് ജോസഫ്സ് ബോയ്സ് ഹൈസ്കൂൾ, കണ്ണൂർ ശ്രീ നാരായണ കോളേജ്, തലശ്ശേരി ബ്രണ്ണൻ കോളേജ് എന്നിവിടങ്ങളിൽ വിദ്യാഭ്യാസം. ഇന്ത്യൻ മിലിറ്ററി അക്കാഡമിയിൽ ഒന്നര വർഷത്തെ പരിശീലനത്തിന് ശേഷം ഇൻഡ്യൻ ആർമിയിൽ ഓഫീസർ ആയി നിയമനം.

കോളേജ് ഓഫ് മിലിറ്ററി എഞ്ചിനീയറിങ്, മിലിറ്ററി കോളേജ് ഓഫ് ടെലികമ്മ്യൂണിക്കേഷൻ എഞ്ചിനീയറിങ്, ഇൻഫൻട്രി സ്കൂൾ, ആർമി വാർ കോളേജ് എന്നിവിടങ്ങളിൽ എഞ്ചിനീയറിങ്, സൈനിക വിഷയങ്ങളിൽ ഉന്നതവിദ്യാഭ്യാസം നേടി. ജവാഹർലാൽ നെഹ്റു യൂണിവേഴ്സിറ്റി, അമിറ്റി യൂണിവേഴ്സിറ്റി, ഇൻസ്റ്റിറ്റ്യൂട്ട് ഓഫ് മാനേജ്മെന്റ് ടെക്നോളജി, നാഷണൽ ലോ യൂണിവേഴ്സിറ്റി, മാനേജ്മെന്റ് ഡവലപ്മെന്റ് ഇൻസ്റ്റിറ്റ്യൂട്ട്, ഏഷ്യൻ കോളേജ് ഓഫ് ടീച്ചേർസ് എന്നിവയിൽനിന്നും മാനേജ്മെന്റ്, സൈബർ സെക്യൂരിറ്റി, സൈബർ ലോ, ട്രെയിനിങ്, മുതലായ വിഷയങ്ങളിൽ ബിരുദങ്ങളും ബിരുദാനന്തര ബിരുദങ്ങളും നേടി. ഇൻസ്റ്റിറ്റ്യൂട്ട് ഓഫ് ടെലികമ്മ്യൂണിക്കേഷൻ എഞ്ചിനീയറിങ് മെംബറും ഇൻസ്റ്റിറ്റ്യൂട്ട് ഓഫ് എഞ്ചിനീയറിങ് ഫെല്ലോയും ചാർട്ടേർഡ് എഞ്ചിനീയറും ആണ്.

വിവിധ അതിർത്തി മേഖലകളിലും പരിശീലന കേന്ദ്രങ്ങളിലും പലവിധ സേനാവിഭാഗങ്ങളിലും രാജ്യത്തിന്റെ പല ഭാഗങ്ങളിലും ആയി ഇരുപത്തിനാലോളം വർഷങ്ങളുടെ സൈനിക സേവനത്തിന് ശേഷം സ്വമേധയാ വിരമിച്ചു.

സേനയിൽനിന്നും വിരമിച്ചതിന് ശേഷം ഡിജിറ്റൽ മാർക്കെറ്റിങ് കമ്പനി ചീഫ് ഓപ്പറേറ്റിങ് ഓഫീസർ, എഞ്ചിനീയറിങ് കോളേജ് അദ്ധ്യാപകൻ, അഡ്മിനിസ്ട്രേറ്റർ, ഇൻഫൊർമേഷൻ ടെക്നോളജി സ്റ്റാർട്ട് അപ്പ് മാനേജിങ് ഡയറക്ടർ, കൺസൽട്ടന്റ്, ട്രെയിനർ എന്നീ നിലകളിൽ സേവനമനുഷ്ഠിച്ചു. ജ്യോതിഷം, വാസ്തുശാസ്ത്രം മുതലായവയിൽ വ്യുൽപ്പത്തിയും താല്പര്യവും ഉള്ളതിനാൽ ആ രംഗങ്ങളിലും സജീവമായി പ്രവർത്തിക്കുന്നു.

Malayalam Language
Yudhaya Krutha Nischaya
(Fiction)
by
Lt. Col. C Preveen

♦

Published in April 2023
by Kairali Books Private Limited
Thalikkavu Road, Kannur.
Ph : 0497-2761200
Email : kairalibooksknr@gmail.com

♦

Cover Design
Prasanth Mangad

♦

Printed at
Manipal Technologies Ltd.

Price ₹: 280.00
04/23-24/Sl.No.1430/300/NS 18.6
ISBN 978-93-93397-65-2

യുദ്ധായ കൃത നിശ്ചയഃ

സൈനികജീവിതത്തിന്റെ കാണാപ്പുറങ്ങളിലേക്ക്
വെളിച്ചം വീശുന്ന ഒരു നോവൽ

ലഫ്. കേണൽ സി. പ്രവീൺ

കൈരളി ബുക്സ്

സമർപ്പണം

ജന്മഭൂമിയും കർമഭൂമിയും പുണ്യഭൂമിയും ആയ ഭാരതാംബയ്ക്ക്. രാജ്യരക്ഷക്കായി ജീവൻ ത്യജിച്ചവരും ജീവിതം ഉഴിഞ്ഞുവെച്ചവരുമായ, സേവാനിരതരും നിവൃത്തരുമായ അനേകലക്ഷം സൈനിക ഓഫീസർമാർക്കും സൈനികർക്കും അവരുടെ മാതാപിതാക്കൾക്കും ജീവിത പങ്കാളികൾക്കും മക്കൾക്കും.

ആമുഖം

ഭാരതത്തിൽ വളരെ ഏറെ സൈനിക കഥകൾ ഇറങ്ങിയിട്ടുണ്ട്. അതിൽ ഫിക്ഷനും യുദ്ധകഥകളും അനുഭവകഥകളും ആത്മകഥകളും എല്ലാം ഉൾപ്പെടുന്നു. കേരള സാഹിത്യത്തിൽ നന്തനാർ, പാറപ്പുറത്ത്, കോവിലൻ മുതലായവർ സൈനിക ജീവിതത്തെ ആധാരമാക്കി ഉൽകൃഷ്ടങ്ങളായ രചനകൾ നടത്തിയിട്ടുണ്ട്. എന്നിരുന്നാലും ഉത്തരേന്ത്യയെ അപേക്ഷിച്ച് മലയാള സാഹിത്യത്തിൽ സൈനിക കഥകൾ തുലോം കുറവ് തന്നെയാണ്.

മലയാള സിനിമയിൽ സൈനികൻ എപ്പോഴും ഒരു ഹാസ്യകഥാപാത്രമായിരുന്നു. അടുത്തിടെ കുറെയേറെ ആക്ഷൻ സൈനിക സിനിമകൾ ഇറങ്ങിയെങ്കിലും ഒരു സൈനികന്റെ യഥാർത്ഥജീവിതം പകർത്താൻ അവയ്ക്കൊന്നും ആയിട്ടില്ല എന്ന് ഖേദപൂർവ്വം പറയേണ്ടിയിരിക്കുന്നു. താരത്തിളക്കങ്ങൾക്കും തീപ്പൊരി ഡയലോഗുകൾക്കും സ്പെഷ്യൽ ഇഫക്ടുകൾക്കും കോമഡിക്കും ഇടയിൽ എവിടെയോ സൈനിക ജീവിതത്തിന്റെ യഥാർത്ഥ അന്തഃസത്ത നഷ്ടപ്പെട്ടു പോയിരിക്കുന്നു.

ഈ കൃതി ഒരു സൈനികന്റെ അന്തഃസ്സത്തയെ അവന്റെ ദൈനംദിന ജീവിതം, അവിശ്വസനീയമായ അനുഭവങ്ങൾ, വികാരവിചാരങ്ങൾ, വിശ്വാസസംഹിതകൾ, കർത്തവ്യബോധം, മാനുഷികമൂല്യങ്ങൾ എന്നിവയിലൂടെ മനസ്സിലാക്കാനുള്ള ഒരു ശ്രമം ആണ്. സൈനിക സംസ്കാരത്തിന്റെ അടിത്തറ എന്താണ്? സൈനിക വിശ്വാസങ്ങളും ആചാരങ്ങളും എങ്ങനെ വന്നു? അവയുടെ അർത്ഥമെന്താണ്? ഒരു സൈനികൻ എന്തിനുവേണ്ടി സ്വന്തം ജീവൻ പണയം വെക്കുന്നു? സൈനിക ചുറ്റുപാടിൽനിന്നും പുറത്തിറങ്ങി പൊതുസമൂഹത്തിൽ എത്തുമ്പോൾ പൊതുജനങ്ങളുടെ സമീപനം അവനെ എങ്ങനെ ബാധിക്കുന്നു? തുടങ്ങിയ അനേകം ചോദ്യങ്ങൾക്ക് ഒരു സൈനികന്റെ കാഴ്ചപ്പാടിൽനിന്നും ഉത്തരം നല്കാൻ ഉള്ള ഒരു ശ്രമം ഇതിൽ നടത്തിയിട്ടുണ്ട്.

ഇത് ഒരു ആഖ്യായിക എന്നതിനേക്കാൾ റെമിനിസെൻസ് റൈറ്റിംഗ് എന്ന സങ്കേതം ഉപയോഗിച്ചെഴുതിയ ഒരു കഥാസമാഹാരം മാത്രമാണ്. ഈ കഥയും കഥാപാത്രങ്ങളും തികച്ചും സങ്കൽപ്പികമാണ്. ജീവിച്ചിരിക്കുന്നവരോ മരിച്ചവരോ ആയി എന്തെങ്കിലും സാദൃശ്യം തോന്നുന്നുവെങ്കിൽ അത് തികച്ചും യാദൃച്ഛികം മാത്രമാണ്. എന്നാൽ കഥനത്തി

നും നാടകീയതക്കും വേണ്ടി ഉപയോഗിച്ച അതിശയോക്തികൾ ഒഴിവാക്കിയാൽ ഇതിൽ ഉള്ള പല കഥകളും യഥാർത്ഥ സംഭവങ്ങളിലും സൈനിക ഐതിഹ്യങ്ങളിലും വിശ്വാസങ്ങളിലും അധിഷ്ഠിതങ്ങളാണ്. എന്നാൽ അവയുടെ കൃത്യതക്കുള്ള യാതൊരു അവകാശവാദവും ഇവിടെ ഉന്നയിക്കുന്നില്ല. മാത്രമല്ല സാമാന്യമായ ശാസ്ത്രീയബോധം കൊണ്ട് വിശദീകരിക്കാനാവാത്ത ചില കാര്യങ്ങൾ ഇവിടെ വിവരിച്ചിരിക്കുന്നത് അന്ധവിശ്വാസങ്ങളെയോ അനാചാരങ്ങളെയോ പ്രോത്സാഹിപ്പിക്കാനല്ല. വായനക്കാർക്ക് സ്വതന്ത്രബുദ്ധിയോടെ ചിന്തിച്ച് അവയെ തള്ളുകയോ കൊള്ളുകയോ ചെയ്യാം.

പ്രേമവും മോഹഭംഗവും പ്രതികാരവും സാഹസികതയും ഒക്കെ നിറഞ്ഞ ഒരു കഥയിൽനിന്നും വ്യത്യസ്തമായി ഒരു ഏറ്റുമുട്ടലിൽ പരിക്കേറ്റ് ഗുരുതരാവസ്ഥയിൽ സൈനിക ആശുപത്രിയിൽ അഡ്മിറ്റായ ഒരു യുവ ക്യാപ്റ്റനും അവിടെ ചികിത്സക്കായി വന്ന വിരമിച്ച ഒരു വയോധികനായ കേണലും തമ്മിലുള്ള സംഭാഷണങ്ങളിലൂടെയും അവരുടെ മാനസിക വ്യാപാരങ്ങളിലൂടെയും സൈനിക യൂണിഫോമിന്റെ കാർക്കശ്യത്തിനുള്ളിൽ മറഞ്ഞു കിടക്കുന്ന സ്പന്ദിക്കുന്ന മനുഷ്യഹൃദയങ്ങളെയും വിപരീത സാഹചര്യങ്ങളിൽ സമ്മർദ്ദത്തിൽ ആഴുന്ന മനസ്സുകളെയും അനുവാചകനിലേക്ക് സംവേദിപ്പിക്കാനുള്ള ഈ എളിയ ശ്രമം നിങ്ങൾ ഏറ്റെടുത്തു വിജയിപ്പിക്കും എന്ന പ്രതീക്ഷയോടെ, ഇത് എഴുത്തിൽ യാതൊരു മുൻപരിചയവും ഇല്ലാത്ത ഒരു സൈനികന്റെ ആദ്യത്തെ ഉദ്യമമാണ് എന്നതിനാൽ തെറ്റുകുറ്റങ്ങൾ പൊറുക്കും എന്ന വിശ്വാസത്തോടെ, വിനയപുരസ്സരം ഈ കൃതി സമർപ്പിക്കുന്നു.

സ്നേഹാദരങ്ങളോടെ

ലഫ്റ്റനന്റ് കേണൽ സി പ്രവീൺ

അധ്യായം ഒന്ന്

പുനരപി ജനനം പുനരപി മരണം

'ഇരുനൂറു രൂപ സാഹേബ്'. പെട്ടിയും ബാഗും സീറ്റിനടിയിൽ വച്ച ശേഷം നീലക്കുപ്പായവും പിച്ചള ബാഡ്ജും ധരിച്ച ദൃഢകായനായ പോർട്ടർ ഏതാനും നരച്ച മുടികൾ മാത്രം അവശേഷിച്ച കഷണ്ടിത്തലയിൽ ഇടതു കൈ കൊണ്ട് തടവിക്കൊണ്ട് വലതു കൈ നീട്ടി. 'ഇരുനൂറു രൂപയോ?' ക്യാപ്റ്റൻ പ്രശാന്ത് അമ്പരന്നു. കഷ്ടിച്ച് അമ്പതു മീറ്റർ ദൂരം പെട്ടി ചുമന്നതിനോ? 'ഭായിസാബ്, ഞാൻ സൈനികനാണ്. കൊള്ളപ്പലിശക്കാരനോ കൈക്കൂലിക്കാരനോ തട്ടിപ്പുകാരനോ ഒന്നുമല്ല. ഇങ്ങനെ കൊള്ളയടിക്കാമോ?'

'സാഹേബ് നിങ്ങളൊക്കെ സർക്കാരിന്റെ ആളുകളല്ലേ? സർക്കാരിന്റെ വക ശമ്പളം, പെൻഷൻ, എന്തിന്, സൗജന്യമായി മദ്യം പോലും നിങ്ങൾക്ക് കിട്ടുന്നു. പിന്നെ നിങ്ങൾക്കെന്തു ചിന്തിക്കണം? ഞങ്ങളെപ്പോലെ ഉള്ളവർ ദിവസവും അധ്വാനിച്ചില്ലെങ്കിൽ പട്ടിണി കിടന്നു ചാവും.'

'എന്നാലും വെറും അഞ്ചു മിനിറ്റിന്റെ ജോലിക്ക് ഇരുനൂറു രൂപ ന്യായമല്ല തന്നെ. ഈ നിലയിൽ ഒരു ദിവസം കുറഞ്ഞത് എണ്ണായിരം രൂപ എങ്കിലും സമ്പാദിക്കുന്നുണ്ടാവുമല്ലോ? അതും ടാക്സ് കൊടുക്കാതെ?' പ്രശാന്ത് ഇരുനൂറു രൂപ എടുത്തു നീട്ടി. അയാൾ അത് വാങ്ങി സലാം വെച്ച് ഒരു ചിരിയോടെ ചാടിയിറങ്ങി.

പട്ടാളക്കാരനു മദ്യം സൗജന്യമായി കിട്ടുന്നില്ല. മാത്രമല്ല താൻ ഇതുവരെ കണ്ടതിൽ വെച്ച് ഏതാണ്ട് അറുപതു ശതമാനം പട്ടാളക്കാരും മദ്യപിക്കാത്തവരാണ്. തൊണ്ണൂറ്റിയെട്ടു ശതമാനം പേർ പുകവലിക്കാത്തവരാണ്. നാല്പതു ശതമാനത്തോളം ശുദ്ധ വെജിറ്റേറിയന്മാരാണ്. ഇതൊക്കെ പൊതുജനങ്ങളെ എങ്ങനെ പറഞ്ഞു മനസ്സിലാക്കും? യുദ്ധരംഗം ഒരിക്കലും നേരിട്ട് കാണാത്ത, യൂണിറ്റിൽ ഒരു വിലയും നിലയും ഇല്ലാതെ മദ്യപിച്ചും പ്രശ്നങ്ങൾ ഉണ്ടാക്കിയും കഴി

യുന്ന അപൂർവം ചില പട്ടാളക്കാർ നാട്ടിൽ വരുമ്പോൾ മദ്യക്കുപ്പികൾ കൊണ്ട് വന്നു സുഹൃത്തുക്കളുമായി ആഘോഷിക്കുകയും മദ്യം വിൽക്കുകയും ചെയ്യുന്നത് കൊണ്ട് ഒരു മഹത്തായ പ്രസ്ഥാനത്തിന് വന്നു ചേർന്ന പേരുദോഷം.

അങ്ങനെയുള്ളവർ റിട്ടയർ ആയി വരുമ്പോൾ മിനി മദ്യ ബാറുകൾ ആയി മാറുന്നത് അതിലേറെ നാണക്കേട്. ഒരു വശത്ത് ഇരുപതും ഇരുപത്തഞ്ചും വയസ്സ് പ്രായമുള്ള യുവ ഓഫീസർമാരും സൈനികരും രാഷ്ട്ര്രക്ഷക്കായി യുദ്ധം ചെയ്തു സ്വന്തം ജീവൻ തന്നെ ഹോമിക്കുമ്പോൾ മറ്റൊരു വശത്ത് ഇത്തരം പരാദജീവികൾ സേന എന്ന മഹാസ്ഥാപനത്തിന്റെ യശസ്സിന് കളങ്കം ചാർത്തുന്നു. ഇവരെ പിരിച്ചുവിട്ടു കൂടെ എന്ന് ചോദിച്ചാൽ, നന്നാവാൻ ആവശ്യത്തിന് അവസരം നൽകിയും മതിയായ ചികിത്സ നൽകിയും സേന ഇവരെ മുഖ്യധാരയിലേക്ക് കൊണ്ട് വരാൻ പൂർണമായി ശ്രമിക്കുന്നു. എന്നിട്ടും നന്നാവാത്തവരെ പിരിച്ചു വിടുകയും ചെയ്യുന്നു. എന്നാൽ എപ്പോഴും ഇങ്ങനെയുള്ള ചുരുക്കംപേർ സേനയുടെ സൽപ്പേരിന് കളങ്കം ഉണ്ടാക്കിക്കൊണ്ടിരിക്കുന്നു എന്നതാണ് വാസ്തവം.

സീറ്റിലിരുന്ന പ്രശാന്ത് തന്റെ ഷൂസും സോക്സും അഴിച്ചു മാറ്റി. സോക്സ് ഭംഗിയായി മടക്കി ഷൂസിനുള്ളിൽ വെച്ചു ഷൂസ് സീറ്റിനടിയിലേക്കു തള്ളി നീക്കി. ചാരിയിരുന്ന് പാദങ്ങൾ ഉയർത്തി സ്നോബൈറ്റ് ഏറ്റു നീല നിറമായ വിരലുകളിലേക്കു നോക്കി.

രണ്ടാഴ്ച മുൻപ് ഒരു പട്രോളിംഗിന് പോയപ്പോൾ പെട്ടെന്ന് അതികഠിനമായ മഞ്ഞു വർഷം ഉണ്ടായി. നടക്കാൻ പറ്റാതെ ആയപ്പോൾ എല്ലാവരും ഒരു മരത്തിന്റെ ചുവട്ടിൽ അഭയം തേടി. മണിക്കൂറുകളോളം തണുത്തുവിറച്ച് അവിടെ കഴിയേണ്ടി വന്നു. തന്റെ ബൂട്ട്സിട്ട കാൽപ്പാദം കുറെ നേരം മഞ്ഞിൽ ആണ്ടുകിടക്കുകയായിരുന്നു. ആകെ തണുത്തു മരവിച്ച അവസ്ഥയിലായിരുന്നു കാൽപ്പാദങ്ങൾ. മടങ്ങി വന്നു മരവിച്ച കാലുകളിൽ നിന്നും ബൂട്ട് ഊരി മാറ്റിയപ്പോൾ മൂന്നു വിരലുകളും കാൽപ്പാദത്തിന്റെ ഒരു ഭാഗവും നീല നിറമായി കിടക്കുന്നു. കത്തുന്ന തീക്കുണ്ഡത്തിന്റെ ചൂടിലേക്ക് കാലുകൾ നീട്ടി വെക്കാൻ തുടങ്ങുന്ന നിമിഷം സുബേദാർ ഠാക്കൂർ ഓടിയെത്തി.

'സാബ്, അരുത്, തീയിൽ കാണിക്കരുത്.' ഠാക്കൂർ ഉടനെ ബാറ്റ്മാൻ വിനയ് ശർമ്മയോട് തേയില ഇട്ടു തിളപ്പിച്ച വെള്ളം കൊണ്ടു വരാൻ പറഞ്ഞു. പ്രശാന്തിനെ കൊണ്ട് ഒരു മണിക്കൂറോളം കാലുകൾ അതിൽ മുക്കി വെപ്പിച്ചു. ആദ്യം വെള്ളത്തിന്റെ ചൂട് പോലും

അറിഞ്ഞില്ല. എന്നാൽ അൽപ്പസമയം കൊണ്ട് കാലുകൾക്കു സ്പർശന ശേഷി തിരിച്ചു കിട്ടി. സുബേദാർ ഠാക്കൂറിന്റെ സമയോചിതമായ ആ ഇടപെടൽ ഇല്ലായിരുന്നെങ്കിൽ ഗാംഗ്രീൻ ബാധിക്കാനും കാൽപ്പാദങ്ങൾ മുറിച്ചു മാറ്റേണ്ടി വരുന്ന ഒരു ഘട്ടം വരാനും ഉള്ള സാധ്യത വളരെ അധികമാകുമായിരുന്നു എന്നാണ് മെഡിക്കൽ ഓഫീസർ ക്യാപ്റ്റൻ റഹ്മാൻ പിന്നീട് പറഞ്ഞത്. സുബേദാർ ഠാക്കൂറിനു മനസാ പ്രണാമം അർപ്പിച്ചു കൊണ്ട് പ്രശാന്ത് പുറത്തേക്കു നോക്കിയിരുന്നു.

മറ്റു സഹയാത്രികരില്ലാഞ്ഞതിനാൽ ക്യാബിൻ അടച്ചു കുറ്റിയിട്ടു പ്രശാന്ത് ബർമുഡയും ടി ഷർട്ടും ധരിച്ചു. വാതിൽ തുറന്ന ശേഷം വെയിറ്റർ കൊണ്ട് വന്ന വെൽക്കം ട്രേയിലെ കപ്പിൽ നിന്നും ചൂടുള്ള ചായയും ഇംഗ്ലീഷ് മേരി ബിസ്കറ്റും ആസ്വദിച്ച് കൊണ്ട് കാലുകൾ നീട്ടി ചാരിയിരുന്നു. വിവാഹം കഴിഞ്ഞു ഒരു വർഷം മാത്രമായ തന്റെ ഭാര്യയുടെയും ജനിച്ചു മൂന്നു മാസം പ്രായമായ തന്റെ കുഞ്ഞിന്റെയും മുഖം പ്രശാന്തിന്റെ മനസ്സിൽ തെളിഞ്ഞു. കല്യാണത്തിന് ശേഷം ഏതാണ്ട് ഒരു മാസത്തോളം മാത്രമേ അവധി ഉണ്ടായിരുന്നുള്ളു. പിന്നെ ജോലിത്തിരക്ക് കാരണം ഭാര്യയുടെ പ്രസവത്തിനോ മറ്റേതെങ്കിലും ചടങ്ങിനോ പോകാൻ കഴിഞ്ഞിട്ടില്ല.

ഒരു സൈനികന്റെ യഥാർത്ഥ ത്യാഗം മരണത്തെയോ അംഗവൈകല്യത്തെയോ അഭിമുഖീകരിക്കുന്നതല്ല, മറിച്ച് രാജ്യസേവനത്തിനിടയിൽ മനസ്സിനെ കരിങ്കല്ലു പോലെ ആക്കിക്കൊണ്ട് തന്റെ കുടുംബത്തിനു മേൽ ജോലിക്കു മുൻഗണന നൽകുന്നത് തന്നെയാണ്. ഉത്സവങ്ങൾ, കല്യാണം, ജനനം തുടങ്ങിയ സന്തോഷാവസരങ്ങൾ കുടുംബത്തോടൊപ്പം ആഘോഷിക്കാൻ കഴിയാത്തതിനെക്കാൾ കൂടുതൽ നഷ്ടബോധവും കുറ്റബോധവും ഉറ്റവരുടെ വേർപാടിന്റെ വേദന നിറഞ്ഞ നിമിഷങ്ങളിൽ അടുത്ത് നിന്നു കൊണ്ട് ആശ്വാസം പകരാൻ സാധിക്കാത്തപ്പോൾ ഉണ്ടാകുന്നു.

മഞ്ഞുപുതച്ച മലനിരകളിൽ ഭീകരവാദികളോടു പടപൊരുതി ഒരു ദിവസത്തെ ലീവ് പോലും എടുക്കാതെ ഏതാണ്ട് ഒരു വർഷം കഴിഞ്ഞു. ഇവിടെ ഞായറോ തിങ്കളോ ഓണമോ വിഷുവോ എന്നില്ലാതെ യുദ്ധം നടക്കുന്നു. താൻ അച്ഛനായി എന്നറിഞ്ഞ ആ നിമിഷം പ്രശാന്ത് ഒന്നു കൂടി ഓർത്തെടുത്തു.

ആഴമേറിയ നീല നിറത്തിലുള്ള ആകാശവും നല്ല സുഖകരമായ തണുപ്പും ഉള്ള ഒരു ദിവസം. ശുദ്ധമായ മന്ദമാരുതന്റെ തലോടലും വെടിയേറ്റ പൈൻമരങ്ങളിൽ നിന്നൊലിച്ചിറങ്ങുന്ന പശയുടെ ഗന്ധവും

ആസ്വദിച്ചു കൊണ്ട് മഞ്ഞുമലകൾ ചവിട്ടിക്കയറി പട്രോളിംഗ് നടത്തിക്കൊണ്ടിരിക്കുമ്പോൾ ഏറ്റവും പിറകിൽ നടന്നിരുന്ന റേഡിയോ ഓപ്പറേറ്റർ വിളിച്ചു പറഞ്ഞു.

'സാബിന് കമാൻഡിങ് ഓഫീസർ സാബിന്റെ അടിയന്തിര സന്ദേശമുണ്ട്'. റിസീവർ പ്രസ് ചെയ്തു പ്രശാന്ത് കാൾ ചെയ്തു. 'പർവേസ് ഫോർ നവാബ്, പാസ് യുവർ മെസ്സേജ്. ഓവർ'. ശത്രുക്കൾ റേഡിയോ സന്ദേശങ്ങൾ പിടിച്ചെടുത്തു നമ്മുടെ നീക്കങ്ങൾ മനസ്സിലാക്കാതിരിക്കാൻ കോഡുകൾ ഉപയോഗിക്കുന്നു. പ്രശാന്തിന്റെ കോഡ് നാമം പർവേസ് എന്നും കമാൻഡിങ് ഓഫീസറുടേത് നവാബ് എന്നുമാണ്.

കമാൻഡിങ് ഓഫീസറുടെ സ്വതവേ വികാരരഹിതമായ കർക്കശ ശബ്ദത്തിൽ ഇക്കുറി സന്തോഷത്തിന്റെയും ഉത്സാഹത്തിന്റെയും ഓളങ്ങൾ വ്യക്തമായി ഉണ്ടായിരുന്നു. 'നവാബ് ഫോർ പർവേസ്, കോൺഗ്രാജുലേഷൻസ്. യു ഹാവ് ബികം എ ഫാദർ'. ആശംസകൾ. താങ്കൾ ഒരു അച്ഛനായിരിക്കുന്നു.

വികാര വിക്ഷോഭങ്ങളിൽ പെട്ട് ഒരു നിമിഷം സ്തബ്ധനായി നിന്ന പ്രശാന്തിന്റെ ഉള്ളിൽ സന്തോഷവും ആഹ്ളാദവും കുളിർമഴയുടെ കൂടെ ആലിപ്പഴവർഷമെന്ന പോൽ പെയ്തു. അതിനൊപ്പം എന്തിനെന്നറിയാതെ നേരിയ ഒരാശങ്ക മനസ്സിൽ ഉടലെടുത്തു.

'ഡോണ്ട് വറി, മദർ ആൻഡ് ഡോട്ടർ ആർ സേഫ് ആൻഡ് ഹെൽത്തി. വി ആർ ലുക്കിങ് ഫോർവേഡ് ടു യുവർ പാർട്ടി വൺസ് യു റിട്ടേൺ.' വിഷമിക്കേണ്ട. അമ്മയും മകളും ആരോഗ്യത്തോടെ സുഖമായിരിക്കുന്നു. നിങ്ങൾ വന്നാലുടൻ തരുന്ന പാർട്ടിക്ക് വേണ്ടി കാത്തിരിക്കുകയാണ് ഞങ്ങളെല്ലാം.

മനസ്സിൽ ഉടലെടുത്ത ഭയം ബൂട്ടിനടിയിലെ മഞ്ഞുകട്ട പോലെ ഉരുകിയലിഞ്ഞു.

'പർവേസ് ഫോർ നവാബ്, താങ്ക് യു വെരി മച്ച്. വി വിൽ ഹാവ് എ ഗ്രാൻഡ് പാർട്ടി വൺസ് ഐ റീച്ച് ദേർ'. പ്രശാന്ത് പറഞ്ഞു. നന്ദി. എത്തിയ ഉടൻ നല്ല ഒരു പാർട്ടി തരാം.

'താങ്ക് ഗോഡ്, യങ് മാൻ. മേക് ഷുവർ യു സ്റ്റേ അലൈവ്. ബെസ്റ്റ് ഓഫ് ലക്ക്. ഔട്ട്' കണിശസ്വരം തിരിച്ചെടുത്ത കമാൻഡിങ് ഓഫീസർ റേഡിയോ ചാനൽ കട്ട് ചെയ്തു. ദൈവത്തോടാണ് നന്ദി പറയേണ്ടത് ചെറുപ്പക്കാരാ. ജീവനോടെ മടങ്ങി വരിക. ശുഭാശംസകൾ.

'മുബാറക് ഹോ സാഹേബ്' റേഡിയോ സന്ദേശം കേട്ടു കൊണ്ടിരുന്ന റേഡിയോ ഓപ്പറേറ്റർ നായക് പവൻ രാജ്പുത് ആശംസകൾ

അർപ്പിച്ചു.

'താങ്ക്സ് പവൻ.' പിന്നാലെ മറ്റു സൈനികരും ആശംസകൾ അർപ്പിച്ചു. ബാറ്റ്മാൻ വിനയ് ശർമ്മ ഒന്നും പറയാതെ തന്നെ തന്റെ ബാക്പാക്കിൽ നിന്നും എമർജൻസി കിറ്റ് ചോക്ലേറ്റുകൾ എടുത്ത് എല്ലാവർക്കും വിതരണം ചെയ്തു. മാവും പഞ്ചസാരയും കൊണ്ട് നിർമിച്ചതും സാധാരണ ചോക്ലേറ്റുമായി പുലബന്ധം പോലുമില്ലാത്തതും ഒട്ടും രുചികരമല്ലാത്തതും എന്നാൽ അതീവ ഊർജ്ജദായകവുമായ ആ ചോക്ലേറ്റുകൾ എല്ലാവരും സന്തോഷപൂർവം പങ്കിട്ടു കഴിച്ചു. ആ ചോക്ലേറ്റിന് അപ്പോൾ നല്ല രുചിയായിരുന്നു.

തന്റെ മകളെയും ഭാര്യയെയും കാണുവാനുള്ള ഉത്കടമായ ആഗ്രഹം പ്രശാന്തിന്റെ ഉള്ളിൽ പതഞ്ഞു പൊങ്ങി. പെട്ടെന്ന് വണ്ടിയുടെ ശബ്ദത്തിന്റെ താളം മാറിയത് പ്രശാന്ത് ശ്രദ്ധിച്ചു. പിന്നോട്ടോടുന്ന തൂണുകളുടെ വേഗം കുറഞ്ഞു വരുന്നു. വണ്ടി ഏതോ സ്റ്റേഷനിൽ നിർത്താനുള്ള പുറപ്പാടാണ്. മഞ്ഞ നിറത്തിലുള്ള ബോർഡിൽ വലിയ കറുത്ത അക്ഷരങ്ങളിൽ ആഗ്ര എന്നെഴുതിയിരിക്കുന്നു.

വെയ്റ്റർ കൊണ്ടുവന്ന ചൂടുള്ള സൂപ്പും നുണഞ്ഞു കൊണ്ട് പ്രശാന്ത് തന്റെ ചിന്തകളെ ഭൂതകാലത്തിലേക്ക് കടിഞ്ഞാണഴിച്ചു വിട്ടു. കോളേജിൽ പഠിക്കുമ്പോൾ നടന്ന വാദപ്രതിവാദ മത്സരത്തിൽ എതിർ ടീമിനെ നയിച്ച ജൂനിയർ ബാച്ചിലെ ചുറുചുറുക്കുള്ള പെൺകുട്ടി. മഞ്ചാടിക്കുരുക്കൾ വാരി ഓട്ടുരുളിയിലിടുമ്പോൾ ഉണ്ടാകുന്ന ശബ്ദം പോലെ അതിവേഗം സംസാരിക്കുന്നതായിരുന്നു അവളുടെ ശൈലിയും പ്രത്യേകതയും. ഒരു ബുദ്ധിജീവിയെന്നഭിമാനിച്ചിരുന്ന തന്റെ വാദമുഖങ്ങളാകുന്ന ബങ്കറുകൾ ആശയ സമ്പുഷ്ടതയുടെ മിസൈലുകൾ കൊണ്ട് അടിച്ചു തകർത്തു കൊലവിളിച്ച മിടുക്കി. തന്റെ ടീമിനെ തോൽപ്പിച്ച് സമ്മാനം വാങ്ങി പോയപ്പോൾ കൊല്ലാനുള്ള ദേഷ്യം തോന്നി.

ഡിബേറ്റിനു ശേഷം അഹംബോധത്തിനേറ്റ മുറിവുകൾ നക്കി ഉണക്കാനും തോൽവിയുടെ വേദന മറക്കാനും ആയി കോളേജിന് മുന്നിലുള്ള കുഞ്ഞിരാമേട്ടന്റെ ചായക്കടയിൽ സുഹൃത്തുക്കളോടൊപ്പം പോയിരുന്നു. ആവി പറക്കുന്ന ചൂടുള്ള ചായ വേഗം വേഗം കുടിച്ചു കൊണ്ട് ഒന്നുകിൽ ഞാൻ അവളെ തട്ടും അല്ലെങ്കിൽ കെട്ടും എന്ന് വീമ്പു പറഞ്ഞപ്പോൾ അത് ഒരിക്കലും ആ അർത്ഥത്തിൽ ഉദ്ദേശിച്ചിരുന്നില്ല. തോറ്റ ദേഷ്യത്തിൽ ജാള്യത മറക്കാൻ പറഞ്ഞ വീമ്പ് ഇന്നൊരു യാഥാർത്ഥ്യമായിരിക്കുന്നു. അച്ഛനമ്മമാരുടെ കൂടെ പെണ്ണ് കാണാൻ

പോയപ്പോൾ ഇതാണ് കക്ഷി എന്നറിയില്ലായിരുന്നു. വർഷങ്ങളുടെ മാറാലകൾക്കിടയിലൂടെ തിരിച്ചറിവിന്റെ കാറ്റടിച്ചപ്പോൾ ശരിക്കും താനൊന്നു ചമ്മിപ്പോയി. എന്തായാലും ഇന്നും അവളോട് വാദിച്ചു ജയിക്കാൻ തനിക്കാവില്ല. അതിനു തുനിയാറുമില്ല.

കമാൻഡിങ് ഓഫീസർ കേണൽ നവ്ഷേർസിംഗ് പലപ്പോഴും പറയും. 'ഒരു പട്ടാളക്കാരൻ ആകെ പേടിക്കേണ്ടത് രണ്ടു പേരെ മാത്രമാണ്. ഒന്ന് ദൈവത്തെ. രണ്ടാമത് സ്വന്തം ഭാര്യയെ. അഥവാ ദൈവത്തെ പേടിയില്ലെങ്കിലും വലിയ പ്രത്യാഘാതങ്ങൾ ഉണ്ടാവില്ല'. പ്രശാന്ത് ഊറി ചിരിച്ചു. തന്റെ പ്രിയ ഗായകനായ റിക്കി മാർട്ടിന്റെ ലിവിൻ ലാവിഡാ ലോകാ എന്ന ഗാനത്തിലെ പല വരികളും തന്റെ ഭാര്യക്ക് വേണ്ടി എഴുതിയതല്ലേ എന്ന് താൻ പലപ്പോഴും ചിന്തിക്കാറുണ്ട് .

പ്രശാന്തിന്റെ കണ്ണുകൾ സീറ്റിനടിയിൽ വച്ച തന്റെ ലഗേജിൽ ഉടക്കി നിന്നു. അമ്പതു മീറ്റർ ചുമക്കാൻ ഇരുനൂറു രൂപ. ഹിമാലയത്തിന്റെ മഞ്ഞു നിറഞ്ഞ ഉത്തുംഗശൃംഗങ്ങളിൽ കൈയിൽ തോക്കും ചുമലിൽ വെടിയുണ്ടകളും ഭക്ഷണവും വെള്ളവും മരുന്നുകളും കമ്പിളികളും ഗ്രൗണ്ട് ഷീറ്റും ഒക്കെ അടങ്ങിയ ഭാരമുള്ള തോൾബാഗും വഹിച്ചു കൊണ്ട് പ്രാണവായുവില്ലാതെ കിതച്ചു കൊണ്ട് രാപ്പകലില്ലാതെ മണിക്കൂറുകൾ നടത്തം. മുന്നിൽ വന്നുപെടാനിടയുള്ള ശത്രുവിനെ മാത്രം മനസ്സിൽ നിനച്ചും ശരിയായ ഊണും ഉറക്കവും ഉപേക്ഷിച്ചും ആഴ്ചകളോളം ടെന്റുകളിലും മരച്ചുവടുകളിലും ശ്വാനനിദ്ര ചെയ്തും കഴിയുന്ന സൈനിക ജീവിതം.

ഇടയ്ക്കിടെ ഉണ്ടാവുന്ന തീവ്രവാദികളുമായുള്ള പോരാട്ടങ്ങൾ. അതിൽ മുറിവേൽക്കുകയും മരിക്കുകയും ചെയ്യുന്ന സഹപ്രവർത്തകർ. രാജ്യത്തിനു വേണ്ടി ജീവൻ നൽകിയ ധീര സൈനികരുടെ ഭാര്യമാർ തച്ചുടച്ച ചുവന്ന വളപ്പൊട്ടുകളുടെ ഓർമ പ്രശാന്തിന്റെ മനസ്സിലേക്ക് അവർ ചിന്തിയ ചൂടുള്ള രക്തത്തുള്ളികൾ പോലെ ചിതറി വീണു. ചിതയിൽ വെക്കുന്ന സമയത്തെ അവരുടെ മക്കളുടെ ആർത്തനാദം കാതിൽ മുഴങ്ങി. ജീവൻ പോലും പണയം വെച്ച് രാജ്യസ്നേഹികളായ സൈനികർ നടത്തുന്ന സേവനത്തിനു വീടിനരികിൽ ഉള്ള ഓഫീസിൽ ഫാനിന്റെ ചുവട്ടിൽ ഇരുന്നു പൊതുജനങ്ങളുടെ മേൽ കുതിര കയറി ഭരിക്കുന്ന സാധാരണ സർക്കാർ ഉദ്യോഗസ്ഥന്മാരുടെ നിരക്കിൽ കൂലി നിശ്ചയിക്കപ്പെടുന്നു. അങ്ങനെ വിയർപ്പിന്റെ മാത്രമല്ല, ചോരയുടെയും കൂടി വിലയായ സമ്പാദ്യത്തിൽ നിന്നും അഞ്ചു മിനുട്ടു തന്റെ പെട്ടി ചുമന്നവൻ വലിയൊരു തുക കൊണ്ട് പോവുന്നു.

ലഗേജ് തൊട്ടാൽ മിനിമം ഇരുനൂറു രൂപ ചോദിക്കുന്ന പോർട്ടർമാർ. മിലിറ്ററി വാറണ്ട് കാണുമ്പോൾ അതി വിനയം കാണിച്ചു പിന്നീട് ഒറ്റയ്ക്ക് വന്നു മദ്യം കിട്ടുമോ എന്ന് സ്വകാര്യമായി അന്വേഷിക്കുന്ന ടി ടി ഇ മാർ. കൃത്യവിലോപവും അഴിമതിയും നടത്തി കോടികൾ സമ്പാദിക്കുന്ന ഭരണാധികാരികളും ഉദ്യോഗസ്ഥരും. രോഗികളെ കശാപ്പു ചെയ്തു രമ്യഹർമ്യങ്ങൾ പണിയുന്ന ഡോക്ടർമാർ. മായം ചേർത്ത് ഭക്ഷ്യസാധനങ്ങൾ വിറ്റു കൊള്ള ലാഭമുണ്ടാക്കുന്ന കച്ചവടക്കാർ. തൊഴിലാളികളെ ചൂഷണം ചെയ്തും ടാക്സ് വെട്ടിച്ചും കള്ളക്കണക്കെഴുതിയും കള്ളപ്പണം ഉണ്ടാക്കി പൂഴ്ത്തിവെക്കുന്ന മുതലാളിമാർ. അവകാശങ്ങളെപ്പറ്റി അഹോരാത്രം പ്രസംഗിച്ചു കൊണ്ടിരിക്കുന്ന, എന്നാൽ കടമകളെപ്പറ്റി ഒട്ടും ബോധവാന്മാരല്ലാത്ത തൊഴിലാളി നേതാക്കന്മാർ, ഈ രാജ്യത്തിന്റെ ചരിത്രത്തിലെ തന്നെ ഏറ്റവും നല്ല വിദ്യാഭ്യാസവും മറ്റു സൗകര്യങ്ങളും കിട്ടിയിട്ടും വിവിധ കാരണങ്ങൾ ചൂണ്ടിക്കാട്ടി പഠിപ്പുമുടക്കി സ്വന്തം ഭാവിയേയും രാജ്യ പുരോഗതിയെയും തടയുന്ന വിദ്യാർഥികൾ. ഇങ്ങനെയെത്ര പേരെ നിത്യേന കാണുകയും അവരുടെ വാർത്തകൾ കേൾക്കുകയും ചെയ്യുന്നു. ഇവരുടെയൊക്കെ തോന്നിയവാസങ്ങൾക്കുള്ള പരിപൂർണ സ്വാതന്ത്ര്യം കാത്തു സൂക്ഷിക്കാനാണോ തന്നെ പോലെ അനേക ലക്ഷം സൈനികർ ജീവൻ പണയപ്പെടുത്തുന്നത്?

തന്റെ കുടുംബത്തെയും കുട്ടികളെയും പോലും പറ്റി ചിന്തിക്കാതെ ജീവൻ പണയം വച്ച് മുന്നിലുള്ള ശത്രുവിന്റെ കണ്ണുകളിലേക്കുറ്റു നോക്കി രാജ്യരക്ഷാർത്ഥം ശത്രുസംഹാരത്തിനായി കുതിക്കുന്ന ഒരു സൈനികന്റെ മനസ്സിൽ ഇത്തരം പരാദജീവികളെ പറ്റിയുള്ള ചിന്ത നിമിഷ നേരത്തേക്കെങ്കിലും വന്നാൽ ഇത്രയും ഊർജത്തോടെയും സമർപ്പണത്തോടെയും തന്റെ ജോലി ചെയ്യാൻ അവനു സാധിക്കുമോ? താൻ അനുഭവിക്കുന്ന കഷ്ടപ്പാടുകളെയും അഭിമുഖീകരിക്കുന്ന അപകടസാധ്യതകളെയും വെച്ച് താരതമ്യപ്പെടുത്തിയാൽ വളരെ തുച്ഛമായ ഒരു പ്രതിഫലം മാത്രം ലഭിക്കുന്ന ഒരു സൈനികൻ ഇത്തരം നികൃഷ്ട ജീവികളുടെ സംരക്ഷണത്തിനാണോ തന്റെ ജീവൻ തന്നെ പണയപ്പെടുത്തുന്നത്? നല്ല ഒരു മഴ പെയ്താൽ സ്കൂളിന് അവധി വേണം എന്ന് ആഗ്രഹിക്കുന്ന ഭാവി തലമുറയ്ക്കും അവരെ നിശബ്ദമായി പ്രോത്സാഹിപ്പിക്കുന്ന അധ്യാപകർക്കും വേണ്ടിയാണോ തങ്ങൾ പൂജ്യം ഡിഗ്രിയിലും താഴെയുള്ള താപനിലയിൽ രാപകലില്ലാതെ മഞ്ഞുമലകൾ ചവിട്ടിക്കയറുകയും ജീവൻ തന്നെ പണയപ്പെടുത്തുക

യും ചെയ്യുന്നത്?

അപൂർവമായി മാത്രം കിട്ടുന്ന അവധിയിൽ നാട്ടിലേക്കു വരുന്ന ഒരു സൈനികന് ഇത്തരത്തിലുള്ള ചൂഷകന്മാരെ അഭിമുഖീകരിക്കേണ്ടി വരുമ്പോൾ അവന്റെ മനോനില എന്തായിരിക്കും? ചൂഷകന്മാർക്കു ചൂഷണം ചെയ്യാനുള്ള പരിപൂർണ്ണ സ്വാതന്ത്ര്യം കാത്തുരക്ഷിക്കാനാണോ അവൻ സ്വന്തം സ്വാതന്ത്ര്യം പോലും ഉപേക്ഷിച്ചു കർക്കശമായ ഒരു തൊഴിൽ മേഖലയിൽ കുടുംബത്തിൽ നിന്നകന്നു സുഖസൗകര്യങ്ങൾ ത്യജിച്ചു ജീവൻ പണയപ്പെടുത്തി അഹോരാത്രം പ്രയത്നിക്കുന്നത്?

ഇതെല്ലം കഴിഞ്ഞു വീട്ടിലെത്തുമ്പോൾ കുപ്പിയൊന്നുമില്ലേ എന്ന് കുശലാന്വേഷണം നടത്തുന്ന ചില അലവലാതി ബന്ധുമിത്രാദികൾ. താൻ കുടിക്കില്ലെന്നു പറയുമ്പോൾ അവിശ്വാസത്തെ ദ്യോതിപ്പിക്കുന്ന നോട്ടങ്ങൾ. പിന്നാലെ നിങ്ങൾക്കൊക്കെ ഇതൊക്കെ ഫ്രീ ആണല്ലോ എന്ന പരിഭവവും അസൂയയും അൽപം അമർഷവും കലർന്ന ആത്മാലാപവും. ഒരു സൈനികന് ഫ്രീ ആയി കിട്ടുന്ന ഒരേ ഒരു സാധനം ശത്രുവിന്റെ വെടിയുണ്ടകളും ബോംബുകളും കൊണ്ടുവരുന്ന മരണം മാത്രം ആണെന്ന് ഇവരെ എങ്ങനെ പറഞ്ഞു മനസ്സിലാക്കും? അഴിമതിയിൽ ദൂഷിതമായ ആത്മാവുള്ളവർക്കു നിസ്വാർത്ഥ സേവനത്തെ പറ്റി പറഞ്ഞു കൊടുത്താൽ അത് ഉറങ്ങാത്തവന് സ്വപ്നത്തെപ്പറ്റി പറഞ്ഞു കൊടുക്കുന്നതു പോലെയാവില്ലേ?

പെട്ടെന്ന് പ്രശാന്തിന്റെ മനസ്സിൽ സ്കൂളിലെ ഏതോ മലയാളം പീരിയേഡിൽ കേട്ടു മറന്ന വരികൾ എവിടെ നിന്നോ അടർന്നു വീണു.

അപരനുവേണ്ടിയഹർനിശം പ്രയത്നം
കൃപണത വിട്ടു കൃപാലു ചെയ്തിടുന്നു
കൃപണനധോമുഖനായ് കിടന്നുചെയ്യു
ന്നപജയകർമ്മമവന്നുവേണ്ടി മാത്രം.

ഒരു സ്വാർത്ഥനായ സാധാരണ മനുഷ്യൻ തനിക്കു വേണ്ടി മാത്രം കർമ്മങ്ങൾ ചെയ്യുമ്പോൾ കൃപാലുവായ ഒരു മനുഷ്യൻ അഹോരാത്രം മറ്റുള്ളവർക്ക് വേണ്ടി പ്രയത്നിക്കുന്നു.

ശാരീരികമായി നോക്കിയാൽ മനുഷ്യൻ വെറുമൊരു മൃഗം മാത്രമാണല്ലോ. ഭക്ഷണം സമ്പാദിക്കുകയും അത് കഴിച്ചു വിസർജിക്കുകയും പ്രത്യുല്പാദനം നടത്തുകയും ഉറങ്ങുകയും ചെയ്യുന്ന ഈ മൃഗത്തെ മനുഷ്യനാക്കുന്നത് അവന്റെ മനസ്സ് മാത്രമാണ്. മൃഗത്വത്തിനും

മനുഷ്യത്വത്തിനും ഇടയിലെ അളവുകോലിൽ പലയിടങ്ങളിലായാണ് ഓരോ മനുഷ്യജീവിയുടെയും സ്ഥാനം. ഈ സ്ഥാനം നിർണയിക്കുന്നത് ഓരോ മനുഷ്യന്റെയും മാനസിക നിലവാരം മാത്രമാണ്. കേവലം തന്നെപ്പറ്റി മാത്രം ആലോചിക്കുന്ന മൃഗതുല്യമായ അവസ്ഥയിൽ നിന്നും മറ്റുള്ളവർക്ക് വേണ്ടി മാത്രമായി ജീവിക്കുന്ന കൃപാലുവായ മഹാമനുഷ്യന്റെ അവസ്ഥയിലേക്കുള്ള ദൂരം തരണം ചെയ്യുന്നതനുസരിച്ചു മനുഷ്യമനസ്സിലെ സ്വാർത്ഥതയും അഹങ്കാരവും ആത്മീയതയിൽ അധിഷ്ഠിതമായ നിസ്വാർത്ഥ സേവന മനോഭാവത്തിന് വഴി മാറിക്കൊടുക്കുന്നു. ഒന്നോർത്താൽ ഈ മാനസിക പരിണാമം തന്നെയല്ലേ മോക്ഷം?

സ്വാർത്ഥതയിൽ നിന്നും അഹംഭാവത്തിൽ നിന്നും വിമുക്തരായി വസുധൈവ കുടുംബകം എന്ന മാനസിക ഭാവത്തിലേക്കുള്ള പ്രയാണമല്ലാതെ മറ്റെന്താണ് മോക്ഷം? കൃപാലുക്കളായ ഈ മനുഷ്യർ മേൽപ്പറഞ്ഞ പരാദജീവികളിലല്ല, ആർത്തരും അശരണരും ദയാർഹരും ആയ ജനകോടികളിലാണ് തങ്ങളുടെ ശ്രദ്ധ കേന്ദ്രീകരിക്കുന്നത്. ഈ സാധു ജനതയെ മേൽപ്പറഞ്ഞ ചൂഷകരായ ചെന്നായ്ക്കളിൽനിന്നും രക്ഷിക്കാനാണ് അവർ അഹോരാത്രം പ്രയത്നിക്കുന്നത്. എന്നാൽ കളകൾ വിളകളേക്കാൾ നന്നായി തഴച്ചു വളരുമെന്നുള്ളത് പ്രകൃതിയുടെ ഒരു വികൃതിയാണല്ലോ. വിളകൾ നന്നാവണമെങ്കിൽ നല്ല പരിപോഷണം വേണം. എന്നാൽ കളകൾ ഏതു സാഹചര്യത്തിലും തഴച്ചു വളരുന്നു. കളപറിച്ചു വിള സംരക്ഷിക്കാൻ ഭഗവാനു പോലും അവതാരങ്ങൾ എടുക്കേണ്ടി വരുന്നുവല്ലോ.

ചിന്തകളിൽ മുഴുകി എപ്പോൾ ഉറങ്ങിയെന്നറിയില്ല. വണ്ടിയുടെ താരാട്ടും ചലനവും നിലച്ചപ്പോൾ പ്രശാന്ത് പെട്ടെന്ന് ഞെട്ടിയുണർന്നു. വണ്ടി ഝാൻസി സ്റ്റേഷനിൽ നിൽക്കുന്നു. സമയം ഒരു മണി. സൂപ്പുമായി വെയ്റ്റർ വന്നു. ലഞ്ചിന് ഓർഡർ ചെയ്തശേഷം സാവധാനം ചിക്കൻ കോൺ സൂപ്പിന്റെ കുരുമുളകുരുചിയും മണവും ആസ്വദിച്ചു കൊണ്ട് പ്രശാന്ത് ആലസ്യത്തോടെ ചാരിയിരുന്നു. എത്ര നാളായി ഇതു പോലെ നല്ല ഭക്ഷണം കഴിച്ചിട്ട്. മാസങ്ങളായി ഫീൽഡിൽ നായക് ഹരിമോഹന്റെ നേതൃത്വത്തിൽ പ്ലാറ്റൂണിലെ സൈനികർ ഉണ്ടാക്കുന്ന കനലിൽ ചുട്ടെടുത്ത ഫുൽക്ക എന്ന് വിളിക്കുന്ന ചപ്പാത്തിയും ഉരുളക്കിഴങ്ങു ഡ്രൈ ആയി വറുത്തതും ഉള്ളിയും പച്ചമുളകും ആയിരുന്നു ഭക്ഷണം. ചിലപ്പോൾ പുലാവ് എന്ന് വിളിക്കുന്ന, കുറെ പച്ചക്കറി കഷണങ്ങളും അല്പം മസാലയും ചേർത്ത എണ്ണയിൽ താളിച്ച ചോറും.

ഇത് വരെ സഹയാത്രികർ ആരും വന്നു കണ്ടില്ല. മറ്റുള്ള കൂപ്പേക

ളിൽ നിറയെ ആളുകളുണ്ട്. ഒരു പക്ഷെ ഈ കൂപ്പെയിൽ കയറേണ്ടിയിരുന്നവർ ടിക്കറ്റ് ക്യാൻസൽ ചെയ്തതാവാം. സ്വാദിഷ്ടമായ ലഞ്ച് കഴിച്ചതിനു ശേഷം വീണ്ടും കിടന്ന പ്രശാന്ത് താനറിയാതെ തന്നെ നിദ്രാദേവിയുടെ ഗാഢമായ ആശ്ലേഷത്തിലമർന്നു.

ഒരു സൈനികന്റെ ഉപബോധമനസ്സിന് മതിമറന്ന ഉറക്കത്തിൽ പോലും തിരിച്ചറിയാനാകുന്ന വെടിശബ്ദം കേട്ടു പ്രശാന്ത് പൂർണ ബോധത്തോടെ ഞെട്ടിയുണർന്നു. നാടൻ ഇരട്ടക്കുഴൽ തോക്കിൽ നിന്നുള്ള വെടി ഇടതുവശത്ത് ഏതാണ്ട് എട്ടു മീറ്റർ ദൂരെയാണ് പൊട്ടിയത്. വെടിയുണ്ട തീവണ്ടിയുടെ സീലിങ്ങിൽ ചെന്നിടിച്ച ശബ്ദവും വ്യക്തമായി വേർതിരിച്ചറിയാമായിരുന്നു. വെടി പൊട്ടിയത് വണ്ടിയുടെ ഉള്ളിൽ നിന്ന് തന്നെയാണ്. മിക്കവാറും വാതിലിനു സമീപം തന്നെ. വാച്ചിൽ സമയം ആറേ നാൽപത്. പുറത്തു ഇരുട്ട് പടർന്നിരിക്കുന്നു.

ടൈം ടേബിൾ അനുസരിച്ചു വണ്ടി ഇപ്പോൾ ചമ്പൽ ഘാട്ടിയിലൂടെ കടന്നു പോവുകയായിരിക്കും. ഫൂലൻ ദേവിയും പാൻസിങ് തോമറും നിർഭയ് സിംഗ് ഗുജ്ജറും പല കാലങ്ങളിൽ അടക്കി വാണിരുന്ന കൊള്ളക്കാരുടെ വിഹാര ഭൂമി. ഇത് കൊള്ളക്കാരുടെ ആക്രമണം തന്നെ. കയ്യിൽ ഇരട്ടക്കുഴൽ തോക്കും ഏന്തി ചുമലിലൂടെ തോട്ടകൾ നിറച്ച ബൻഡോലിയർ കെട്ടി അരയിൽ കട്ട എന്നറിയപ്പെടുന്ന നാടൻ പിസ്റ്റളും കത്തികളും തൂക്കിയിട്ട് കുറഞ്ഞത് ആറു പേർ എങ്കിലും കാണും ഒരു സംഘത്തിൽ. പ്രശാന്തിന്റെ സൈനിക ബുദ്ധി നൊടിനേരം കൊണ്ട് ഇത്രയും കാര്യങ്ങൾ വിശകലനം ചെയ്തതിനു ശേഷം മാത്രമാണ് യാത്രക്കാരുടെ നിലവിളി കേട്ടത്.

ചിട്ടയായ സൈനിക പരിശീലനം നൽകിയ സ്വാഭാവിക ചോദന പ്രകാരം ചാടി എഴുന്നേൽക്കാൻ ശ്രമിച്ച പ്രശാന്തിനെ പെട്ടെന്ന് ഒരു അദൃശ്യ ശക്തി പിടിച്ചു നിർത്തി. തന്റെ ഭാര്യയുടെയും താൻ ഇതു വരെ നേരിൽ കണ്ടിട്ടില്ലാത്ത തന്റെ മകളുടെയും മുഖങ്ങൾ. ഈ കാര്യത്തിൽ ഇടപെട്ടു തനിക്കെന്തെങ്കിലും പറ്റിയാൽ ആ പിഞ്ചുകുഞ്ഞിനെ ഒരിക്കൽ പോലും കാണാതെ താൻ ഭൂമുഖത്തു നിന്നും യാത്ര തിരിക്കേണ്ടി വരും. അല്ലെങ്കിലും ഇത് ലീവിൽ പോകുന്ന ആയുധം കൈയിലില്ലാത്ത പട്ടാളക്കാരന്റെ ജോലിയല്ലല്ലോ. ട്രെയിൻ രക്ഷിക്കാൻ വേണ്ടി തോക്കുമായി സർക്കാർ നിയോഗിച്ച പോലീസുകാർ ഇതിലുണ്ടാവുമല്ലോ. അതിൽ മിക്കവരും കൊള്ളക്കാരെ കാണുമ്പോൾ തലവന്റെ കാൽ തൊട്ടു വന്ദിച്ചു സമ്മാനം കൈപ്പറ്റി തടി കാലിയാക്കുന്നവരാ

ണെന്നാണ് കേട്ടിട്ടുള്ളത്. താൻ എന്തിന് ഇതിൽ ഇടപെടണം?

പെട്ടെന്ന് ഒരു കൂട്ട നിലവിളി മുഴങ്ങി. സ്ത്രീകളുടെയും കുട്ടികളുടെയും ആർത്ത നാദം പ്രശാന്തിന്റെ ചെവികളിൽ മുഴങ്ങി. ആ നാദത്തിന്റെ തുടർച്ചയായി മറ്റൊരു പ്രൗഢ നാദം മനോമുകുരത്തിൽ പ്രതിധ്വനിച്ചു. ഒരു ഓപ്പറേഷന് പോകുന്നതിനു മുൻപ് ബറ്റാലിയനിലെ പണ്ഡിറ്റ്ജി നൽകിയ മോട്ടിവേഷൻ പ്രസംഗം.

'സ്വധർമമപി ചാവേക്ഷ്യ ന വികമ്പിതുമർഹസി

ധർമ്മ്യാദ്ധി യുദ്ധശ്രേയോന്യാത് ക്ഷത്രിയസ്യ ന വിദ്യതേ'.

ഒരു യോദ്ധാവെന്ന നിലയിലുള്ള നിന്റെ കർത്തവ്യത്തിൽനിന്നും നീ പിന്തിരിയരുത്. ധർമ്മ സംരക്ഷണത്തിനായി യുദ്ധത്തിൽ ഏർപ്പെട്ടാൽ കിട്ടുന്ന ശ്രേയസ്സിനെക്കാൾ വലുതായി ഒരു ക്ഷത്രിയന് മറ്റൊന്നും നേടാനില്ല. യുദ്ധഭൂമിയിൽ ശങ്കിച്ചുനിന്ന അർജുനന് ഭഗവാൻ കൊടുത്ത ഉപദേശം.

ബെർത്തിൽനിന്നും ചാടിയിറങ്ങിയ പ്രശാന്തിന്റെ കാലുകൾ നിലത്തു തൊട്ട നിമിഷത്തിൽ ശത്രുസംഹാരം നടത്താനുള്ള ആവേശമല്ലാതെ മറ്റൊരു വികാരവും ആ മനസ്സിലില്ലായിരുന്നു. താൻ ഇതുവരെ കണ്ടിട്ടില്ലാത്ത മകളുടെ മുഖം പോലും കർത്തവ്യബോധത്താൽ അങ്കക്കലിയേറ്റ ആ മനസ്സിന്റെ വിദൂരമായ കോണുകളിൽപ്പോലും ഇല്ലായിരുന്നു. നിരായുധനായി ശബ്ദം കേട്ടിടത്തേക്കോടിയ പ്രശാന്ത് പെട്ടെന്ന് തനിക്കെതിരായി ഓടി വന്ന ഒരു കൊള്ളക്കാരന്റെ ശരീരത്തിൽ ചെന്നിടിച്ചു.

അയാൾക്കു എന്തെങ്കിലും മനസ്സിലാകുന്നതിനു മുൻപു തന്നെ ദീർഘനാളത്തെ പരിശീലനത്താൽ സുനിശ്ചിതമായ കൃത്യതയോടെ പ്രശാന്തിന്റെ കൈകൾ അയാളുടെ തോക്കു പിടിച്ചെടുക്കുകയും അതേ തോക്കു കൊണ്ട് കഴുത്തിൽ കമാൻഡോ പൂട്ടിടുകയും ചെയ്തു. അയാളുടെ കശേരുക്കൾ ഞെരിഞ്ഞു പൊട്ടുന്നതു പ്രശാന്തിന്റെ കൈകൾ അറിഞ്ഞു. ഒരു ശബ്ദം പോലും ഉണ്ടാക്കാതെ അയാൾ ജീവനറ്റു വീണു.

അയാളുടെ ശരീരത്തിൽ നിന്നും പിടി വിട്ട പ്രശാന്ത് പെട്ടെന്ന് വെട്ടിത്തിരിഞ്ഞു കൊണ്ട് ആ ഇരട്ടക്കുഴൽ തോക്കിൽ നിന്നും തുരുതുരാ രണ്ടു വെടിയുണ്ടകൾ ഉതിർത്തു. തന്റെ നേരെ പാഞ്ഞു വന്ന രണ്ടു കൊള്ളക്കാർ നെഞ്ചിൽ വെടിയേറ്റു മറിഞ്ഞു വീഴുന്നത് പ്രശാന്ത് കണ്ടു. ത്രീ ഡൌൺ മേ ബീ ത്രീ മോർ ടു ഗോ. പരിശീലിതമായ സൈനിക മനസ്സ് സ്വയമേവ കണക്കെടുത്തു.

കാലിയായ തോക്കു വലിച്ചെറിഞ്ഞു മുന്നോട്ടോടി മരിച്ചു വീണ

ഒരു കൊള്ളക്കാരന്റെ ശരീരത്തിൽ നിന്നും തോക്കു പിടിച്ചെടുത്ത പ്രശാന്ത് കോറിഡോറിലേക്കു പെട്ടെന്ന് തിരിഞ്ഞപ്പോൾ ശബ്ദം കേട്ട് ഓടി വരുന്ന രണ്ടു കൊള്ളക്കാരെ കണ്ടു. അവർ തന്റെ നേരെ തോക്കുയർത്തുകയാണ്. ഒരു കമാൻഡോയുടെ കുശലതയോടെ പ്രശാന്ത് അവർക്കു നേരെ അതിവേഗം രണ്ടു വെടികൾ ഉതിർത്തു. മറുവശത്തുനിന്നും ഒരു വെടിശബ്ദം മുഴങ്ങി. എന്നാൽ തന്റെ മുന്നിലുള്ള രണ്ടു കൊള്ളക്കാരും ജീവനറ്റു വീഴുന്നത് പ്രശാന്ത് കണ്ടു. ഇനി ഒരുവൻ കൂടി ബാക്കിയുണ്ടാവും.

പെട്ടെന്നു വെട്ടിത്തിരിഞ്ഞപ്പോൾ നെഞ്ചിൽ വലതു വശത്തായി കഠിനമായ തുളച്ചു കയറുന്ന വേദനയും തീ കത്തുന്നതുപോലെയുള്ള നീറ്റലും അനുഭവപ്പെട്ടു. അവിടെ അമർത്തി പിടിച്ചപ്പോൾ കൈപ്പത്തിയിൽ നിന്നും വിരലുകൾക്കിടയിലൂടെ രക്തം ഒലിച്ചിറങ്ങി. തനിക്കു വെടിയേറ്റിരിക്കുന്നു എന്ന് പ്രശാന്തിന് മനസ്സിലായി. എന്നാലൊരു കൊള്ളക്കാരൻ ബാക്കിയുണ്ട് താനും. പ്രശാന്തിന്റെ വലതു കൈ ദുർബലമായി. കാലുകൾ നിലത്തുറക്കുന്നില്ല. തല കറങ്ങുന്നു. കണ്ണുകളിൽ ഇരുട്ട് കയറുന്നതു പോലെ തോന്നുന്നു. താൻ ആദ്യം വധിച്ച കൊള്ളക്കാരന്റെ ശരീരത്തിന്മേൽ പ്രശാന്ത് നിസ്സഹായനായി തളർന്നു വീണു. ക്ഷാത്രവീര്യത്താൽ വിജൃംഭിതമായ ആ ശരീരം തളർന്നു. കണ്ണുകൾക്ക് മുന്നിൽ തന്റെ ഭാര്യയുടെയും മകളുടെയും മുഖം വീണ്ടും തെളിഞ്ഞു. താൻ ഏതു നിമിഷവും ജീവൻ വെടിഞ്ഞേക്കാം എന്ന് പ്രശാന്തിന് മനസ്സിലായി.

എന്നാൽ തീർച്ചയായും ഒരു കൊള്ളക്കാരൻ ശേഷിക്കുന്നുണ്ടാവണം. പെട്ടെന്ന് തന്റെ മുന്നിൽ തോക്കു ചൂണ്ടി നിൽക്കുന്ന, മുഖം മൂടിക്കിടയിലൂടെ നീണ്ട താടി പുറത്തു കാണുന്ന ഒരു രൂപം പ്രശാന്ത് കണ്ടു. ആറാമത്തെയും അവസാനത്തെയും കൊള്ളക്കാരൻ. ഇയാളെയും കൂടി കീഴ്പ്പെടുത്തിയാൽ മാത്രമേ യാത്രക്കാർ സുരക്ഷിതരാവുകയുള്ളൂ. ഇല്ലെങ്കിൽ പക പോക്കാൻ ഇയാൾ സ്ത്രീകളും കുട്ടികളും അടക്കമുള്ള യാത്രക്കാരെ അരും കൊല ചെയ്യും. തന്റെ മരണം സുനിശ്ചിതമാണ്. എന്നാൽ മരിക്കുന്നതിന് മുൻപ് ഇയാളെ നശിപ്പിക്കണം. അത് ചെയ്തേ മതിയാവൂ.

'യദൃച്ഛയാ ചോപപന്നം സ്വർഗ്ഗദ്വാരമപാവൃതം
സുഖിനഃ ക്ഷത്രിയ പാർത്ഥ ലഭന്തേ യുദ്ധമീദൃശം'

അത്യപൂർവമായി മാത്രമേ വീരസ്വർഗ്ഗത്തിന്റെ വാതിലുകൾ തുറക്കപ്പെടുന്നുള്ളൂ. അല്ലയോ അർജുനാ, ഭാഗ്യവാന്മാരായ വീരയോദ്ധാക്കൾ

ക്കു മാത്രമേ ഇങ്ങനെയുള്ള അവസരം ലഭിക്കുന്നുള്ളൂ.

തളർന്ന ശരീരത്തെ ഒരിക്കലും തളരാത്ത മനസ്സ് കൊണ്ട് ഉത്തേജിപ്പിച്ചു സർവ ശക്തിയും സംഭരിച്ചു കൊണ്ട് എഴുന്നേറ്റ പ്രശാന്തിന്റെ കൈകളിൽ തനിക്കു കീഴെ കിടന്ന കൊള്ളക്കാരന്റെ അരയിൽ കിടന്ന മൂർച്ചയുള്ള കത്തി ഉണ്ടായിരുന്നു. ഘോരമായ അലർച്ചയോടെ മുന്നിൽ തോക്കു ചൂണ്ടി നിന്നിരുന്ന കൊള്ളക്കാരന്റെ തോക്കു മുകളിലേക്ക് തട്ടിത്തെറിപ്പിച്ച് അയാളുടെ മർമ്മ സ്ഥാനത്തു തന്നെ സൂക്ഷ്മതയോടെ കത്തി കുത്തിയിറക്കി. ഉന്നം പിഴച്ചു ചുമരിൽ തട്ടിയ വെടിയുണ്ടയുടെ മുഴങ്ങുന്ന ശബ്ദത്തിന്റെയും വെടിമരുന്നിന്റെ തുളച്ചുകയറുന്ന ഗന്ധത്തിന്റെയും കൂടെ തൊട്ടു മുന്നിലുള്ള അയാളുടെ തിളങ്ങുന്ന പൂച്ചക്കണ്ണുകളിൽ ക്രോധം, അവിശ്വാസം, അമ്പരപ്പ്, ഭയം എന്നിവ ഒരു തിരശ്ശീലയിലെന്നോണം മാറി മാറി വരുന്നതും പ്രശാന്ത് കണ്ടു.

വലിഞ്ഞു മുറുകിയ ഞരമ്പുകൾ അഴിഞ്ഞു. ശരീരം തളർന്ന പ്രശാന്ത് വീണ്ടും താഴേക്ക് വീണു. ഒരു ദീർഘ ശ്വാസം എടുക്കാൻ തുനിഞ്ഞപ്പോൾ ശ്വാസം മുട്ടി ചുമച്ചു. വായിൽ നിന്നും രക്തം ഒഴുകി. തനിക്കേറ്റ വെടിയുണ്ട തന്റെ ശ്വാസകോശം തുളച്ചിരിക്കുന്നു എന്ന് പ്രശാന്തിന് മനസ്സിലായി. ആന്തരിക രക്തസ്രാവം ഉണ്ടായിരിക്കുന്നു. ഇനിയധികം സമയമില്ല. ഭാര്യയുടെയും മകളുടെയും മുഖം വീണ്ടും കണ്മുന്നിൽ വന്നു. ശ്വാസം കിട്ടുന്നില്ല. വേദന സഹിക്കാനാവുന്നില്ല. കണ്ണുകൾക്ക് മുന്നിൽ അസഹ്യമായ വെളിച്ചം. ഇടയ്ക്ക് ഇരുട്ട് മറയുന്നു. ചെവികളിൽ മുഴങ്ങുന്ന ഹൃദയതാളത്തിലുള്ള പെരുമ്പറ നാദം. ശരീരത്തിനു ഭാരമില്ലാതെ ഒഴുകിപ്പറക്കുന്നതു പോലെ ഉള്ള അനുഭവം. മനസ്സിൽ ഭീതി വളരുന്നു. അന്ത്യ നിമിഷം അടുത്തിരിക്കുന്നു.

'നൈനം ഛിന്ദന്തി ശസ്ത്രാണിം
നൈനം ദഹതി പാവക
ന ചൈനം ക്ലേദയന്ത്യാപോ
ന ശോഷയതി മാരുത'

ആത്മാവിനെ ആയുധങ്ങൾ മുറിവേൽപ്പിക്കുന്നില്ല. അഗ്നി ജ്വലിപ്പിച്ചു കളയുന്നില്ല. വെള്ളം നനക്കുന്നില്ല. കാറ്റ് ഉണക്കുന്നുമില്ല.

ഈ ചിന്ത മനസ്സിൽ വളർന്നതോടെ എന്തെന്നില്ലാത്ത ഒരു ശാന്തത മനസ്സിൽ നിറഞ്ഞു. മകളുടെയും ഭാര്യയുടെയും മുഖം വീണ്ടും മനസ്സിൽ വന്നു. അവരോടുള്ള തന്റെ സോപാധിക സ്നേഹം നിരുപാധികമായി മാറുന്നത് പ്രശാന്ത് തിരിച്ചറിഞ്ഞു.

നാമോരോരുത്തരും ഒറ്റക്കാണ് ഭൂമിയിൽ വരുന്നത്. പോകുന്നതും ഒറ്റയ്ക്ക് തന്നെ. ഇവിടെ നാം മറ്റുള്ളവരെ കണ്ടു മുട്ടുന്നു. എന്നാൽ നാം എപ്പോഴും മറ്റുള്ളവരെ സ്നേഹിക്കുന്നത് സോപാധികമായാണ്. ഏതു സ്നേഹത്തിലും സ്വാർത്ഥതയുടെ ഒരംശം ഉണ്ട്. നമുക്കവരെ നഷ്ടപ്പെട്ടു പോകുമോ എന്ന ഭയം. നാം പണത്തെയോ സ്വത്തിനെയോ പോലെയാണ് സ്നേഹത്തെയും കണക്കാക്കുന്നത്. നഷ്ട സാധ്യത യാണ് നമ്മെ വേർപാടിന്റെ വേദന അനുഭവിപ്പിക്കുന്നത്.

എന്നാൽ നാം സ്നേഹിക്കുന്നവരും അവരവരുടെ ഇച്ഛാനിച്ഛകൾ ഉള്ള സ്വതന്ത്ര ആത്മാക്കളാണെന്നു മനസ്സിലാവുന്ന നിമിഷം സ്നേ ഹത്തിൽ നിന്നും സ്വാർത്ഥതയുടെ ഘടകം മാറിപ്പോകുന്നു. സ്നേഹം നിരുപാധികമാവുന്നു. അതിൽ നഷ്ടബോധത്തിനു സ്ഥാനമില്ല. ഈ ചിന്തയുൾക്കൊണ്ട പ്രശാന്ത് വീണ്ടും അതീവ ശാന്തതയോടെ തന്റെ അച്ഛനമ്മമാരുടെയും ഭാര്യയുടെയും മകളുടെയും മുഖങ്ങൾ തന്റെ മനസ്സിന് മുന്നിൽ ആവാഹിച്ചെടുത്തു. കേവലം ഇരുപത്തിയേഴു വർ ഷത്തെ തന്റെ ഭൂമിയിലെ ജീവിതത്തിൽ താൻ ഏറ്റവും കൂടുതൽ സ്നേഹിച്ച നാല് മുഖങ്ങൾ.

തനിക്കവരോടുള്ള സ്നേഹത്തിൽ നിന്നും ബന്ധങ്ങളും ബന്ധന ങ്ങളും വിട്ടുമാറുന്നതും ആ നാലു പേരിൽ നിന്നും വളർന്ന തന്റെ സ്നേഹം പ്രപഞ്ചത്തെ മുഴുവൻ ആവരണം ചെയ്യുന്നതും പ്രശാന്ത് അറിഞ്ഞു. എന്തെന്നില്ലാത്ത ശാന്തതയും സന്തോഷവും അനുഭവവേദ്യ മായി. കണ്ണുകളിൽ സുഖകരമായ ഉറക്കത്തിന്റെ ഭാരം. മെല്ലെ മെല്ലെ മത്തുപിടിപ്പിക്കുന്ന ആഹ്ളാദകരമായ ഉറക്കത്തിലേക്കു താൻ വഴുതി വീഴുന്നു. ഇതാണോ മോക്ഷം ? പ്രശാന്തിന്റെ ആത്മാവ് മുഴുവനായും ഗാഢമായ ആ ഉറക്കത്തിലേക്കു വഴുതി വീണപ്പോൾ ചുണ്ടിൽ ഒരു നറും പുഞ്ചിരി അവശേഷിക്കുന്നുണ്ടായിരുന്നു.

ശക്തമായ ഒരു വെളിച്ചം കണ്ണുകളിൽ പതിച്ചപ്പോൾ അതിനെതിരെ വിഷമിച്ചു കണ്ണുകൾ തുറന്ന പ്രശാന്ത് എങ്ങും വെളുപ്പ് നിറം നിറഞ്ഞ, പൂക്കളുടെ സുഗന്ധമുള്ള ഒരു മുറിയിൽ സുഖകരമായ മെത്തയിൽ താൻ കിടക്കുകയാണെന്ന് തിരിച്ചറിഞ്ഞു. ഇതാണോ സ്വർഗം? മുന്നിൽ വെളുത്ത വസ്ത്രം ധരിച്ച ഒരു മാലാഖ. മാലാഖയുടെ മുഖം തന്റെ അടുത്തേക്ക് വന്നപ്പോൾ കറുത്ത കട്ടിക്കണ്ണട ഫ്രെയിം കണ്ടു പ്രശാന്ത് അമ്പരന്നു. സ്വർഗ്ഗത്തിലും കണ്ണട വെക്കണോ?

കണ്ണടക്കു പിന്നിലെ ശാന്തമായ മുഖം സൗമ്യതയോടെ മൊഴിഞ്ഞു. 'വെൽകം ബാക്ക് ടു   ലൈഫ് യങ് മാൻ. വി വിൽ നോട്ട് ലെറ്റ് യു

ഗോ ജസ്റ്റ് ലൈക് ദാറ്റ്. വി വിൽ നീഡ് യു എഗൈൻ ടു സെർവ് അവർ നേഷൻ.' വീണ്ടും സ്വാഗതം ചെറുപ്പക്കാരാ, നിങ്ങളെ ഞങ്ങൾ അത്ര യെളുപ്പം പോകാൻ അനുവദിക്കില്ല. രാജ്യസേവനത്തിനായി നിങ്ങളെ ഇനിയും ആവശ്യമുണ്ട് .

ശബ്ദത്തിനു പിന്നാലെ പൂക്കളുടെ സുഗന്ധം പ്രശാന്തിന്റെ നാസാ രന്ധ്രങ്ങളിൽ കുളിർമ പകർന്നു. കിടക്കക്കു സമീപം രണ്ടു ബൊക്കെ കൾ വച്ചിരിക്കുന്നു. സമീപത്തു നിൽക്കുന്ന മുഖങ്ങൾ തന്റെ അച്ഛന മ്മമാരുടേതും ഭാര്യയുടേതും ആണെന്ന് പ്രശാന്ത് തിരിച്ചറിഞ്ഞു. നാലാമത്തെ മുഖം അന്വേഷിച്ച പ്രശാന്തിന്റെ മുന്നിലേക്ക് ഭാര്യ കുട്ടിയെ എടുത്തു പിടിച്ചു. നിറഞ്ഞൊഴുകുന്ന കണ്ണുകളോടെ പ്രശാന്ത് തന്റെ മകളുടെ നെറ്റിയിൽ ആദ്യത്തെ ചുംബനം നൽകി.

'ദാറ്റ് ഈസ് ഇനഫ് ഫോർ നൗ. ലെറ്റ് ഹിം ടേക്ക് റസ്റ്റ്. വീ വിൽ ഇൻഫോം യു വെൻ ഹി ഈസ് റെഡി റ്റു സീ വിസിറ്റേഴ്സ്.' ഇപ്പോൾ ഇത്ര മതി. അയാളെ വിശ്രമിക്കാൻ അനുവദിക്കൂ. അയാൾ തയ്യാറാ വുമ്പോൾ ഞങ്ങൾ അറിയിക്കാം. ഡോക്ടർ എല്ലാവരെയും സ്നേഹ പൂർവ്വം റൂമിനു പുറത്താക്കി.

മടങ്ങി വന്ന ഡോക്ടറിൽ നിന്നും താൻ പൂനെയിലെ ആർമി മെഡി ക്കൽ കോളേജിൽ ആണെന്നും ട്രെയിനിൽ ഉണ്ടായിരുന്ന ആർമി മെഡി ക്കൽ ഓഫീസർ ക്യാപ്റ്റൻ പല്ലവി വീണു കിടന്ന തനിക്കു പ്രഥമ ശുശ്രൂഷ നൽകിയതും അവർ അറിയിച്ചതനുസരിച്ചു തന്നെ ഹെലി കോപ്റ്ററിൽ ഉടനടി ഇവിടെ എത്തിച്ചതും മൂന്ന് അടിയന്തിര ശസ്ത്ര ക്രിയകൾ നടത്തിയതും മുതൽ ആസന്നമായ മരണത്തോട് മല്ലിട്ടു ഇരുപത്തിയൊന്നാം ദിവസമായ ഇന്ന് താൻ പൂർണ ബോധത്തോടെ കണ്ണ് തുറന്നതു വരെയുള്ള കഥകൾ പ്രശാന്ത് മനസ്സിലാക്കി.

'താങ്ക് യു ഫോർ സേവിങ് മി ഡോക്ടർ.' പ്രശാന്ത് പറഞ്ഞു.

'ഡോണ്ട് താങ്ക് മി യങ് മാൻ. താങ്ക് ഗോഡ്.' എന്നോട് നന്ദി പറ യേണ്ട യുവാവേ, ദൈവത്തോട് നന്ദി പറയു. ഡോക്ടർ പ്രതിവചിച്ചു. 'വി വിൽ ടേക്ക് ഫ്യൂ മോർ ഡേയ്സ് ടു മേക് യു ഫൈറ്റിംഗ് ഫിറ്റ് എഗൈൻ. ദിസ് ഈസ് യുവർ സെക്കന്റ് ബർത്ത്. ടേക്ക് റസ്റ്റ്'. തന്നെ വീണ്ടും യുദ്ധത്തിന് വേണ്ടി തയ്യാറാക്കാൻ ഞങ്ങൾക്ക് കുറച്ചു കൂടി സമയം വേണം. ഇത് നിന്റെ രണ്ടാം ജന്മമാണ്. ഇപ്പോൾ വിശ്രമിക്കൂ. സാനിറ്റൈസറിന്റെ ഗന്ധമുള്ള കൈ കൊണ്ട് പ്രശാന്തിന്റെ നെറ്റിയിൽ തലോടിയ ശേഷം ഡോക്ടർ പുറത്തേക്കു പോയി.

അനായാസമായി ദീർഘശ്വാസമെടുത്തു കൊണ്ട് പ്രശാന്ത് സീലി

ങ്ങിന്റെ ആഴമേറിയ വെളുത്ത നിറം നോക്കി ശാന്തനായി കിടന്നു. കിടക്കയുടെ മാർദ്ദവവും കിടക്ക വിരിയുടെ കഞ്ഞിപ്പശയുള്ള ഉറപ്പും സാവധാനം കറങ്ങുന്ന ഫാനിൽ നിന്നും മുഖത്ത് പതിക്കുന്ന മന്ദമാരുതന്റെ കുളിർ സ്പർശവും അതിനൊപ്പം വീണ്ടും വന്ന പൂക്കളുടെ സുഗന്ധവും പ്രശാന്തിന്റെ അവബോധത്തിൽ അതീവ ശാന്തതയുടെ പ്രതീതി ജനിപ്പിച്ചു.

പുനരപി ജനനം പുനരപി മരണം
പുനരപി ജനനീ ജഠരേ ശയനം
ഇഹ സംസാരേ ബഹു ദുസ്താരേ
കൃപായാ പാരേ പാഹി മുരാരേ

ഒരിക്കൽക്കൂടി ജനനം, ഒരിക്കൽക്കൂടി മരണം, ഒരിക്കൽക്കൂടി അമ്മയുടെ ഗർഭപാത്രത്തിലുള്ള ശയനം. ഈ ലൗകികജീവിതം മറികടക്കാൻ വളരേ കഷ്ടമാണ്, കൃപയോടെ കനിഞ്ഞ് രക്ഷിച്ചാലും ഹേ മുരാരേ.

അമ്മയുടെ ഗർഭപാത്രത്തിലെന്നോണം അതീവ ശാന്തനായി പ്രശാന്ത് വീണ്ടും സുഖനിദ്രയിലേക്കു വഴുതി വീണു. സന്തോഷത്തോടെ. അതിലേറെ ആത്മ ശാന്തിയോടെ.

അധ്യായം രണ്ട്

വാഹെ ഗുരുജീ കാ ഖാൽസാ; വാഹെ ഗുരുജീ കി ഫത്തേഹ്

കിളികളുടെ മധുരമായ ശബ്ദം കേട്ടാണ് പ്രശാന്ത് കണ്ണ് തുറന്നത്. ഒരു കുയിൽ നീട്ടിപ്പാടുന്നു. അതിനുത്തരമായി വേറൊരു കുയിൽ വേറൊരു ആവൃത്തിയിൽ പാടുന്നു. ആ പാട്ടുമത്സരത്തിന്റെ പശ്ചാത്തല സംഗീതമെന്നോണം ബുൾബുൾ പക്ഷികളുടെ കളനാദവും മൈനയുടെ ചിലപ്പും തത്തകളുടെ ചൂളവും ഇടയ്ക്കിടെ കേൾക്കുന്നു. ജനാലയിലൂടെ സൂര്യന്റെ സ്വർണനിറത്തിലുള്ള രശ്മികൾ കടന്നു വരുന്നുണ്ട്. സുഖകരമായ തണുപ്പ് രോമകൂപങ്ങളെ ഇക്കിളിപ്പെടുത്തുന്നു. പ്രഭാതത്തിന്റെ തണുത്ത ഗന്ധം.

പ്രഭാതത്തിന് ഒരു പ്രത്യേക ഗന്ധമുണ്ട്. സുരൻകോട്ടിലെ പ്രഭാതങ്ങൾക്കു പൈൻ പശയുടെയും പൈൻ ഇലകളുടെയും നനഞ്ഞ മണ്ണിന്റെയും ഹരിമോഹൻ ചായയുണ്ടാക്കുന്ന അടുപ്പിൽ നിന്നുയരുന്ന പൈൻ മരക്കമ്പുകളുടെ പുകയുടേതും തലക്കടുത്തു വെച്ച തോക്കിൽ നിന്നുയരുന്ന വെടിമരുന്ന് പുരണ്ട എണ്ണയുടെയും മണങ്ങൾ കൂടിച്ചേർന്ന ഒരു സമ്മിശ്രഗന്ധമായിരുന്നു. പുലർ കാലങ്ങളിൽ വിനയ് കൊണ്ടുവരുന്ന ബെഡ് ടീ കാത്തു സ്ലീപ്പിങ് ബാഗിനുള്ളിൽ മടിയുടെ അവസാന കണികയും ഉപയോഗിച്ചുകൊണ്ട് കിടക്കുമ്പോൾ പ്രഭാതത്തിന്റെ ഈ ഗന്ധത്തെ ആസ്വദിക്കാനും അപഗ്രഥിച്ചറിയാനും നല്ല രസമായിരുന്നു.

ഇവിടെ പ്രഭാതത്തിന്റെ ഗന്ധത്തിൽ മുന്നിട്ടു നിൽക്കുന്നതും പൈൻ ഇലകളുടെ നേരിയ ഗന്ധം തന്നെ. പക്ഷെ അത് അതിരാവിലെ കോറിഡോർ വൃത്തിയാക്കാൻ ഉപയോഗിച്ച അണുനാശിനിയുടേതാണെന്നു മാത്രം. അതിന്റെ കൂടെ വെന്റിലേറ്ററിനുള്ളിലൂടെ കയറുന്ന പലതരം പൂക്കളുടെ മഞ്ഞിൽ കുതിർന്ന ഗന്ധങ്ങൾ. എന്തായാലും സുരൻകോ

ട്ടിലെ പ്രഭാതങ്ങളെ ഓർമിപ്പിക്കുന്ന ഗന്ധങ്ങൾ തന്നെ. എന്നാൽ ഇവിടെയുള്ള ഒരു വ്യത്യാസം എന്തെന്നാൽ പ്രഭാതത്തിലെ കുളിർ കാറ്റിന്റെ ഓരോ അലയ്ക്കുമൊപ്പം വരുന്ന പൂക്കളുടെ ഗന്ധം വ്യത്യസ്തമായിരിക്കും. കാറ്റ് വരുന്ന വഴി അനുസരിച്ചു ഗന്ധത്തിന്റെ ചേരുവകൾ മാറിക്കൊണ്ടിരിക്കുന്നു. ആകെപ്പാടെ ഒരു പൂന്തോട്ടത്തിലൂടെ പ്രഭാത സവാരി നടത്തുന്നതുപോലെയുള്ള ഒരു അനുഭവം കിടന്നു കൊണ്ട് തന്നെ നേടാം.

പ്രഭാത കൃത്യങ്ങൾ കഴിഞ്ഞു പാലിൽ ഉണ്ടാക്കിയ പോറിഡ്ജ് കഴിച്ചു. ഭക്ഷണം തുടങ്ങിയിട്ട് രണ്ടോ മൂന്നോ ദിവസം മാത്രമേ ആയുള്ളൂ. ഈ ആഴ്ച മുഴുവൻ കഞ്ഞിയും പോറിഡ്ജും കിച്ചടിയും ആയിരിക്കും ഭക്ഷണം. ഇത്രയും ലളിതമായ, മസാലകൾ പോലും ഇടാത്ത ഈ ഭക്ഷണസാധനങ്ങൾക്കൊക്കെ എന്തൊരു രുചിയാണ്. ഇതിനു മുൻപേ ഒരിക്കലും താൻ പോറിഡ്ജും കഞ്ഞിയും കിച്ചടിയും ഒക്കെ ഇത്ര സ്വാദോടെ കഴിച്ചിരുന്നില്ല. ഇവയ്ക്ക് ഇത്ര സ്വാദുണ്ടാവും എന്ന് ഒരിക്കലും കരുതിയിരുന്നില്ല. നിറഞ്ഞ വയർ നൽകിയ ആലസ്യവും മനസ്സമാധാനവും ആസ്വദിച്ചു കൊണ്ട് പ്രശാന്ത് വീണ്ടും നീണ്ടു നിവർന്നു കിടന്നു.

'ഗുഡ് മോർണിംഗ് യങ് മാൻ. ഹൌ ആർ വീ ഡൂയിങ്?'

തന്റെ ആഹ്ളാദവും ഉത്സാഹവും നിറഞ്ഞ സ്വരത്തിൽ ഉറക്കെ ചോദിച്ചു കൊണ്ട് ഡോക്ടർ കടന്നു വന്നു.

'ഗുഡ് മോർണിംഗ്, സർ' പ്രശാന്ത് പ്രതിവചിച്ചു. 'ഐ ആം ഫൈൻ'.

ഡോക്ടർ പരിശോധനകൾ കഴിച്ചു.

'ക്യാപ്റ്റൻ, ഐ തിങ്ക് യു മസ്റ്റ് സ്റ്റാർട്ട് ടു മൂവ് അറൗണ്ട് എ ബിറ്റ്. ഇറ്റ് ഈസ് എസ്സെൻഷ്യൽ നൗ'.

'ഇനി നടക്കാൻ തുടങ്ങണം, ഏതാണ്ട് മൂന്ന് ആഴ്ചകളിലേറെ ബോധമില്ലാതെയും അർദ്ധബോധത്തിലും കഴിഞ്ഞു. പൂർണബോധം വന്നു കണ്ണ് തുറന്നിട്ട് ഇന്ന് നാലാംദിവസം. അപകടഘട്ടം ഒക്കെ തരണം ചെയ്തു വളരെ മുന്നോട്ടു പോയിരിക്കുന്നു. ഇനി നഷ്ടപ്പെട്ട ചില കാര്യങ്ങൾ തിരിച്ചു പിടിക്കാനുണ്ട്. പേശികളുടെ ബലവും കാര്യക്ഷമതയും ശരീരത്തിന്റെ അജിലിറ്റിയും ആണ് അതിൽ പ്രധാനപ്പെട്ടവ'. ഡോക്ടർ പറഞ്ഞു.

'യു ക്യാൻ സ്റ്റാർട്ട് വോക്കിങ് ടുഡേ. ഐ വിൽ പെർമിറ്റ് യുവർ ഫാമിലി ടു കം ആൻഡ് സ്പെൻഡ് ടൈം വിത്ത് യു ഫ്രം നെക്സ്റ്റ് വീക്ക് ഓൺവേർഡ്സ്.' ഡോക്ടർ പറഞ്ഞു.

'ഇന്നു മുതൽ നടക്കാൻ തുടങ്ങാം. യാത്രമൂലം ആവണം, നിങ്ങളുടെ കുഞ്ഞിന് ജലദോഷം പിടിച്ചിരിക്കുന്നു. അവർ എല്ലാവർക്കും ഇൻഫെക്ഷൻ ഒന്നും ഇല്ല എന്ന് ഉറപ്പുവരുത്തി മാത്രമേ ഇനി ഞാൻ സന്ദർശനം അനുവദിക്കൂ. അവർക്ക് ഓഫീസർസ് മെസ്സിൽ താമസവും ഭക്ഷണവും ഏർപ്പാട് ചെയ്തിട്ടുണ്ട്. അടുത്ത ആഴ്ച മുതൽ കുടുംബത്തെ താങ്കളുടെ കൂടെ സമയം ചിലവഴിക്കാൻ അനുവദിക്കാം'. പ്രശാന്തിന്റെ മനസ്സ് ആഹ്ളാദഭരിതമായി. നിങ്ങൾ ഒരു വലിയ ഹീറോ ആയ സ്ഥിതിക്ക് ദിവസം മുഴുവൻ തന്റെ കുടുംബത്തെ തന്റെ കൂടെ സമയം ചെലവഴിക്കാൻ അനുവദിക്കാൻ നിർബന്ധിതനാവുന്നു എന്ന് ഡോക്ടർ പരിഭവം അഭിനയിച്ചു കൊണ്ട് പറഞ്ഞു. പക്ഷെ ഹോസ്പിറ്റൽ വിട്ടു പുറത്തു പോവരുത്. അങ്ങനെയാണെങ്കിൽ തന്നെ ഞാൻ രണ്ടു മിനിട്ടു കൊണ്ട് ഹീറോയിൽ നിന്നും സീറോയാക്കും എന്നൊരു സ്നേഹപൂർവമായ ഭീഷണിയും ഡോക്ടർ മുഴക്കി.

'താങ്ക് യൂ സർ'. പ്രശാന്ത് പറഞ്ഞു. 'എനിക്ക് എവിടെയൊക്കെ പോവാം?'

'ഇന്ന് തനിക്കു ഓഫീസർ വാർഡിന്റെ കോറിഡോറിലൂടെ നടക്കാം. എത്ര പറ്റുമോ അത്രയും നടക്കാം. തോട്ടത്തിൽ പോയിരിക്കാം. എന്നാൽ മറ്റു വ്യായാമങ്ങൾ ഞാൻ പറയുന്നത് വരെ ചെയ്യരുത്. ഏഴാം നമ്പർ റൂമിൽ കേണൽ വിക്രം സിംഗ് എന്ന ഒരു റിട്ടയേർഡ് ഓഫീസർ ഉണ്ട്. വാർധക്യ സഹജമായ മുട്ട് വേദന കാരണം അഡ്മിറ്റ് ആയതാണ്. വേണമെങ്കിൽ അദ്ദേഹത്തോടൊപ്പം സംസാരിച്ചു സമയം കളയാം. അദ്ദേഹത്തിനും ഒരു കൂട്ടാവും. പാവം ഒരാഴ്ചയായി ഒറ്റക്കാണ്. ഭാര്യ മരിച്ചു. മക്കൾ വിദേശത്താണ്.' ഡോക്ടർ പറഞ്ഞു.

'റോജർ സർ. താങ്ക് യു'.

'ഇന്ന് മുതൽ തനിക്കു മിനറൽ ആൻഡ് വിറ്റാമിൻ സപ്ളിമെന്റുകൾ മാത്രമേ ഉള്ളൂ. മറ്റു മരുന്നുകൾ നിർത്തുകയാണ്. ഭക്ഷണം ഞാൻ പറഞ്ഞത് പോലെ. ഇനി നടത്തവും കുറച്ചു ദിവസം കഴിഞ്ഞു ഫിസിയോ തെറാപ്പിയും മാത്രമാണ് ചികിത്സ.' ഡോക്ടർ പറഞ്ഞു.

പ്രശാന്തിന് സന്തോഷമായി. 'സർ എനിക്ക് പെട്ടെന്ന് തന്നെ യൂണിറ്റിൽ പോകാൻ സാധിക്കില്ലേ?'

'തിരക്ക് കൂട്ടേണ്ട. തന്നെ ഇവിടെ നിന്ന് വിടുന്ന ദിവസം നിങ്ങൾ അടുത്ത യുദ്ധത്തിന് തയ്യാറായിരിക്കും.' ഡോക്ടർ ചിരിച്ചു.

ഡോക്ടർ പോയശേഷം പ്രശാന്ത് മെല്ലെ എഴുന്നേറ്റു പുറത്തേക്കു നടന്നു. കാലുകൾക്ക് ബലക്കുറവുള്ളതുപോലെ തോന്നി. നീണ്ട കോറി

ഡോറിനു ഒരു വശം റൂമുകളാണ്. തന്റെ റൂമിന്റെ നമ്പർ ഒൻപത്. തന്റെ ഭാഗ്യ നമ്പർ. പ്രശാന്ത് മന്ദഹസിച്ചു. കേണൽ വിക്രം സിംഗിന്റെ ഏഴാം നമ്പർ റൂമിന്റെ വാതിൽ അടഞ്ഞു കിടക്കുന്നു. ആൾ എഴുന്നേറ്റിട്ടുണ്ടാവില്ല.

ഭാഗ്യത്തിന് താൻ ഗ്രൗണ്ട് ഫ്ളോറിൽ തന്നെയാണ്. കോറിഡോറിന്റെ മറുവശം തോട്ടമാണ്. പല നിറങ്ങളിലുള്ള പൂക്കൾ. ചെടികളെ മനോഹരമായി വിന്യസിപ്പിച്ച തോട്ടം ഒറ്റ നോട്ടത്തിൽ കണ്ടാൽ തന്നെ ഇവിടത്തെ കമാൻഡൻറ് പ്രകൃതിയോടും പൂക്കളോടും വളരെ താല്പര്യമുള്ള ആളാണെന്നു മനസിലാക്കാം. കണ്ണിനും മൂക്കിനും മനസ്സിനും ഇമ്പം പകരുന്ന കാഴ്ചയും സുഗന്ധവും അന്തരീക്ഷവും. അതാസ്വദിച്ചു കൊണ്ട് പ്രശാന്ത് മെല്ലെ മെല്ലെ നടന്നു.

ചുവരിനു സമീപം ഇടയ്ക്കിടെ സ്റ്റീൽ ബെഞ്ചുകൾ വെച്ചിരിക്കുന്നു. ദൂരെ കാണുന്ന യൂറോപ്യൻ മാതൃകയിലുള്ള തലയെടുപ്പുള്ള പഴയ കെട്ടിടം മെയിൻ ബ്ലോക്ക് ആയിരിക്കാം. ഇടയ്ക്കിടെ ബാരക്ക് മാതൃകയിലുള്ള ചെറിയ കെട്ടിടങ്ങളും അങ്ങകലെ ചില പുതിയ മൂന്നു നില കെട്ടിടങ്ങളും കാണുന്നുണ്ട്. വലിയ മാവുകളും വേപ്പു മരങ്ങളും ഇടയ്ക്കിടെ കാണുന്നു. ആകെക്കൂടി ശാന്ത സുന്ദരമായ പ്രദേശം. ഓഫീസർ വാർഡുകൾ സാധാരണയായി കുറച്ചു ദൂരെ ആണ് ഉണ്ടാവുക.

'ഗുഡ് മോർണിംഗ്, സർ'. എതിരെ വന്ന ലെഫ്റ്റനന്റ് റാങ്കുള്ള തോൾപ്പട്ടയണിഞ്ഞ നേഴ്സ് പ്രസന്നതയോടെ ചിരിച്ചു കൊണ്ട് പറഞ്ഞു. 'ഗുഡ് മോർണിംഗ്, സിസ്റ്റർ.' നേഴ്സിന്റെ നെയിം പ്ലേറ്റിൽ എഴുതിയ ബെറ്റി തോമസ് എന്ന പേരുൾക്കൊണ്ടു കൊണ്ട് പുഞ്ചിരിയോടെ പ്രശാന്ത് പ്രതിവചിച്ചു. ആൾ മലയാളി തന്നെ.

'ഞാനായിരുന്നു കഴിഞ്ഞ ഒരു മാസമായി നൈറ്റ് ഡ്യൂട്ടിയിൽ ഉണ്ടായിരുന്നത്'. നേഴ്സ് നേരെ തൃശൂർ മലയാളത്തിൽ പറഞ്ഞു. 'സാറിനെ പൂർണ ബോധത്തിൽ കണ്ടിട്ടില്ല. അതുകൊണ്ടു സാർ എന്നെ തിരിച്ചറിയില്ല. ഞാൻ ഡ്യൂട്ടി ഓഫ് ആയി പോയപ്പോഴാണ് സാർ കണ്ണ് തുറന്നെന്നു അറിഞ്ഞത്. ഓഫ് കഴിഞ്ഞു ഇന്ന് മുതൽ ഞാൻ ഡേ ഡ്യൂട്ടിയിലാണ്.' അവൾ വീണ്ടും പ്രസന്നതയോടെ ചിരിച്ചു. 'സാർ ഞാൻ മേട്രന്റെ അടുത്ത് റിപ്പോർട്ട് ചെയ്തു വരാം.' അവൾ തലയാട്ടി ചിരിച്ചു കൊണ്ട് പോയി. വളരെ അനൗദ്യോഗികമായി സ്വന്തം കുടുംബത്തിലെ ഒരംഗത്തെപ്പോലെയായിരുന്നു അവളുടെ പെരുമാറ്റം എന്നത് പ്രശാന്തിനെ അത്ഭുതപ്പെടുത്തി.

അൽപനേരം നടന്നപ്പോൾ പ്രശാന്തിന് തളർച്ച തോന്നി. തിരിച്ചു നടക്കുമ്പോൾ കേണൽ വിക്രം സിംഗിന്റെ റൂമിനു സമീപം ഒന്നറച്ചു നിന്ന പ്രശാന്ത് രണ്ടും കൽപ്പിച്ചു വാതിലിൽ മുട്ടി.

'യെസ്, കമിൻ' ഉള്ളിൽ നിന്നും മുഴങ്ങുന്ന ഉറച്ച ശബ്ദം.

പ്രശാന്ത് മെല്ലെ വാതിൽ തള്ളിത്തുറന്ന് ഉള്ളിലേക്കു നോക്കി. നേരെയുള്ള സോഫയിൽ തൂവെള്ള നിറമുള്ള ഇസ്ത്രി ഉലയാത്ത സൽവാറും കുർത്തയും തലയിൽ നീല നിറമുള്ള ടർബനും ധരിച്ച ദീർഘ കായനായ ഒരാൾ ഇരിക്കുന്നു. വസ്ത്രത്തേക്കാൾ വെണ്മയുള്ള നീണ്ട താടിയും മീശയും. പേര് കേട്ടപ്പോൾ സർദാർ ആണ് എന്ന് വിചാരിച്ചിരുന്നില്ല.

'ഗുഡ് മോർണിംഗ് സർ. ഐ ആം ക്യാപ്റ്റൻ പ്രശാന്ത്'.

'ഓഹ്, യു ആർ ദി ഹീറോ ഓഫ് ചമ്പൽ ഘാട്ടി. ഗുഡ് മോർണിംഗ് ക്യാപ്റ്റൻ. ഇറ്റ് ഈസ് ആൻ ഹോണർ റ്റു മീറ്റ് യു'.

കേണൽ സോഫയിൽ നിന്നെഴുന്നേറ്റു കൈ നീട്ടി.

ആറേകാൽ അടിയിലേറെ ഉയരമുള്ള കേണൽ വിക്രം സിംഗിന്റെ ഹസ്തദാനം ബലിഷ്ഠവും ഊഷ്മളവും ആയിരുന്നു.

'പ്ലീസ് ടേക്ക് എ സീറ്റ് ക്യാപ്റ്റൻ'. കേണൽ അടുത്തിരുന്ന ട്രേയിൽ നിന്നും രണ്ടു കപ്പുകൾ എടുത്തു ഫ്ളാസ്ക് തുറന്നു കാപ്പി ഒഴിച്ചു. നല്ല മേന്മയേറിയ കാപ്പിയുടെ സുഗന്ധം റൂമിൽ പടർന്നു.

'ഒറിജിനൽ കോഫിയ അറബിക്കയുടെ ഗ്രൗണ്ട് കോഫീ നട്സ് ഉപയോഗിച്ച് ഉണ്ടാക്കി വീട്ടിൽ നിന്നും ഇപ്പോൾ കൊണ്ട് വന്നതാണ്.'

'താങ്ക് യൂ സർ'. പ്രശാന്ത് കപ്പു വാങ്ങി. നല്ല സുഗന്ധം. വയനാട്ടിലെ അങ്കിളിന്റെ തോട്ടത്തിൽ നിന്നും കൊണ്ട് വരുന്ന കോഫീ ബീൻസ് അമ്മ വറുത്തു പൊടിച്ചു ഉണ്ടാക്കുന്ന കാപ്പിയുടെ ഒരു നിഴൽ ഈ മണത്തിൽ ഉണ്ട്. ഒരു സിപ്പ് എടുത്തപ്പോൾ ശരീരം മുഴുവൻ പരക്കുന്ന ഉന്മേഷം.

'സോ യങ് മാൻ, ഹൌ ആർ യു ഡൂയിങ്? ഐ ക്യാൻ സീ യു ഹാവ് റിക്കവേർഡ് ട്രെമെൻഡസ്ലി'.

'ഐ ആം ഫീലിംഗ് ഫൈൻ, സർ. എങ്കിലും സ്റ്റാമിനയും ശക്തിയും വീണ്ടെടുക്കേണ്ടതുണ്ട്'. പ്രശാന്ത് പറഞ്ഞു.

ജീവിതത്തിൽ ആദ്യമായി തമ്മിൽ കാണുകയായിരുന്ന കേണൽ വിക്രം സിങ്ങും ക്യാപ്റ്റൻ പ്രശാന്തും മിനിറ്റുകൾക്കുള്ളിൽ ചിരപരിചിതരെ പോലെ സംസാരിക്കാൻ തുടങ്ങി. സൈനികർക്കു മാത്രം അറിയാവുന്ന, ഓരോ സൈനികനും തന്റെ സ്വന്തം അമ്മ പെറ്റ സഹോദ

രനാണ് എന്ന് തോന്നിക്കുന്ന ഒരു ആത്മ ബന്ധം ഉണ്ട്. ഒരുമിച്ചു ജീവിതവും മരണവും നേരിടുന്ന, അത്യന്തമായ വെല്ലുവിളികൾ നിറഞ്ഞ സാഹചര്യങ്ങളിലൂടെ കടന്നു പോവുന്നവർ തമ്മിൽ കെട്ടിപ്പടുക്കുന്ന ആ ആത്മ ബന്ധമാണ് സൈനിക ജീവിതത്തിന്റെ കാതൽ. ഈ ബന്ധമാണ് തന്റെ സഹപ്രവർത്തകനെ സഹോദരനായി കണ്ട് അവനു നേരെ വരുന്ന വെടിയുണ്ട സ്വന്തം നെഞ്ച് കാട്ടി തടുക്കാൻ ഓരോ സൈനികനേയും പ്രാപ്തനാക്കുന്നത്. ഇത് കാരണമാണ് സൈനിക വൃത്തി കേവലം ഒരു ജീവിതമാർഗ്ഗമല്ല, ഒരു ജീവിത രീതി തന്നെയാണെന്നു പറയുന്നത്.

അന്നാദ്യമായി വണ്ടിയിൽ നടന്ന കാര്യങ്ങൾ പ്രശാന്ത് ഓർത്തു പറഞ്ഞു. ഡോക്ടർ ഒന്ന് ഫ്രീ ആയ ശേഷം കഥ മുഴുവൻ പറഞ്ഞു തരണം എന്ന് രണ്ടു ദിവസമായി പറയുന്നുണ്ടായിരുന്നു. എന്നാൽ ഇന്നാണ് പ്രശാന്ത് ആദ്യമായി തന്റെ ഓർമ്മയുടെ ചെപ്പു തുറക്കുന്നത്.

കഥ മുഴുവൻ ഇടക്കൊന്നും ചോദിക്കാതെ മൂളിക്കേട്ട കേണൽ വിക്രം സിംഗ് ഒടുവിൽ പറഞ്ഞു.

'നിങ്ങൾ ചെയ്തത് ശരി തന്നെ. എന്നാലും ആയുധം ഇല്ലാതെ ആയുധ ധാരികളായ ആറു കൊള്ളക്കാരോട് പൊരുതാൻ എടുത്ത തീരുമാനം ഒരു നല്ല സൈനിക തീരുമാനം അല്ല എന്ന് എനിക്ക് പറയേണ്ടി വരും. ഇവിടെ നിങ്ങൾ സ്വജീവൻ തൃണവൽഗണിച്ച് ഒറ്റയ്ക്ക് പൊരുതി. എന്നാൽ ഏതൊരു ഓപ്പറേഷനിലും സൈനിക ഓഫീസർമാർ എടുക്കുന്ന തീരുമാനങ്ങൾ നടപ്പിലാക്കുന്നത് അവർക്കു കീഴെയുള്ള സൈനികരാണ്'.

'കൃത്യമായി പ്ലാൻ ചെയ്തു തന്റെ സൈനികരെ മുന്നിൽ നിന്നു നയിച്ചു കൊണ്ട് ആ പ്ലാൻ പ്രവർത്തിപ്പിച്ചു വിജയിപ്പിക്കുകയാണ് ഒരു ഓഫീസറുടെ കർത്തവ്യം. അല്ലാതെ സൂപ്പർമാൻ ആവുകയല്ല. ഒരു ഓഫീസർ ഒരിക്കലും അന്ധമായി റിസ്ക് എടുക്കരുത്. കാരണം ഒരു യുദ്ധരംഗത്ത് ഒരു ഓഫീസറുടെ മേലെയാണ് തന്റെ സൈനികരുടെ ജീവനും ആ പ്രദേശത്തിന്റെ സുരക്ഷയും രാജ്യം കാക്കാനുള്ള ഉത്തരവാദിത്വവും കടമയും കിടക്കുന്നത്. അതിനാൽ ഒരു ഓഫീസർ എല്ലായ്പോഴും കൃത്യമായി കണക്കു കൂട്ടി മാത്രമേ റിസ്ക് എടുക്കാവൂ'.

'ശരിയാണ് സർ. എന്നാൽ ഈ അവസരം തികച്ചും വ്യത്യസ്തമായിരുന്നു'. പ്രശാന്ത് അല്പം കുറ്റബോധത്തോടെ പറഞ്ഞു.

'അതെ. അത് ഞാൻ ആദ്യവും പറഞ്ഞല്ലോ. എന്നാൽ ഇവിടെ നിന്നും ഡിസ്ചാർജ് ആയി യൂണിറ്റിൽ പോയിക്കഴിഞ്ഞാൽ സൈനികരുമായി നടത്തുന്ന ഓപ്പറേഷനുകളിൽ ഈ സംഭവത്തിന്റെ ഹാങ്ങ് ഓവർ ഉണ്ടാകരുത് എന്നാണ് ഞാൻ പറഞ്ഞതിന്റെ അർഥം. ഞാൻ പറഞ്ഞത് കൊണ്ട് നിങ്ങൾ വിഷമിക്കേണ്ട'.

പ്രശാന്ത് പുഞ്ചിരിച്ചു. പെട്ടെന്ന് മുറിയിൽ ക്ലോക്ക് ശബ്ദിച്ചു. സമയം പന്ത്രണ്ട് മണി.

'ബാരാ ബജ് ഗയാ. സർദാരോ കാ ടൈം ശുരൂ'. കേണൽ വിക്രം സിംഗ് ചിരിച്ചു കൊണ്ട് പറഞ്ഞു. ഉച്ച പന്ത്രണ്ടു മണിയായി. സർദാർ മാരുടെ സമയം തുടങ്ങി.

പ്രശാന്ത് പൊട്ടിച്ചിരിച്ചു. പന്ത്രണ്ടു മണി ആയാൽ സിക്കുകാരുടെ സമയമാണ് എന്ന ചൊല്ല് ഇന്ത്യൻ മിലിറ്ററി അക്കാഡമിയിൽ വച്ചേ കേൾക്കുന്നതാണ്. ടർബൻ ധരിച്ച സഹ ട്രെയിനികളെ കളിയാക്കാനും ഈ ചൊല്ല് ധാരാളം ഉപയോഗിച്ചിരുന്നു.

'ഈ ചൊല്ലിന്റെ പിന്നിലുള്ള കാരണം തനിക്കറിയാമോ?' കേണൽ ചോദിച്ചു.

'ഇല്ല സർ. ഇത് ധാരാളം കേട്ടിട്ടുണ്ട്. സർദാർമാരായ കോഴ്സ് മേറ്റുകളെ ഇതും പറഞ്ഞു കളിയാക്കിയിട്ടുണ്ട്. എന്നാൽ ഇതിന്റെ കാരണം അറിയില്ല'.

'തനിക്കു ഊഹിച്ചു പറയാമോ?' കേണൽ വിക്രം സിംഗ് ചോദിച്ചു.

'ഒരു പക്ഷെ ഉച്ചക്ക് ചൂട് കൂടുമ്പോൾ തലക്കെട്ടിനുള്ളിൽ നല്ലവണ്ണം തല ചൂടായി ബുദ്ധിയുടെ പ്രവർത്തനം ഓവർസ്പീഡിൽ ആവുന്നു എന്നായിരിക്കാം'. പ്രശാന്ത് ചിരിച്ചു കൊണ്ട് പറഞ്ഞു.

കേണൽ വിക്രം സിംഗ് പൊട്ടിച്ചിരിച്ചു. 'അതൊരു നല്ല വിശദീകരണമാണ്. എന്നാൽ അതല്ല കാരണം. കുറച്ചു നീണ്ട കഥയാണ്. തനിക്കു ബോറടിക്കില്ലെങ്കിൽ പറഞ്ഞു തരാം'.

'പറയൂ സർ'. പ്രശാന്ത് മുന്നോട്ടു ചാഞ്ഞിരുന്നു. കേണൽ കഥ പറഞ്ഞു തുടങ്ങി.

'പതിനഞ്ചാം നൂറ്റാണ്ടിലാണ് ഗുരു നാനാക്ക് സിഖ് മതം സ്ഥാപിക്കുന്നത്. പേർഷ്യയിൽ നിന്നും അഫ്ഗാനിസ്ഥാനിൽ നിന്നുമുള്ള ആക്രമണകാരികൾ ഇന്ത്യയിൽ നിരന്തരം ആക്രമണങ്ങൾ അഴിച്ചു വിടുന്ന കാലം. ഈ ആക്രമണകാരികളുടെ ലക്ഷ്യം ഇന്ത്യയിലെ അളവറ്റ സമ്പത്തായിരുന്നു. അവർ വലിയ സേനാവിഭാഗങ്ങളുമായി വന്ന് ആക്രമണം നടത്തുകയും നമ്മുടെ സമ്പദ്സമൃദ്ധങ്ങളായ പട്ടണങ്ങ

ളും കൊട്ടാരങ്ങളും ക്ഷേത്രങ്ങളും മറ്റും കൊള്ളയടിച്ചു പണവും സ്വർണവും രത്നങ്ങളും കൊണ്ടു പോവുകയും അക്കാലത്ത് പതിവായിരുന്നു.'

'പല ജാതികളും ഗോത്രങ്ങളുമായി ഭിന്നിച്ചു നിന്ന ഹിന്ദുസമൂഹത്തിനും തമ്മിൽ കലഹിച്ചു നടന്ന ചെറുകിട രാജാക്കന്മാർക്കും അഫ്ഗാൻ ആക്രമണകാരികളെ തടയാൻ ആയില്ല. ആക്രമണകാരികൾ നിർബാധം ഗുജറാത്തിലെ സോമനാഥ ക്ഷേത്രം പോലെയുള്ള സമ്പന്നമായ ക്ഷേത്രങ്ങൾ പലവട്ടം ആക്രമിച്ചു കൊള്ളയടിച്ച് അളവറ്റ ധനം ഒട്ടകപ്പുറത്തു ചുമടായി കൊണ്ട് പോവുക പതിവായിരുന്നു'.

'ഹിന്ദു മതത്തിന്റെ ആ കാലത്തെ മാത്രമല്ല എക്കാലത്തെയും ശാപം ഹീനമായ ജാതി വ്യവസ്ഥയും അതുണ്ടാക്കിയ ഉച്ചനീചത്വവും തന്നെ ആയിരുന്നു.'

'വളരെ ശരിയാണ് സർ. എന്റെ പ്രദേശത്തെ നൂറിലേറെ വർഷങ്ങൾക്കു മുൻപ് ഭ്രാന്താലയം എന്ന് സ്വാമി വിവേകാനന്ദൻ വിശേഷിപ്പിച്ചത് ജാതി വ്യവസ്ഥയുടെ ഏറ്റവും ദുഷിച്ച ആചരണം അവിടെ കണ്ടത് കൊണ്ടാണ്'. പ്രശാന്ത് പറഞ്ഞു.

'ശരിയാണ്'. കേണൽ പറഞ്ഞു. 'ഒരു താണ ജാതിക്കാരൻ ഇരുപതോ മുപ്പത് അടി ദൂരെ നിന്നാൽ പോലും താൻ അശുദ്ധനാകും എന്ന വിശ്വാസം അതീവമായ അഹംബോധത്തിൽ നിന്നു മാത്രമേ ഉടലെടുക്കുകയുള്ളൂ. അത്ര അഹംഭാവം ഉള്ളവർ ദൈവത്തിൽ നിന്നും വളരെ അകലത്തിലാണ് എന്ന് പറയേണ്ടതില്ലല്ലോ'.

ഭാരതത്തിൽ എവിടെയും ഹിന്ദു ധർമം അനുസരിച്ചു ക്ഷത്രിയർക്കു മാത്രമേ യുദ്ധ പരിശീലനം ലഭിക്കുമായിരുന്നുള്ളൂ. അതിനാൽ ഒരു പ്രദേശത്തെ അരോഗദൃഢഗാത്രരായ എൺപതു ശതമാനത്തിലേറെ ചെറുപ്പക്കാർക്കും തങ്ങൾ ക്ഷത്രിയരല്ലാത്തതിനാൽ യുദ്ധപരിശീലനമോ സൈനിക പദവിയോ ലഭിച്ചിരുന്നില്ല. അതിനാൽ അവർക്കു യുദ്ധങ്ങളിൽ പങ്കെടുത്തു ശത്രുക്കളെ തുരത്താനുള്ള അവസരങ്ങൾ ലഭിച്ചിരുന്നില്ല.

ക്ഷത്രിയന്മാരാകട്ടെ തങ്ങളുടെ ഭൗതിക നേട്ടങ്ങൾക്കായി കൂറുമാറുന്നതും സാധാരണയായിരുന്നു. അധികാര മോഹത്താൽ അവർ ആക്രമണകാരികളായ സേനാധിപന്മാർക്കും സുൽത്താന്മാർക്കും വിടുപണി ചെയ്യുകയും സ്വന്തം പെൺമക്കളെയും സഹോദരിമാരെയും അവർക്കു വിവാഹം ചെയ്തു കൊടുക്കുകയും ചെയ്യുമായിരുന്നു. മാത്രമല്ല ധീരമായി എതിർത്തുനിന്ന ചുരുക്കം ചില രജപുത്ര രാജാ

ക്കന്മാരെ പരാജയപ്പെടുത്താൻ അവരെ സഹായിച്ചത് ഇത്തരം ക്ഷത്രിയ രാജാക്കന്മാരും അവരുടെ ക്ഷത്രിയ സേനകളും തന്നെ ആയിരുന്നു.

അതിനാൽ ഒരു ജനതയെന്ന നിലയിൽ പുറമെ നിന്നുള്ള ആക്രമണകാരികളെ ചെറുത്തു തോൽപ്പിക്കുന്നതിൽ ഭാരതീയ സമൂഹം ദയനീയമായി പരാജയപ്പെട്ടു. മാത്രമല്ല അവരുടെ കുടിപ്പകകളും തമ്മിൽ തല്ലും കുതികാൽ വെട്ടും കുടുംബഛിദ്രങ്ങളും ഭാരതത്തിലെ രാജ്യവ്യവസ്ഥയെ ദയനീയമാം വണ്ണം ദുർബലമാക്കിത്തീർത്തു. ഇങ്ങനെ തമ്മിൽ തല്ലി ദുർബലരായ ഭാരതീയ രാജാക്കന്മാരെ തോൽപ്പിച്ച അഫ്ഗാനിസ്ഥാനിൽ നിന്നും പേർഷ്യയിൽനിന്നും റോമിൽനിന്നും ഗ്രീസിൽനിന്നും മംഗോളിയയിൽനിന്നും ഒക്കെ വന്ന ഊരും പേരുമില്ലാത്ത സാഹസിക യോദ്ധാക്കൾ നമ്മുടെ ജനതയുടെ ഭരണാധികാരികളായി മാറി.

ശാരീരികമായ വിലക്കുകളും മാനസികമായ അടിമത്തവും സാമൂഹികമായ പിന്നോക്കാവസ്ഥയും തലമുറകളായി ആസൂത്രിതമായി അടിച്ചേൽപ്പിക്കുക വഴി അരോഗദൃഢഗാത്രരായ ഭൂരിഭാഗം വരുന്ന ജനതയെ കൃഷിയിലും അടിമ ജോലികളിലും തളച്ചിട്ട വരേണ്യ വർഗം, പുറമെനിന്ന് വന്ന ആക്രമണകാരികൾ തങ്ങളുടെ കൊട്ടാരങ്ങളും ക്ഷേത്രങ്ങളും ആക്രമിച്ചു സമ്പത്തു കൊള്ളയടിക്കുന്നതും തങ്ങളുടെ സ്ത്രീകളെയും കുട്ടികളെയും മാനഭംഗപ്പെടുത്തുന്നതും കൊല്ലാക്കൊല ചെയ്യുന്നതും അടിമകളായി പിടിച്ചു കൊണ്ടു പോകുന്നതും നിസ്സഹായരായി നോക്കി നിൽക്കേണ്ടി വന്നത് ചരിത്രത്തിന്റെ പ്രതികാരമല്ലാതെ മറ്റെന്താണ്.

തോൽവി ഉറപ്പായാൽ ക്ഷത്രിയർ അവസാന ശ്വാസം വരെ യുദ്ധം ചെയ്തു വീരമൃത്യു വരിക്കും. അപ്പോൾ അവരുടെ സ്ത്രീകളും കുട്ടികളും മാനം രക്ഷിക്കാനായി അഗ്നിയിൽ ചാടി ജീവത്യാഗം ചെയ്യുന്നു.

ബ്രാഹ്മണരെ അവർക്കു സമൂഹത്തിൽ ഉള്ള ബഹുമാന്യമായ പദവിയും പൗരോഹിത്യവും കാരണം ആക്രമണകാരികൾ പോലും വലുതായി ഉപദ്രവിച്ചിരുന്നില്ല. മാത്രമല്ല, അന്യമതത്തിൽപ്പെട്ട രാജാക്കന്മാർ പോലും അവരെ അധ്യാപകരായും ഉദ്യോഗസ്ഥരായും ഉപദേശകരായും മറ്റും നിയമിച്ചിരുന്നു. ബീർബൽ എന്ന പേരിൽ പ്രശസ്തനായ സാരസ്വത ഭട്ട് ബ്രാഹ്മണൻ മഹേഷ് ദാസും താൻസെൻ എന്ന പേരിലറിയപ്പെടുന്ന രാം തനു പാണ്ഡേയും എല്ലാം ഇതിനുദാഹരണങ്ങളാണ്. പല ബ്രാഹ്മണരും ഇസ്ലാമിലേക്ക് മതം മാറി പുരോഹിതരായും മന്ത്രിമാരായും ഉപദേശകരായും വലിയ പദവികളിൽ എത്തി

ച്ചേർന്നിട്ടുമുണ്ട്.

എന്നാൽ മാനസിക അടിമത്തം മാത്രം ശീലിച്ച കീഴ്ജാതിക്കാർ യുദ്ധ രംഗത്തുനിന്നും ഒഴിഞ്ഞുമാറി ആര് ജയിക്കുന്നുവോ, അവരുടെ പാദ സേവനം ചെയ്തു കൊണ്ട് കാലയാപനം ചെയ്യുമായിരുന്നു. അവരെ സംബന്ധിച്ചിടത്തോളം ആരു ഭരിക്കുന്നു എന്നതിനേക്കാൾ അതിജീവനമായിരുന്നു മുഖ്യം. അഹിന്ദുക്കളുടെ ഭരണത്തിൽ ജാതി പരമായ അവഹേളനത്തിൽ നിന്നും അവർക്ക് വളരെയേറെ ആശ്വാസം ലഭിച്ചിരുന്നു എന്നതാണ് വാസ്തവം. അതിനാൽ അവർക്ക് ഇത്തരം അക്രമണകാരികളുടെ ഭരണത്തെ എതിർക്കേണ്ട കാര്യം ഉണ്ടായിരുന്നില്ല.

ഇങ്ങനെ ജനസംഖ്യയിൽ പത്തു ശതമാനത്തിൽ കുറവ് മാത്രം ഉള്ള വരേണ്യ വർഗ്ഗത്തിന്റെ താല്പര്യം സംരക്ഷിക്കാനായി മാത്രം ഉണ്ടാക്കിയ ജാതി വ്യവസ്ഥ എന്ന ദുർഭൂതം നമ്മുടെ രാജ്യത്തെ നൂറ്റാണ്ടുകളോളം അടിമത്തത്തിന്റെ പടുകുഴിയിൽ വലിച്ചെറിയാൻ ഏറ്റവും പ്രധാനമായ കാരണമായി എന്ന് വ്യക്തമാണല്ലോ.

'സർ, ഇസ്ലാമിക രാജവംശങ്ങൾ അറേബ്യ മുതൽ ഇന്ത്യ വരെ വ്യാപിക്കാനും നൂറ്റാണ്ടുകളോളം സുശക്തമായി നില നിൽക്കാനും എന്താണ് കാരണം'? പ്രശാന്ത് ചോദിച്ചു.

'ഇസ്ലാം മതത്തിൽ ജാതിഭേദങ്ങൾ ഇല്ല. എല്ലാവരും ഏകോദര സഹോദരങ്ങൾ ആണ് എന്ന പൊതു ബോധം ആണ് ഇസ്ലാം മതം വളർത്തി എടുക്കുന്നത്. മാത്രമല്ല ഇസ്ലാം മതത്തിൽ വിശ്വസിക്കുന്ന ഓരോ വിശ്വാസിയും ഒരു ഭടനാണ്. ഇസ്ലാമിന് വേണ്ടിയും അതിൽ അധിഷ്ഠിതമായ സ്വന്തം രാജ്യത്തിന് വേണ്ടിയും യുദ്ധം ചെയ്യാനും ജീവത്യാഗം ചെയ്യാനും അവന്റെ മതവിശ്വാസത്തിന്റെ അനുശാസനം അനുസരിച്ച് അവൻ ബാധ്യസ്ഥനാണ്.'

'ഇതിൽ അവന്റെ ജോലിയോ ശാരീരികമായ അവസ്ഥയോ സാമൂഹികമായ പദവിയോ പാരമ്പര്യമോ കുടുംബ ചരിത്രമോ ഒന്നും തന്നെ വിഘാതമാവുന്നില്ല. വെറും അടിമകളായിരുന്ന ഗിയാസുദ്ദീൻ ബാൽബനും മാലിക് കാഫിറും പോലെ അനേകം അധമർണർ സ്വപ്രയത്നം കൊണ്ടുയർന്നു വന്നു സേനാധിപന്മാരും രാജാക്കന്മാരും ആയത് ഇതിന്റെ ഏറ്റവും വലിയ ഉദാഹരണമാണ്. ഇത്തരമൊരു കാര്യം ആ സമയത്തു ഹിന്ദു സമൂഹത്തിൽ സ്വപ്നം കാണുവാൻ പോലും പറ്റുമായിരുന്നില്ല'.

ഒരു ഇസ്ലാമിക രാജ്യത്തെ ആരെങ്കിലും ആക്രമിച്ചാൽ ആ രാജ്യ

ത്തെ ഓരോ പൗരനും സൈനികനായി മാറുന്നു. ഏക ദൈവ വിശ്വാസവും അമിത മത തീവ്രതയും അവനെ വിജയം അല്ലെങ്കിൽ മരണം വരെ പോരാടാൻ പ്രാപ്തനാക്കുന്നു. നൂറ്റാണ്ടുകളായി ഭാരതഭൂമിയിൽ ആധിപത്യം നില നിർത്താൻ ഇസ്ലാമിക സുൽത്താന്മാരെ സഹായിച്ച ഏറ്റവും വലിയ ഘടകം ഇസ്ലാമിലെ സാഹോദര്യത്തിൽ അധിഷ്ഠിതമായ ഈ സാമൂഹിക സംവിധാനം തന്നെയാണ്.

ഇസ്ലാം മതത്തിനുള്ളിലും അനേകം ദുരാചാരങ്ങളും പ്രശ്നങ്ങളും ഉണ്ടെങ്കിലും സാഹോദര്യം, കച്ചവടബോധം, ആക്രമണോൽസുകത, സഹായ മനോഭാവം, തീവ്രമായ മതബോധം എന്നിവ ഇസ്ലാം മതവും ഇസ്ലാമിക രാഷ്ട്രീയവും വളരുവാനും ഇസ്ലാമിക താല്പര്യങ്ങളും ശക്തിയും ലോകമെങ്ങും വ്യാപിക്കാനും കാരണമായി.

എന്നാൽ വെറും ജനനത്തിന്റെ പേരിൽ മാത്രം സ്വന്തം മതത്തിലുള്ള മനുഷ്യനെ തരംതിരിക്കുന്ന, താണവരെന്നു മുദ്ര കുത്തപ്പെട്ടവരെ മൃഗങ്ങളെക്കാൾ അവജ്ഞയോടെ കാണുന്ന അക്കാലത്തെ ഹിന്ദുമതത്തിന്റെ തല തിരിഞ്ഞ സിദ്ധാന്തങ്ങൾ ഭാരതഭൂമിയുടെ പതനത്തിനു മൂല കാരണമായി,

ഇന്നത്തെ പഞ്ചാബ്, ഹരിയാന, രാജസ്ഥാൻ മുതലായ സംസ്ഥാനങ്ങൾ ഉൾപ്പെടുന്ന പ്രദേശങ്ങളിലൂടെയായിരുന്നു മുഗളന്മാരുടെ സഹായത്തോടെയും ഒത്താശയോടെയും ആക്രമണകാരികളുടെ സേനാദളങ്ങൾ കടന്നു വന്നിരുന്നത്. അതിനാൽ അവിടുത്തെ ജനങ്ങൾ വളരെ കഷ്ടപ്പാടുകൾ അനുഭവിച്ചിരുന്നു. ഇങ്ങനെയുള്ള ആക്രമണഭീഷണിയുടെയും മതപരിവർത്തനത്തിന്റെയും ദുഷിച്ച ജാതിവ്യവസ്ഥകളുടെയും പശ്ചാത്തലത്തിലാണ് സിഖ് മതം ഉടലെടുക്കുന്നത്. ഗുരു നാനാക്ക് സിക്കു മതം രൂപീകരിച്ചതിനു ഒരു പ്രധാന കാരണം ആക്രമണകാരികളെ ചെറുത്തു നിർത്താൻ സന്നദ്ധരായ ഒരു സേനാദളം ഉണ്ടാക്കുക എന്നത് കൂടിയായിരുന്നു. ഹിന്ദു മതത്തിലെ ജാതി ഭൂതത്തെ തുരത്താൻ സാധ്യമല്ല എന്ന് അദ്ദേഹത്തിന് മനസ്സിലായിരുന്നു. അതിനാൽ ഏക ദൈവ വിശ്വാസത്തിൽ അധിഷ്ഠിതമായ ജാതി ഭേദങ്ങളില്ലാത്ത ആക്രമണോത്സുകമായ ഒരു നവീന മതത്തിനോ സംഘടനക്കോ മാത്രമേ നമ്മുടെ ജനതയെ ആക്രമണകാരികളിൽ നിന്നും രക്ഷിക്കാൻ പറ്റുകയുള്ളു എന്ന് അദ്ദേഹത്തിന് മനസ്സിലായി. അങ്ങനെയാണ് സിഖ് മതം ഉടലെടുത്തത്'.

സിഖ് മതത്തിന്റെ ബീജമന്ത്രം ഹിന്ദു മതത്തിലെ ഓം തന്നെയാണ്. ഏക ദൈവത്തെ അകാൽ മൂർത്തി അഥവാ കാലാതീതനായ പുരുഷൻ

എന്നു വിളിക്കുന്നു. ഹിന്ദു മതത്തിലെ ശിവ സങ്കൽപ്പത്തോട് വളരെ സാദൃശ്യമുള്ള സങ്കൽപ്പമാണ് അകാല മൂർത്തി. അകാല മൂർത്തിയുടെ ആരാധകരായ സിഖ് വിശ്വാസികളെ അകാലികൾ എന്ന് വിളിച്ചു വരുന്നു. 'ബോലേ സോ നിഹാൽ; സത് ശ്രീ അകാൽ' എന്ന രണഭേരിയോടെയാണ് സിഖുകാർ എല്ലാ കാര്യങ്ങൾക്കും പുറപ്പെടുന്നത്.

അകാൽ മൂർത്തിയെ വാഹെ ഗുരു അഥവാ ഏറ്റവും നല്ല അധ്യാപകൻ എന്നും വിളിക്കുന്നു. ശിവന്റെ ആദിഗുരു എന്ന ഗുരുസങ്കൽപ്പം ആയിരിക്കാം ഇതിന്റെ അടിസ്ഥാനം. സിഖ് മതത്തിൽ ചേരുന്ന ഒരാളെ സിഖ് എന്നു വിളിക്കുന്നു. സിഖ് മത തത്വങ്ങൾ മനസ്സിലാക്കി ജീവിതത്തിൽ മുഴുവനായും പകർത്തുന്ന ഒരാളെ ഗുർസിഖ് എന്ന് വിളിക്കുന്നു. ദൈവത്തിന്റെയും ഗുരുവിന്റെയും ഉപദേശങ്ങൾ പൂർണമായും ഉൾക്കൊണ്ടു സമൂഹസേവനത്തിനും സാധു ജന സംരക്ഷണത്തിനുമായി പട പൊരുതുന്ന സേനാ ദളത്തിലെ അംഗങ്ങളെ ഖാൽസ എന്ന് വിളിക്കുന്നു. വാഹെ ഗുരുജീ കാ ഖാൽസാ; വാഹെ ഗുരുജീ കി ഫത്തേഹ് അതായതു വാഹെ ഗുരുവിന്റെ ഖാൽസ വാഹെ ഗുരുവിന്റെ വിജയം എന്ന രണഭേരി മുഴക്കിയാണ് ഖാൽസാ ദളങ്ങൾ ജീവന്മരണ പോരാട്ടങ്ങളിൽ ഏർപ്പെടുന്നത്.

ഗുരുദ്വാര എന്ന് വിളിക്കപ്പെടുന്ന ഏവർക്കും പ്രവേശിക്കാവുന്ന ആരാധനാലയങ്ങളും വളരെ സുതാര്യവും ലളിതവുമായ ആരാധനാ സമ്പ്രദായങ്ങളും ഗുരുദ്വാരകളിൽ ഗുരു കാ ലങ്കർ അഥവാ ഗുരുവിന്റെ ഭക്ഷണശാല എന്നറിയപ്പെടുന്ന പൊതു ഭക്ഷണ ശാലകളും ആവേശമുണർത്തുന്ന ചടങ്ങുകളും പ്രചോദനചര്യകളും അദ്ദേഹം ചിട്ടപ്പെടുത്തി.

ഇസ്ലാമിൽ പുരുഷന്മാർ എല്ലാവരും യോദ്ധാക്കളാണ്. എന്നാൽ സിഖ് വിശ്വാസ പ്രകാരം സിഖ് പുരുഷനും സ്ത്രീയും യോദ്ധാക്കൾ തന്നെയാണ്. സിംഹം എന്ന അർഥം വരുന്ന സിംഗ് എന്ന നാമം സിഖ് പുരുഷന്മാരും പെൺ സിംഹം എന്നർത്ഥം വരുന്ന കൗർ എന്ന നാമം സ്ത്രീകളും രണ്ടാം നാമമായി സ്വീകരിച്ചു വരുന്നു. മാത്രമല്ല പുരുഷന്മാരുടേതു പോലെയുള്ള പേരുകൾ തന്നെയാണ് സ്ത്രീകൾക്കും നൽകുന്നത്. പരംജിത് സിംഗ് എന്ന് പുരുഷനും പരംജിത് കൗർ എന്ന് സ്ത്രീക്കും പേരുകൾ നൽകാം.

പേരിൽ മാത്രമല്ല പ്രവർത്തിയിലും സിംഹിണികൾ ആയ മഹതികൾ സിഖ് മതത്തിൽ ഉണ്ടായിരുന്നു. മായി ഭാഗോ എന്നുള്ള പേരിൽ അറിയപ്പെട്ടിരുന്ന മാതാ ഭാഗ് കൗർ അത്തരം ഒരു മഹതിയായിരുന്നു.

ഒരേ സമയം ശത്രുക്കളെ വിറപ്പിച്ച പടനായികയും അകാല മൂർത്തിയാകുന്ന പരം പൊരുളിൽ അലിഞ്ഞു ബ്രഹ്മാനന്ദം നുകർന്ന യോഗിനിയും ആയിരുന്നു ആ മഹതി.

ദേഗ് തേഗ് ഫത്തേഹ് എന്ന മുദ്രാവാക്യം സിഖ് മതവിശ്വാസികളെ ആവേശം കൊള്ളിക്കുന്നു. ദേഗ് എന്ന പദം ഗുരുദ്വാരയിൽനിന്നും കിട്ടുന്ന പ്രസാദത്തെ സൂചിപ്പിക്കുന്നു. തേഗ് എന്നാൽ വാൾ. ഫത്തേഹ് എന്നാൽ വിജയം. ദൈവാനുഗ്രഹവും ആയുധബലവും പരിശ്രമവുംകൊണ്ട് എവിടെയും വിജയം നേടാം എന്നാണ് സിഖ് മതക്കാരുടെ ഉറച്ച വിശ്വാസം.

അന്ധമായി വിധിയിൽ വിശ്വസിക്കുകയും കഴിഞ്ഞ ജന്മത്തിലെ പുണ്യ പാപങ്ങളുടെ ഫലമാണ് ഈ ജന്മത്തിലെ അധഃകൃതാവസ്ഥ എന്ന് ഭൂരിഭാഗം ജനങ്ങളെ വിശ്വസിപ്പിക്കുകയും അടുത്ത ജന്മത്തിലെ നല്ല ജീവിതത്തിനു വേണ്ടി ഈ ജന്മത്തിലെ കഷ്ടപ്പാടുകൾ സന്തോഷത്തോടെ അനുഭവിക്കാൻ ആഹ്വാനം ചെയ്യുകയും ചെയ്യുന്ന പരമ്പരാഗത വിശ്വാസത്തിൽ നിന്നും വിഭിന്നമായി ദൈവ വിശ്വാസവും സ്വന്തം കഴിവും ധീരതയും സമന്വയിപ്പിച്ചു കൊണ്ട് ഈ ജന്മത്തിൽ തന്നെ വിജയവും ഭൗതിക നേട്ടങ്ങളും കൈവരിക്കാൻ പ്രചോദിപ്പിക്കുന്ന സിഖ് മതം പെട്ടെന്ന് വളർന്നതിൽ അത്ഭുതമില്ല.

സിഖ് യോദ്ധാക്കൾക്കു ഗുരു നാനാക്ക് ചില നിബന്ധനകൾ നൽകിയിട്ടുണ്ട്. ഇവ അഞ്ചു 'കെ'കൾ എന്നറിയപ്പെടുന്നു. കേശ് അഥവാ മുടി ആണ് ആദ്യത്തേത്. സിഖുകാർക്കു താടിയും മുടിയും മുറിക്കുന്നത് നിഷിദ്ധമാണ്. കങ്കി അഥവാ ചീർപ്പ് ആണ് രണ്ടാമത്തേത്. മുടി പരിപാലിക്കാനാണ് ഇത്. കഡാ അഥവാ ഇരുമ്പു വലയം ആണ് അടുത്തത്. അവർ തങ്ങളുടെ തലപ്പാവിലും ഇരു കൈകളിലും അനവധി ഇരുമ്പു വളകൾ അണിയുന്നു. തലയിൽ അണിയുന്ന മൂർച്ചയേറിയ വലിയ വളയങ്ങൾ ആക്രമണ സമയത്തു കുതിരപ്പുറത്തിരുന്നു കൊണ്ടു തന്നെ ശത്രു നിരയിലേക്ക് സുദർശന ചക്രം പോലെ എറിയുന്നു. ഇത് ശത്രുക്കളുടെ കഴുത്തറുക്കുന്നു. കയ്യിലെ വളകൾ ശത്രുക്കളുടെ വാളുകൊണ്ടുള്ള വെട്ടിൽ നിന്നും കൈത്തണ്ടകളെ സംരക്ഷിക്കുന്നു.

നാലാമത്തേത് കചേരാ അഥവാ പരുത്തി കൊണ്ടുള്ള തടിച്ച അടിവസ്ത്രം ആണ്. ആദ്യകാല സിഖ് പടയാളികൾ കുതിരപ്പടയാളികളായിരുന്നു. ഈ അടിവസ്ത്രം അവരെ മണിക്കൂറുകളോളം ബുദ്ധിമുട്ടില്ലാതെ കുതിര സവാരി നടത്താനും കുതിരപ്പുറത്തിരുന്നു യുദ്ധം ചെയ്യാനും സഹായിക്കുന്നു. ഈ വസ്ത്രം ധരിക്കുന്നതു യുദ്ധസന്നദ്ധത

യുടെ അടയാളമായതിനാൽ കുളിക്കുമ്പോൾ പോലും ഈ വസ്ത്രം അവർ ധരിച്ചിരുന്നു. മാത്രമല്ല വസ്ത്രം മാറ്റുമ്പോൾ ഓരോ കാലുകളായാണ് മാറ്റുന്നത്. ഒരിക്കലും പൂർണമായി ഈ വസ്ത്രം അവർ അഴിച്ചിരുന്നില്ല.

അഞ്ചാമത്തേതാണ് കൃപാൺ അഥവാ കഠാര. ഏതാണ്ട് ഒരു ചെറു വാളിന്റെ വലുപ്പമുള്ളതാണ് കൃപാൺ. സിഖ് മതക്കാർ എല്ലായ്പോഴും കൃപാൺ കൊണ്ട് നടക്കണം എന്നാണ് നിയമം. ഇക്കാലത്തു പോലും അവർ വസ്ത്രത്തിനുള്ളിൽ ഒരു ചെറിയ കൃപാൺ ധരിക്കുന്നു. സിഖ് മതത്തിൽ പെട്ടവർ മാനസികമായും ശാരീരികമായും എല്ലാ സമയത്തും യുദ്ധസന്നദ്ധരാണ് എന്ന് ഈ നിബന്ധനകളിൽ നിന്ന് തന്നെ മനസ്സിലാകുമല്ലോ. ഇനി ഇവരുടെ യുദ്ധ രീതിയെ പറ്റി പറയാം.

ആദ്യകാലങ്ങളിൽ എണ്ണത്തിൽ കുറവായതിനാൽ മിന്നൽ യുദ്ധ രീതിയാണ് സിഖ് പടയാളികൾ അനുവർത്തിച്ചിരുന്നത്. വിദേശികളായ ആക്രമണകാരികൾക്കു പഞ്ചാബിലെയും രാജസ്ഥാനിലേയും സമതലങ്ങളിലെ വെയിലും ചൂടും സഹിക്കാൻ ബുദ്ധിമുട്ടായിരുന്നു. അതിനാൽ അവർ വൈകുന്നേരങ്ങളിൽ ആണ് യാത്ര തുടങ്ങുന്നത്. രാത്രി മുഴുവൻ യാത്ര ചെയ്യുന്ന ആക്രമണകാരികളുടെ സേനകൾ സൂര്യോദയമായാൽ തമ്പടിക്കുന്നു. അവർ പ്രഭാത കൃത്യങ്ങൾ നടത്തിയ ശേഷം ഭക്ഷണം ഉണ്ടാക്കി കഴിച്ചു ടെന്റുകളിൽ ഉറങ്ങുന്നു. വൈകുന്നേരങ്ങളിൽ വീണ്ടും ടെന്റുകൾ അഴിച്ച് ഒട്ടകപ്പുറത്ത് കെട്ടിവെച്ചു തങ്ങളുടെ പ്രയാണം പുനരാരംഭിക്കുന്നു. ഇങ്ങനെ അനേകം ദിവസങ്ങൾ സഞ്ചരിച്ചാണ് അവർ തങ്ങളുടെ ലക്ഷ്യത്തിൽ എത്തുന്നത്. ഏറ്റവും കൂടുതൽ ചൂടുള്ള മധ്യാഹ്ന വേളയിൽ അവർ തളർന്നുറങ്ങുകയായിരിക്കും. ഈ സമയത്താണ് സിഖ് പടയാളികൾ ആക്രമണം നടത്തുന്നത്.

ആദ്യം ഒരു വിഭാഗം കുതിരപ്പടയാളികൾ ശൂലങ്ങളുമായി പാഞ്ഞു വരുന്നു. ടെന്റുകൾ വലിച്ചു കെട്ടിയ മരക്കുറ്റികൾ ഇവർ കുതിരപ്പുറത്തിരുന്നു തലങ്ങും വിലങ്ങും പാഞ്ഞു കൊണ്ട് തന്നെ ശൂലങ്ങളാൽ പിഴുതെറിയുന്നു. ഇന്നും നമ്മൾ ചിലപ്പോൾ ടിവിയിലും മറ്റും കാണുന്ന ടെന്റ് പെഗ്ഗിങ് എന്ന കുതിരമേൽ നിന്നുള്ള അഭ്യാസം ഇതിന്റെ കായിക കലാരൂപമാണ്.

ടെന്റുകൾ അമർന്നു വീഴുമ്പോൾ അതിനുള്ളിൽ ഉറങ്ങുന്ന പടയാളികൾ പെട്ടെന്ന് എഴുന്നേൽക്കാൻ പറ്റാത്ത വിധത്തിൽ കുടുങ്ങി പോവുന്നു. അപ്പോഴാണ് അടുത്ത സിഖ് സേനാ ദളം പാഞ്ഞെത്തുന്നത്. വാ

ഹെ ഗുരുജീ കാ ഖാൽസാ; വാഹെ ഗുരുജീ കി ഫത്തേഹ് എന്ന സമരാക്രോശത്തോടെ കുന്തങ്ങളും വാളുകളും ഉപയോഗിച്ച് അവർ കുടുങ്ങി കിടക്കുന്ന ആക്രമണകാരികളെ കശാപ്പു ചെയ്യുന്നു. ഇങ്ങനെ വളരെ കുറച്ചു സിഖ് പടയാളികൾ വലിയ സേനാ വിഭാഗങ്ങളെപ്പോലും നാമാവശേഷമാക്കുന്നു.

ചുരുങ്ങിയ കാലം കൊണ്ടു തന്നെ സിഖ് പടയാളികൾ പഞ്ചാബ്-രാജസ്ഥാൻ സമതലങ്ങളിലെ ആക്രമണകാരികളുടെ പേടി സ്വപ്നമായി മാറി. തങ്ങളുടെ മിന്നൽ ആക്രമണങ്ങൾ വഴി ശതുക്കൾക്കു കനത്ത നാശനഷ്ടങ്ങൾ വരുത്താൻ ഇവർക്കായി. അതുകാരണം ആക്രമണകാരികളുടെ പ്രവർത്തനങ്ങൾ വലിയ തോതിൽ തന്നെ സ്തംഭിക്കുകയും ചെയ്തു. ഇത് ജനങ്ങളിൽ ആവേശമുണ്ടാക്കുകയും എല്ലാ വിഭാഗങ്ങളിൽ നിന്നും വളരെയധികം ആളുകൾ സിഖ് മതത്തിൽ ചേരുകയും സിഖ് മതം ഒരു വലിയ സാമൂഹ്യ സൈനിക രാഷ്ട്രീയ ശക്തിയായി വളർന്നുവരികയും ചെയ്തു. സിഖ് സേനകൾ മുഗൾ സാമ്രാജ്യത്തിനെതിരായി മുപ്പത്തിയഞ്ചോളം പ്രധാന യുദ്ധങ്ങൾ നടത്തിയിട്ടുണ്ട്.

'ഉച്ച സമയത്ത് ആക്രമണം നടത്തുന്നതിനാൽ ആണ് നട്ടുച്ച സിഖുകാരുടെ സമയം ആണെന്ന് പറഞ്ഞു വരുന്നത്. ഈ സമയത്തെ ശത്രുക്കൾ ഏറ്റവുമധികം പേടിച്ചിരുന്നു. പിന്നീട് അത് ഒരു തമാശയായി മാറുകയും സിഖ് മതസ്ഥരെ കളിയാക്കാൻ മറ്റുള്ളവർ ഉപയോഗിക്കുകയും ചെയ്തു. ഇന്നും പന്ത്രണ്ടു മണിയായാൽ സർദാറിന്റെ സമയം തുടങ്ങി എന്ന് പറഞ്ഞു ചിരിക്കുന്നവർക്ക് അതിന്റെ യഥാർത്ഥ കാരണം അറിയില്ല. അറിയുമായിരുന്നെങ്കിൽ അവർ ചിരിക്കില്ലായിരുന്നു'. കേണൽ വിക്രം സിംഗ് പറഞ്ഞു നിർത്തി.

'സർ, ദിസ് ഈസ് ആൻ അമേസിങ് സ്റ്റോറി. ഐ നെവർ ഹെർഡ് ഓഫ് ഇറ്റ് ബിഫോർ.' ഇതൊരു അതിശയകരമായ കഥയാണ്. ഞാൻ ഇത് വരെ ഇത് കേട്ടിരുന്നില്ല. പ്രശാന്ത് പറഞ്ഞു. 'അറിയുമായിരുന്നെങ്കിൽ ഞാൻ ഒരിക്കലും തമാശയായി ഈ കാര്യം എടുക്കുമായിരുന്നില്ല'.

'പല കാര്യങ്ങളും അങ്ങനെയാണ് ക്യാപ്റ്റൻ. നമ്മുടെ അജ്ഞതയാണ് മറ്റുള്ളവരെ കളിയാക്കാൻ നമ്മെ പ്രേരിപ്പിക്കുന്നത്. നമ്മൾ ഒരാളെ പറ്റി എത്ര കൂടുതൽ അറിയുന്നുവോ, അത്രയും നമുക്ക് അയാളോട് ആദരവ് തോന്നാനാണ് കൂടുതൽ സാധ്യത. ഏതായാലും ലഞ്ചിന് സമയമായി. എനിക്ക് അല്പം വിശ്രമിച്ച ശേഷം കുറച്ചു ഫോൺ കോ

ളുകൾ ചെയ്യാനുണ്ട്. താനും ലഞ്ചു കഴിച്ചു വിശ്രമിക്കു. തനിക്കു ബുദ്ധിമുട്ടില്ലെങ്കിൽ നാളെ വീണ്ടും കാണാം'. കേണൽ പറഞ്ഞു.

'റോജർ, സർ'. പ്രശാന്ത് എഴുന്നേറ്റു. ശൂരവീരന്മാരായ സിഖ് പടയാളികളുടെ മഹത്തായ പരമ്പരയിലെ ഇന്നത്തെ പ്രതിനിധിയായ ആ വന്ദ്യ വയോധികനായ യോദ്ധാവിന്റെ മുന്നിൽ തന്റെ പാദങ്ങൾ കൂട്ടി മുട്ടിച്ച് അറ്റെൻഷൻ ആയ ശേഷം മാത്രമാണ് പ്രശാന്ത് മുറിയിൽ നിന്നും പുറത്തിറങ്ങിയത്.

റൂമിലെത്തി പത്തു മിനിറ്റിനുള്ളിൽ ഭക്ഷണം വന്നു. രുചികരമായ ചപ്പാത്തിയും പനീർ മസാലയും ചോറും പരിപ്പും കൂടാതെ ഉരുളക്കിഴങ്ങും പാലക് എന്ന പച്ചിലയും കലർത്തി ഉണ്ടാക്കിയ തോരനും ഒക്കെ അടങ്ങിയ ഭക്ഷണം പ്രശാന്ത് ആസ്വദിച്ചു കഴിച്ചു. വളരെ ദിവസങ്ങൾക്കു ശേഷം സ്വാദറിഞ്ഞു ഭക്ഷണം കഴിച്ച പ്രശാന്ത് ബെഡ്ഡിൽ കയറി കണ്ണടച്ച് കിടന്നു.

ഉറക്കത്തിലേക്കു വഴുതി വീഴുമ്പോൾ കുതിരപ്പുറത്തേറി ശത്രു സംഹാരത്തിനായി കുതിക്കുന്ന സിഖ് രണവീരന്മാരുടെ സമരാക്രോശം നൂറ്റാണ്ടുകളുടെ വിദൂരതയെ ഭേദിച്ചുകൊണ്ട് കാതുകളിൽ മുഴങ്ങുന്നുണ്ടായിരുന്നു.

വാഹെ ഗുരുജീ കാ ഖാൽസാ
വാഹെ ഗുരുജീ കി ഫത്തേഹ്

അധ്യായം മൂന്ന്

ഗതേ ശോകോ ന കർത്തവ്യോ ഭവിഷ്യം നൈവ ചിന്തയേത്

പെട്ടെന്ന് ഒരു ഞെട്ടലോടെ ഉറക്കത്തിൽ നിന്നുണർന്ന പ്രശാന്തിന്റെ മനസ്സിൽ അകാരണമായ ഭയം നിറഞ്ഞു. ബെഡ്സൈഡ് ടേബിളിൽ ഉള്ള ക്ലോക്കിന്റെ റേഡിയം ഡയലിൽ സമയം പുലർച്ചെ നാല് മണിയാവാറാകുന്നു. ശക്തമായ ഹൃദയമിടിപ്പിന്റെ ഭ്രാന്തമായ താളം ഒരു മാർച്ചിങ് ബീറ്റ് ആയി മാറുന്നു. ഭയവും ആകാംഷയും നിറഞ്ഞ മനസ്സിൽ എവിടെ നിന്നോ ഒരു സമരഗാനം മുഴങ്ങുന്നു

ഹിമാദ്രി തുംഗ ശൃംഗ് സെ പ്രബുദ്ധ ശുദ്ധ ഭാരതി
സ്വയം പ്രഭാ സമുജ്ജ്വലാ സ്വതന്ത്രതാ പുകാരതി
അമർത്യ വീര പുത്ര് ഹോ ദൃഢ പ്രതിഗ്യ സോച് ലോ
പ്രശസ്ത പുണ്യ പന്ഥ് ഹൈ ബഢെ ചലോ ബഢെ ചലോ

ഹിമാലയത്തിന്റെ അത്യുന്നതങ്ങളായ കൊടുമുടികളിൽ നിന്നും ജ്ഞാനത്തിന്റെയും പവിത്രതയുടെയും സ്വയം പ്രകാശിക്കുന്ന മൂർത്തിയായ, സ്വാതന്ത്ര്യത്തിന്റെ പ്രതിരൂപമായ ഭാരതാംബ ഓരോ ഭാരതവാസിയെയും വിളിക്കുന്നു. നീ എന്റെ അമരനും വീരനുമായ പുത്രനാണ്. നീ ദൃഢപ്രതിജ്ഞ ചെയ്ത് സമരത്തിന്റെ ആ പവിത്രമായ പുണ്യപാതയിൽ മുന്നേറുക.

ഉറക്കത്തിനും ഉണർച്ചയ്ക്കും ഇടയിലുള്ള സുഖകരമായ ചില നിമിഷങ്ങളുണ്ട്. സ്വപ്നവും യാഥാർഥ്യവും കൂടിക്കലരുന്ന, എന്നാൽ സ്വപ്നത്തിലാണോ യാഥാർഥ്യത്തിലാണോ എന്ന് തിരിച്ചറിയാനാവാത്ത ചില നിമിഷങ്ങൾ. ഒരു പക്ഷെ ഈ നിമിഷങ്ങളെ ആസ്വദിക്കുവാൻ കഴിയുന്നവർക്ക് തന്റെ ആത്മാവിനെ അടുത്തറിയാനായേക്കും.

ജയശങ്കർ പ്രസാദ് എന്ന കവിയുടെ പ്രശസ്തമായ രചന. താൻ ഏഴാം ക്ലാസ്സിലോ മറ്റോ പഠിച്ചതാണ്. തനിക്കു ഒരു സൈനിക ഓഫീ

സറാകാനുള്ള ആദ്യത്തെ പ്രചോദനം നൽകിയത് ഒരു പക്ഷെ ഈ കവിതയായിരിക്കാം. പ്രശാന്തിന്റെ ചിന്തകൾ സമയ രഥത്തിലേറി പിന്നോട്ടേക്ക് കുതിച്ചു പാഞ്ഞു.

ഏഴാം ക്ലാസ്സിൽ ബാലകൃഷ്ണൻ മാസ്റ്റർ നല്ല ഈണത്തിൽ ഈ കവിത ചൊല്ലിത്തരുന്നത് ഓർമ്മയിൽ വന്നു. മാസ്റ്ററുടെ ശ്രുതിമധുരമായ ഈണത്തെക്കാൾ എത്രയോ കൂടുതൽ ആകർഷകമായിരുന്നു അദ്ദേഹത്തിന്റെ മീശയില്ലാത്ത കറുത്ത മുഖത്ത് ആ സമയത്തു മിന്നിമറഞ്ഞിരുന്ന ഭാവങ്ങൾ. വീണ്ടും മനസ്സിൽ രണ കാഹളം മുഴങ്ങുന്നു. അടുത്ത വരികൾ പ്രശാന്ത് ബോധപൂർവം ഓർമ്മിച്ചെടുത്തു.

അസംഖ്യ കീർത്തി രശ്മിയാം വികീർണ ദിവ്യ ദാഹ് സി
സപൂത് മാതൃഭൂമി കെ രുകോ ന ശൂര് സാഹസി
അരാതി സൈന്യ സിന്ധ് മേ സുബാഡവാഗ്നി സെ ചലോ
പ്രവീർ ഹോ ജയി ബനോ ബഢെ ചലോ ബഢെ ചലോ

നിന്റെ പൂർവികരുടെ കീർത്തിയുടെ പ്രഭ ദിവ്യമായ രശ്മികൾ പോലെ തിളങ്ങുന്നു. മാതൃഭൂമിയുടെ ശൂരനും സാഹസികനുമായ പുത്രനായ നീ മുന്നേറുക. ശത്രുസൈന്യത്തിന്റെ മധ്യത്തിൽ ഒരു പ്രളയാഗ്നിപോലെ ജ്വലിച്ചു മുന്നേറുക. വീരനായ നീ ജയിച്ചു മുന്നേറിക്കൊണ്ടേയിരിക്കുക.

കവിത തുടങ്ങുമ്പോൾ മനസ്സിൽ ഉടലെടുക്കുന്ന ഊർജം ഈ വരികളിലെത്തുമ്പോൾ തൊണ്ടയിൽ എന്തോ തടഞ്ഞതു പോലെയുള്ള അനുഭവവും കണ്ണുകളിൽ നനവും രോമാഞ്ചവും ഉണ്ടാക്കുന്നു. അത് കേൾക്കുമ്പോൾ തനിക്കുണ്ടാവാറുണ്ടായിരുന്ന വികാരം പ്രശാന്ത് വീണ്ടും അനുഭവിച്ചറിഞ്ഞു. സ്വാതന്ത്ര്യ സമര സേനാനികൾക്ക് അദമ്യമായ ആവേശം പകർന്ന് അവരെ ബ്രിട്ടീഷുകാരുടെ തോക്കിനു മുന്നിൽ നിരായുധരായി പോരാടാൻ പ്രാപ്തരാക്കിയ ഈ വരികൾ തന്നെയാണ് തന്റെ ചൂണ്ടു വിരലിൽ ഇന്നുള്ള ട്രിഗർ തഴമ്പിനും കാരണമായത്.

പെട്ടെന്ന് ഒരു ചങ്ങല വലിച്ചിട്ടത് പോലെ ചില ഓർമ്മകളും മറ്റൊരു മുഖവും മനസ്സിൽ തെളിഞ്ഞു. ചില ഓർമ്മകൾ ഒരു കാരിരുമ്പു ചങ്ങല പോലെ തന്റെ ഹൃദയത്തിൽ വരിഞ്ഞു മുറുക്കി ശ്വാസം മുട്ടിക്കുന്നു.

തന്റെ ഉറ്റ സുഹൃത്തായിരുന്ന പർവേസ് മുഹമ്മദ്. ഏഴാം ക്ലാസ്സിൽ തന്റെ ബെഞ്ചിൽ ഒന്നിച്ചിരുന്നു പഠിച്ച സഹപാഠി. പർവേസിന്റെ വെളുത്ത മുഖവും അച്ചടക്കമില്ലാത്ത മുടിയും നീല നിറം കലർന്ന അറേബ്യൻ കണ്ണുകളും മനസ്സിലെത്തി. തന്റെ പ്രപിതാമഹൻ ഒരു അറേബിയൻ വ്യാപാരി ആയിരുന്നെന്നും അതിനാലാണ് തനിക്കു ഈ ഛായ

വന്നത് എന്നും അവൻ പറയുമായിരുന്നു.

അത് കേട്ട ശ്രീജിത്തിന് പറയാനുണ്ടായിരുന്നത് മറ്റൊരു കഥയായിരുന്നു. 'എന്റെ അപ്പൂപ്പന്റെ അപ്പൂപ്പൻ ഒരു സ്വാതന്ത്ര്യ സമരസേനാനി ആയിരുന്നു. ഒരു ദിവസം ബ്രിട്ടീഷ് പട്ടാളക്കാർ അദ്ദേഹത്തെ പിന്തുടർന്നു. അവരിൽ നിന്നും രക്ഷപ്പെടാനായി അദ്ദേഹം ഒരു കരി ഓയിൽ നിറച്ച ഡ്രമ്മിൽ ചാടി. പട്ടാളക്കാർ പോയപ്പോൾ അദ്ദേഹം വീട്ടിലെത്തി. എന്നാൽ എത്ര വൃത്തിയാക്കിയിട്ടും കറുത്ത നിറം മാറിയില്ല. അതിനാൽ എന്റെ മുത്തച്ഛനും അച്ഛനും ഞാനും ഒക്കെ കരി പോലെ കറുത്തവരായി.'

അന്ന് ക്ലാസ്സിൽ അലയടിച്ച പൊട്ടിച്ചിരിയുടെ ധ്വനികൾ വീണ്ടും മനസ്സിൽ നിറഞ്ഞു.

നല്ല കറുത്ത നിറവും അതിലേറെ ഫലിത ബോധവും കൂർമ്മ ബുദ്ധിയും ഉണ്ടായിരുന്ന ശ്രീജിത്ത് ഇന്ന് നല്ല ജനപ്രീതിയുള്ള ഒരു ഡോക്ടറാണ്. സംവരണ സീറ്റിൽ ഡോക്ടർ ആയവൻ എന്ന് ഒളിഞ്ഞും തെളിഞ്ഞും പരിഹസിച്ചിരുന്ന ചിലരുടെ വായടപ്പിച്ചു കൊണ്ട് ചെറിയ പ്രായത്തിൽ തന്നെ പൊതു സമൂഹത്തിന്റെ ആദരവും പ്രശസ്തിയും പിടിച്ചു പറ്റാൻ നിസ്വാർത്ഥ സേവന ബോധം അവനെ സഹായിച്ചു.

തന്റെ വീട്ടിൽ പോകുന്ന വഴിക്കായിരുന്നു പർവേസിന്റെ പച്ച നിറമുള്ള ചെറിയ ഓടിട്ട വീട്. അവന്റെ ഉപ്പ കുഞ്ഞഹമ്മദ് ഹാജി ഒരു ചെറിയ പലചരക്കു കട നടത്തുകയായിരുന്നു. അവിടെ ചെറുപ്പം മുതലേ സാധനം വാങ്ങാൻ പോയിരുന്ന തനിക്കു കാശു കൊടുത്തു മടങ്ങുമ്പോൾ 'മോനെ, മോനിത് കഴിച്ചോ' എന്നും പറഞ്ഞു ഒരു നാരങ്ങാ മിട്ടായി തരും. ആ സ്നേഹത്തിന്റെ മാധുര്യം ഇപ്പോഴും ലീവിൽ പോകുമ്പോൾ അനുഭവിക്കാറുണ്ട്. മാത്രമല്ല അധ്യാപികയായ തന്റെ അമ്മയോടുള്ള ബഹുമാനം കാരണം പലപ്പോഴും ആവശ്യമുള്ള സാധനങ്ങൾ വീട്ടിലും കൊണ്ടു വന്നു തരാറുണ്ട്.

നല്ല ദിവസങ്ങളിലും നോമ്പ് കാലത്തും മലബാർ മാപ്പിള പാചകത്തിന്റെ എഴുതപ്പെടാത്ത വിജ്ഞാന കോശമായ അവന്റെ ഉമ്മ ആയിഷ ഹജ്ജുമ്മ ഒരു തട്ടം നിറയെ വിശിഷ്ട വിഭവങ്ങളുമായി എത്തും. ആ വിഭവങ്ങളുടെ രുചിയും മണവും ഇന്നും നാവിന്റെ തുമ്പിലുണ്ട്. അത് പോലെ തന്നെ തങ്ങളുടെ നല്ല ദിവസങ്ങളിൽ സദ്യവട്ടങ്ങളും അപ്പവും പായസവും അവന്റെ വീട്ടിലേക്കും പോവും. അവന്റെ വീടിന്റെ പണി സാമ്പത്തിക ബുദ്ധിമുട്ടു കാരണം നിന്ന് പോയപ്പോൾ തന്റെ സ്വർണമാല കൊടുത്ത് അത് പണയം വച്ചു പണി പൂർത്തിയാക്കാൻ

പറഞ്ഞത് തന്റെ അമ്മയായിരുന്നു. നാട്യപ്രധാനം നഗരം ദരിദ്രം നാട്ടിൻ പുറം നന്മകളാൽ സമൃദ്ധം എന്ന് പണ്ടേതോ കവി പാടിയത് എത്ര ശരിയാണ്.

വർഷങ്ങളായി നാട്ടിലെ കാവിലെ ഉത്സവത്തിന് രാത്രി തെയ്യം കാണാൻ പോയിരുന്നത് അവന്റെ കൂടെ ആയിരുന്നു. അവൻ യാതൊരു കൂസലുമില്ലാതെ കാവിനുള്ളിൽ കടന്നു പ്രദക്ഷിണം വെച്ച് തൊഴുതു പൂജാരി നൽകുന്ന പ്രസാദം വാങ്ങി കഴിച്ചു കുറി തൊട്ടു പുറത്തിറങ്ങും. അഞ്ചു നേരം നിസ്കരിക്കുകയും എല്ലാ വെള്ളിയാഴ്ചകളിലും കാവിലെ ഭഗവതിക്ക് എണ്ണ സമർപ്പിക്കുകയും വീട്ടിലെ എല്ലാവരുടെയും ജന്മദിനത്തിന് പേരും നാളും ചൊല്ലി പുഷ്പാഞ്ജലിക്ക് ശീട്ടാക്കുകയും ചെയ്തിരുന്ന ഉറച്ച മുസൽമാനായ കുഞ്ഞഹമ്മദ് ഹാജിയുടെ മകനെ ഒരു പൂജാരിയും ഊരാളനും തടയുമായിരുന്നില്ല. മറിച്ചു ഉപ്പക്കും ഉമ്മക്കും എന്ന് പറഞ്ഞു ഒരു പായസ പൊതിയോ അല്പം തൃമധുരമോ കൊടുത്താണ് യാത്രയാക്കുന്നത്. ഹജ്ജിനു പോകുന്നതിനു തലേ ദിവസം കാവിൽ വന്നു ഭഗവതിയെ തൊഴുതു യാത്ര പറഞ്ഞു അനുഗ്രഹം വാങ്ങിയ യഥാർത്ഥ ദൈവ വിശ്വാസികളായ ആ ദമ്പതികളെ അങ്ങനെയല്ലാതെ പിന്നെങ്ങനെ കാണാൻ കഴിയും?

പഠനത്തിൽ വലിയ മികവ് കാണിക്കാതിരുന്ന പർവേസ് പത്താം ക്ലാസ് കഴിഞ്ഞപ്പോൾ ഗൾഫിൽ ഒരു കടയിൽ തന്റെ അമ്മാവന്റെ സഹായിയായി പോയി. നാല് വർഷങ്ങൾക്കുശേഷം ആറു മാസത്തെ കമ്പ്യൂട്ടർ കോഴ്സ് ചെയ്യാൻ നാട്ടിൽ വന്ന അവന്റെ നീണ്ട താടിയും തൊപ്പിയും ധരിച്ച രൂപത്തെപോലെ തന്നെ അവന്റെ സ്വഭാവവും മാറിയിരുന്നു. പണ്ടത്തെ പോലെ തന്റെ കൂടെ കറങ്ങി നടക്കാനൊട്ടും താല്പര്യം അവൻ കാണിച്ചില്ല. എങ്കിലും ഉത്സവത്തിന് കാവിൽ പോകാൻ വിളിച്ചപ്പോൾ പഠിക്കാൻ ഉണ്ട് എന്ന് പറഞ്ഞു ഒഴിഞ്ഞു മാറിയതും പ്രസാദം കൊടുത്തപ്പോൾ പിന്നെ കഴിക്കാം എന്ന് പറഞ്ഞു മാറ്റി വെച്ചതും അന്ന് അസ്വാഭാവികമായി തോന്നിയില്ല. കോഴ്സ് കഴിഞ്ഞു മടങ്ങി പോയതിനു ശേഷം പിന്നെ അവനുമായി യാതൊരു ബന്ധവും ഉണ്ടായില്ല.

അക്കാലത്താണ് താൻ ഇന്ത്യൻ മിലിറ്ററി അക്കാഡമിയിൽ ട്രെയിനിങ്ങിനു പോയത്. അതികഠിനമായ ട്രെയിനിങ് ചര്യകൾക്കിടയിൽ സുഹൃത്തുക്കളുമായുള്ള ബന്ധം നഷ്ടപ്പെട്ടു. ട്രെയിനിങ്ങിനു ശേഷം ആദ്യ പോസ്റ്റിങ്ങ് വന്നത് സുരൻകോട്ട് എന്ന തീവ്രവാദ മേഖലയിൽ. ജമ്മുവിൽ നിന്നും തീവണ്ടി ഇറങ്ങി ആർമി കോൺവോയിൽ സഞ്ച

രിച്ചാൽ രണ്ടാം ദിവസമാണ് സുരൻകോട്ട് എത്തുക. യൂണിറ്റിൽ ചേർന്ന തിനുശേഷം ഒരാഴ്ചത്തെ ഓറിയന്റേഷൻ. പിന്നെ സ്വന്തം പ്ലാറ്റൂണു മായി തീവ്രവാദികളോടുള്ള യുദ്ധം. ഓപ്പറേഷൻ സ്കോർപിയോൺ ഹണ്ട് എന്ന ഉദ്യമത്തിൽ പങ്കെടുത്ത് ആദ്യ മാസം തന്നെ ധീരതയ്ക്കുള്ള സേനാ മെഡൽ നേടി.

ആ ദിവസം പ്രശാന്ത് വീണ്ടും ഓർത്തെടുത്തു. കാലാചോട്ടി എന്ന് വിളിക്കപ്പെടുന്ന മലനിരകളിലെ ഒരു രഹസ്യ കേന്ദ്രത്തിൽ ടെന്റുക ളിൽ താമസിക്കുകയായിരുന്നു തന്റെ പ്ലാറ്റൂൺ. അതി രാവിലെ മൂന്നു മണിക്കാണ് റേഡിയോവിൽ മെസ്സേജ് വരുന്നത്. രാത്രി പട്രോളിംഗ് കഴിഞ്ഞു തണുത്തു വിറച്ചു ക്ഷീണിച്ചു വന്ന താൻ മതിമറന്ന ഉറക്ക ത്തിലായിരുന്നു.

സുബേദാർ ഠാക്കൂർ വിളിച്ചുണർത്തി. 'ജയ് ഹിന്ദ് സാഹേബ്, സി ഓ സാഹബ് കാ അർജെന്റ് മെസ്സേജ് ഹൈ'.

കമാൻഡിങ് ഓഫീസർ കേണൽ നവ്ഷേർ സിംഗ് ഷെഖാവത്ത് വളരെ ചുരുങ്ങിയ വാക്കുകളിൽ ഉത്തരവ് തന്നു. 'ടൈഗർ ഫോർ ഈ ഗിൾ സിക്സ്. പ്ലാൻ ഓസ്കാർ. ഐ റിപ്പീറ്റ് പ്ലാൻ ഓസ്കാർ. ഔട്ട്'

എന്ന് വച്ചാൽ മുൻപേ പഠിപ്പിച്ചു വെച്ച ഒരു പ്രത്യേക പ്ലാൻ അനു സരിച്ചു മുന്നോട്ടു നീങ്ങണം എന്നർത്ഥം. പ്ലാൻ ഓസ്കാർ പ്രകാരം തനിക്കുള്ള ടാസ്ക് തന്റെ പ്ലാറ്റൂണുമായി ഒരു പ്രത്യേക സ്ഥലത്തെ ത്തുകയും നിശ്ചയിക്കപ്പെട്ട സമയത്ത് ഒരു നിശ്ചയിക്കപ്പെട്ട സ്ഥലത്ത് SAD ഓപ്പറേഷൻ നടത്തുകയുമാണ്. SAD എന്നാൽ സെർച്ച് ആൻഡ് ഡിസ്ട്രോയ്. ആ പ്രദേശത്തുള്ള ഭീകരവാദികളെ തെരഞ്ഞു പിടിച്ചു ന ശിപ്പിക്കുക.

പ്ലാറ്റൂൺ എന്ന് വിളിക്കപ്പെടുന്ന മുപ്പത്തി അഞ്ചു സൈനികരുള്ള തന്റെ സേനാ വിഭാഗവുമായി ആ ഏരിയ കോർഡോൺ ചെയ്തു ശത്രുക്കളെ നശിപ്പിക്കണം. ഈ പ്ലാൻ പ്രകാരം തന്നെപ്പോലെ മുപ്പ തിലേറെ പ്ലാറ്റൂൺ കമാൻഡർമാർ അവരവരുടെ നിശ്ചിത ഭാഗങ്ങളിൽ ഇതേ പോലെ ഓപ്പറേഷൻ നടത്തും. തങ്ങൾക്കു പുറകിലായി ഏതാണ്ട് അത്രതന്നെ പ്ലാറ്റൂണുകൾ സുരക്ഷാവലയം സൃഷ്ടിക്കും.

തങ്ങളെ വെട്ടിച്ചു രക്ഷപ്പെടുന്ന ഭീകരരെ ഈ വലയത്തിലുള്ള വർ നശിപ്പിക്കും. ആകെ ആറു ബറ്റാലിയനുകൾ പങ്കെടുക്കുന്ന ഈ ഓപ്പറേഷൻ നിയന്ത്രിക്കാൻ പ്ലാറ്റൂൺ കമാൻഡർമാർക്കു മുകളിൽ കമ്പ നി കമാൻഡർമാരും അതിനു മുകളിൽ ബറ്റാലിയൻ കമാൻഡർമാരും ഉണ്ടാകും. ഓപ്പറേഷന്റെ മൊത്തം ചുമതല ബ്രിഗേഡ് കമാൻഡർ

ബ്രിഗേഡിയർ രൺജീത് സിംഗിനാണ്.

ഓർഡർ കിട്ടി വെറും മുപ്പതു മിനിറ്റിനുള്ളിൽ പ്രശാന്തിന്റെ സേനാദളം യുദ്ധ സജ്ജമായി. ആവി പറക്കുന്ന ചൂട് ചായയുമായി നായക് ഹരിമോഹനും രണ്ടു സൈനികരും എത്തി. ചൂടുള്ള ഓരോ കപ്പു ചായ എല്ലാവരും കഴിച്ചു. ഇനി അടുത്ത ഭക്ഷണം എപ്പോൾ കിട്ടുമെന്നോ അത് വരെ തങ്ങൾ ജീവനോടെ ഉണ്ടാകുമെന്നോ ഒന്നും ഒരു നിശ്ചയവും ഇല്ല.

സുബേദാർ ഠാക്കൂർ പ്ലാറ്റൂണിനെ ഫാൾ ഇൻ ചെയ്തു. അതായത് മൂന്നു നിരയായി ചിട്ടയോടെ നിർത്തി. എല്ലാവരെയും പല പ്രാവശ്യം ചാടിച്ചു. തങ്ങളുടെ ശരീരത്തിൽ ഉള്ള ബാഗുകളും വാട്ടർ ബോട്ടിലുകളും ആയുധങ്ങളും മറ്റും നടക്കുമ്പോൾ ശബ്ദമുണ്ടാക്കുമോ എന്നറിയാനാണ് ഇത് ചെയ്യുന്നത്. പത്തു മിനിറ്റോളം എല്ലാം പരിശോധിച്ച് തൃപ്തിയായ സുബേദാർ ഠാക്കൂർ പ്രശാന്തിന് പ്ലാറ്റൂൺ തയാറാണെന്നു റിപ്പോർട്ട് നൽകി.

ചില കാര്യങ്ങൾ ഒന്ന് കൂടി ചെക്ക് ചെയ്തു ഉറപ്പു വരുത്തിയ ശേഷം പ്രശാന്ത് സൈനികരെ അഭിസംബോധന ചെയ്തു.

'പ്ലാറ്റൂൺ, സാവധാൻ' എല്ലാവരും അറ്റെൻഷൻ ആയി നിന്നു.

'ഹമാരാ പ്ലാറ്റൂൺ കാലാ ചോട്ടി പോയിന്റ് സിക്സ് ഫൈവ് ഔർ സിക്സ് സെവൻ കെ ബീച്ച് മേം ഡിപ്ലോയ് ഹോംഗേ. വഹാം സെ ഇലാക്കാ ഫ്ളാഗ് ഹിൽ തക് സേർച്ച് ഓപ്പറേഷൻ കരേംഗേ. ഇസ് ഇലാക്കേ കെ സഭി ദുഷ്മൻ കോ ബർബാദ് കരേംഗേ.' നമ്മുടെ പ്ലാറ്റൂൺ കാലാചോട്ടി പോയിന്റ് സിക്സ് ഫൈവിനും സിക്സ് സെവനും ഇടയിൽ ഡിപ്ലോയ് ചെയ്യപ്പെടും. അവിടെ നിന്നും ഫ്ളാഗ് ഹിൽ ഏരിയ വരെ സെർച്ച് ഓപ്പറേഷൻ ചെയ്യും. ആ പ്രദേശത്തുള്ള എല്ലാ ശത്രുക്കളെയും നശിപ്പിക്കും.

വളരെ ചുരുക്കിയതും കാര്യമാത്ര പ്രസക്തവും ആയ ഓർഡർ. 'കിസി കോ കോയി ശക് യാ സവാൽ?' ആർക്കെങ്കിലും എന്തെങ്കിലും സംശയമോ ചോദ്യമോ ഉണ്ടോ?

'നഹി സാഹബ്.' എല്ലാവരും ഒന്നിച്ചു പറഞ്ഞു

'അഗർ ശക് നഹി തോ, ലാൻസ് നായക് ഗെയിക്‌വാൾ ബതായേ ഹമാരാ മിഷൻ ക്യാ ഹൈ?' സംശയമില്ലെങ്കിൽ ലാൻസ് നായക് ഗെയിക്‌വാൾ പറയൂ നമ്മുടെ പ്ലാറ്റൂണിന്റെ ദൗത്യം എന്താണ്? പ്രശാന്ത് ആ പട്ടാള വിഭാഗത്തിലെ ഏറ്റവും പ്രായം കുറഞ്ഞ പട്ടാളക്കാരനോട് ചോദിച്ചു. അവനു തന്നെക്കാൾ രണ്ടു വയസ്സ് കൂടുതലുണ്ടെന്നത് വേറെ

കാര്യം.

സംശയം ഇല്ലെന്നു പറഞ്ഞാലും അവർക്കു മനസ്സിലായതെന്താണെന്നു നോക്കേണ്ടത് വളരെ അത്യാവശ്യമാണ്. ആദ്യവെടി പൊട്ടിക്കഴിഞ്ഞാൽ പിന്നെ എല്ലാവരും പ്രോഗ്രാം ചെയ്ത റോബോട്ടുകൾ പോലെ അവരവരുടെ ജോലികൾ ചെയ്യണം.

'സാഹേബ് ഹമാരാ പ്ലാറ്റൂൺ കാലാ ചോട്ടി പോയിന്റ് സിക്സ് ഫൈവ് ഔർ സിക്സ് സെവൻ കെ ബീച്ച് മേം ഡിപ്ലോയ് ഹോംഗേ. വഹാം സെ ഇലാക്കാ ഫ്ളാഗ് ഹിൽ തക് സേർച്ച് ഓപ്പറേഷൻ കരേംഗേ. ഇസ് ഇലാക്കേ കെ സഭി ദുഷ്മൻ കോ ബർബാദ് കരേംഗേ.' ലാൻസ് നായക് ഗെയിക്വാൾ കൃത്യമായി ഉത്തരം പറഞ്ഞു.

'ദുരുസ്ത്' കറക്റ്റ്. പ്രശാന്ത് അവനെ അഭിനന്ദിച്ചു.

'പ്ലാറ്റൂൺ ജെ സി ഓ സാഹേബ്, പ്ലാറ്റൂൺ കോ കൂജ് കരായേ' സുബേദാർ ഠാക്കൂറിന് പ്ലാറ്റൂണിനെ യുദ്ധ മുഖത്തേക്ക് നയിക്കാനുള്ള കല്പന കൊടുത്ത ശേഷം പ്രശാന്ത് റേഡിയോ ഓപ്പറേറ്ററെയും തന്റെ ബാറ്റ്മാനെയും അടുത്ത് വിളിച്ചു ചില നിർദേശങ്ങൾ കൊടുത്തു.

ബാറ്റ്മാൻ എന്ന് പറഞ്ഞാൽ ബാറ്റിൽ മാൻ എന്നതിന്റെ ചുരുക്കപ്പേരാണ്. യുദ്ധരംഗത്ത് ഒരു ഓഫീസറുടെ സന്തതസഹചാരിയും ഏറ്റവും വലിയ സഹായിയുമാണ് ബാറ്റ്മാൻ. ഓഫീസറുടെ പ്രൊട്ടക്ഷൻ മുതൽ യൂണിഫോം തയാറാക്കുക, സമയത്തു ഭക്ഷണം നൽകുക, ആയുധങ്ങളും ഉപകരണങ്ങളും സജ്ജമാക്കി വെക്കുക എന്ന് വേണ്ട ഒരു ഓഫീസർക്ക് തന്റെ ഡ്യൂട്ടിയിൽ ശ്രദ്ധ കേന്ദ്രീകരിക്കാനാവശ്യമായ എല്ലാ സഹായങ്ങളും ബാറ്റ്മാൻ ചെയ്യുന്നു.

ഓഫീസറുടെ ഏറ്റവും അടുത്ത സൈനികനും മനസ്സാക്ഷി സൂക്ഷിപ്പുകാരനും ഈ ബാറ്റ്മാൻ തന്നെയാണ്. അതിനാൽ അവനെക്കാൾ ഉയർന്ന റാങ്കിലുള്ളവരായാലും മറ്റു സൈനികർ ബാറ്റ്മാനോട് ഇടപെടുന്നതു വളരെ ബഹുമാനത്തോടെ ആയിരിക്കും. അതുപോലെ തന്നെ വളരെ മിടുക്കന്മാരും സൽസ്വഭാവികളും ആയ സൈനികരെ മാത്രമേ ഈ ഡ്യൂട്ടിയിൽ നിയോഗിക്കുകയുള്ളു. തന്റെ ബാറ്റുമാനായ വിനയ് ശർമ്മ ബി എ ബിരുദമുള്ള നന്നായി ഇംഗ്ലീഷ് സംസാരിക്കുന്ന വ്യക്തിയാണ്. എന്നാൽ സൈന്യസേവനം ചെയ്യാൻ ജീവിതം ഉഴിഞ്ഞു വെച്ച ആ കുടുംബത്തിലെ ആറാം തലമുറയിലെ സൈനികനായി രാജ്യസേവനം ചെയ്യുവാനായിരുന്നു അവന് താല്പര്യം.

മനുഷ്യനെ മനുഷ്യനായി മാത്രം കാണുന്ന ഒരു സമൂഹത്തിൽ നിന്നും വന്ന തനിക്ക് അഭ്യസ്തവിദ്യനായ ആ ചെറുപ്പക്കാരനെക്കൊ

ണ്ട് ബൂട്ടുകൾ തയാറാക്കുന്നത് പോലെ ഉള്ള പണികൾ ചെയ്യിക്കാൻ വിഷമം ഉണ്ടായിരുന്നു. അത് പറയാതെ തന്നെ വായിച്ചറിഞ്ഞ സുബേദാർ ഠാക്കൂർ ഒരു ദിവസം ആരുമില്ലാത്തപ്പോൾ സാബ് മറിച്ചൊന്നും വിചാരിക്കില്ലെങ്കിൽ ഒരു കാര്യം പറയാനുണ്ട് എന്ന മുഖവുരയോടെ തുടങ്ങി .

'സാബ്, ഈ ബാറ്റ്മാൻ എന്നാൽ അങ്ങ് വിചാരിക്കുന്നത് പോലെ ഒരു ജോലിക്കാരൻ അല്ല. ഒരു ഓഫീസർക്ക് മാനസികമായി ഉത്സാഹം ഉണ്ടെങ്കിൽ മാത്രമേ അദ്ദേഹത്തിന്റെ സേനാദളത്തിനും ഉത്സാഹവും ഉന്മേഷവും ഉണ്ടാകുകയുള്ളൂ. അങ്ങയുടെ കീഴിലുള്ള മുപ്പത്തിയഞ്ചു മനുഷ്യ ജീവികൾ അങ്ങയുടെ മനസ്സിനെ പ്രതിഫലിപ്പിക്കുന്ന കണ്ണാടികൾ മാത്രമാണ്. അങ്ങ് ധീരനാണെങ്കിൽ അവർ ധീരരാണ്. അങ്ങ് ചിന്താകുലനാണെങ്കിൽ അവരും ചിന്താകുലരാവും. അങ്ങയുടെ സമയം വ്യക്തിപരമായ ചെറിയ ചെറിയ കാര്യങ്ങൾക്കു വേണ്ടി നഷ്ടപ്പെടുത്താതെ അത്തരം കാര്യങ്ങൾ നോക്കി നടത്തി അങ്ങയുടെ വിലപ്പെട്ട സമയം പ്ലാറ്റൂണിന് വേണ്ടി മുഴുവനായും ഉപയോഗപ്പെടുത്താനാണ് ബാറ്റുമാനെ നൽകിയിരിക്കുന്നത്. എന്നു വച്ചാൽ ബാറ്റ്മാൻ അങ്ങയെ സേവിക്കുന്നത് ഞങ്ങൾക്കെല്ലാവർക്കും വേണ്ടിയാണ്.' ആ ലോജിക് കേട്ടപ്പോൾ അല്പം ആശ്വാസം തോന്നി.

എങ്കിലും ഒരു ദിവസം വിനയ് ചെയ്യുന്നതിന് മുൻപ് തന്നെ സ്വയം യൂണിഫോമും ബൂട്ടുകളും തയാറാക്കിയപ്പോൾ അവനു വിഷമമായി. 'സാബ്, താങ്കൾ എന്നേക്കാൾ വയസ്സ് കൊണ്ട് ചെറുപ്പമായിരിക്കാം. എന്നാൽ എന്നേക്കാൾ കഴിവുള്ളതു കൊണ്ടാണ് അങ്ങ് ഓഫീസർ ആയത്. കഴിവുള്ളവരെയും പദവിയിൽ മുകളിലുള്ളവരെയും ബഹുമാനിക്കാനാണ് എന്റെ മാതാപിതാക്കൾ എന്നെ പഠിപ്പിച്ചത്. ഞങ്ങൾക്കെല്ലാവർക്കും അങ്ങ് അച്ഛനും അമ്മയും പോലെ ആണ്. അങ്ങനെ കരുതിയാണ് ഞാൻ അങ്ങേക്ക് വേണ്ടി ഓരോ കാര്യവും ചെയ്യുന്നത്. ഇങ്ങനെയൊക്കെ ചെയ്ത് അങ്ങ് എന്നെ ലജ്ജിപ്പിക്കരുത്.' അത് കേട്ടപ്പോൾ കണ്ണുനീർ പൊടിഞ്ഞു. ഇത്തരം ആളുകളെ ഈ ലോകത്ത് മറ്റെവിടെ കാണാൻ സാധിക്കും? തന്റെ പട്ടാളക്കാർക്ക് വേണ്ടി ജീവൻ കൊടുക്കാൻപോലും ഓഫീസർമാരെ പ്രചോദിപ്പിക്കുന്നത് ഇത്തരം ഒരു ആത്മബന്ധം തന്നെയല്ലേ?

സുബേദാർ ഠാക്കൂറിന്റെ നേതൃത്വത്തിൽ പ്ലാറ്റൂൺ മുന്നോട്ടു നീങ്ങാൻ തുടങ്ങി. ആദ്യം ഹവിൽദാർ നർവീർ സിംഗ് തന്റെ പത്തു പേരടങ്ങിയ സെക്ഷനുമായി പാതയുടെ ഇടതുവശത്തുകൂടെ മുന്നേറി.

പിറകെ ഹവിൽദാർ ഭാഗ് സിംഗിന്റെ സെക്ഷൻ വലതു വശത്തു കൂടെ നീങ്ങി. അല്പം പിന്നിലായി ഹവിൽദാർ ഹൈദർ അലി ഖാൻ തന്റെ സെക്ഷനെ നയിച്ചു കൊണ്ട് മുന്നേറി. ഏറ്റവും പിറകിലായി ലെഫ്റ്റനന്റ് പ്രശാന്ത്, സുബേദാർ ഠാക്കൂർ, ബാറ്റ്മാൻ വിനയ് ശർമ്മ, റേഡിയോ ഓപ്പറേറ്റർ പവൻ സിംഗ്, ഹവിൽദാർ ഷേർഖാൻ നയിക്കുന്ന റോക്കറ്റ് ലോഞ്ചർ ടീം എന്നിവർ മുന്നേറി.

ഒരു സേനാവിഭാഗം യുദ്ധമുഖത്ത് മുന്നേറുമ്പോൾ പല മുൻകരുതലുകളും എടുക്കുന്നു. സമർത്ഥരായ പ്രത്യേക പരിശീലനം സിദ്ധിച്ച രണ്ടു സൈനികർ ഗൈഡുകളായി നൂറു മീറ്റർ മുമ്പിൽ പതുങ്ങി പൂച്ചകളെപോലെ ശബ്ദമുണ്ടാക്കാതെ പോകുന്നു. മറ്റുള്ളവരുടെ കണ്ണുകൾ ഇവരുടെ മേലെയായിരിക്കും, എന്തെങ്കിലും അപകടം മണത്താൽ ഇവർ ചില ഗൂഢ സംജ്ഞകളാൽ പിന്നിലുള്ളവർക്കു സൂചന നൽകുന്നു. പിന്നെ ആ സൂചന പ്രകാരമുള്ള മാറ്റങ്ങൾ നീക്കത്തിൽ വരുത്തുന്നു. അത് ചിലപ്പോൾ കാത്തിരിപ്പാവാം, അല്ലെങ്കിൽ വഴി മാറി പോവുകയോ, അറ്റ കൈക്ക് ആക്രമണമോ ആവാം. ഏതായാലും പ്രശ്നങ്ങൾ ഒന്നും ഇല്ലാതെ പ്ലാറ്റൂൺ മുൻപേ നിശ്ചയിച്ച ഓപ്പറേഷൻ ബേസിൽ എത്തിച്ചേർന്നു.

എത്തിയ ഉടനെ തന്നെ ഒരു വലിയ മരത്തിനു പിന്നിലെ പൊന്തക്കാട്ടിൽ ഭാരമുള്ള സാധനങ്ങൾ എല്ലാം അഴിച്ചു വെച്ച് ആയുധങ്ങൾ, വെടിക്കോപ്പുകൾ, ഫസ്റ്റ് എയ്ഡ് മരുന്നുകൾ എന്നിങ്ങനെ അത്യാവശ്യ സാധനങ്ങൾ മാത്രം എടുത്ത് എല്ലാവരും തയാറായി. പ്രശാന്ത് റേഡിയം ഡയൽ മൂടിയ സ്ലീവ് മാറ്റി വാച്ചിൽ നോക്കി. ഇനി മൂന്നു മിനുട്ടു മാത്രം. പ്രശാന്ത് കൈ പൊക്കി.

കൃത്യസമയത്തു കൈ താഴ്ത്തി. ഓപ്പറേഷൻ തുടങ്ങാനുള്ള സൂചന. അല്പം ആകാംക്ഷയോടെ തന്നെത്തന്നെ നോക്കിയിരുന്ന സെക്ഷൻ കമാണ്ടർമാർ തങ്ങളുടെ സൈനികർക്കു സൂചന കൊടുത്തു. ആ സൈനികർ സുനിശ്ചിതമായ പരിശീലനത്തിന്റെ കൃത്യതയോടെ, ഒരേ മനസ്സോടെ, മുൻകൂട്ടി നിശ്ചയിച്ച പ്രകാരം മുന്നേറി. മുപ്പതിലേറെ പ്ലാറ്റൂണുകൾ ഇപ്രകാരം ശത്രുവിനെ വളഞ്ഞു കൊണ്ട് മുന്നേറുകയാണ്. ഇരുളിന്റെ മറവിൽ പൂച്ചകളെ പോലെ പതുങ്ങി പതുങ്ങി ശത്രുവിന്റെ ഏറ്റവും അടുത്തെത്തുന്നതു വരെ ശത്രു അറിയാതിരിക്കാനുള്ള നീക്കം.

ഏതാണ്ട് പതിനഞ്ചു മിനിറ്റിനുള്ളിൽ തന്നെ ആദ്യ വെടി പൊട്ടി. എതിർഭാഗത്ത് ഏതാണ്ട് ഒരു കിലോമീറ്റർ ദൂരത്തുനിന്നും ഏതോ ഒരു

പ്ലാറ്റൂൺ ആദ്യ കോണ്ടാക്റ്റ് ചെയ്തു കഴിഞ്ഞു. തുടർന്ന് തുരു തുരാ വെടിശബ്ദങ്ങൾ മുഴങ്ങി. എന്തായാലും ശത്രുവിന്റെ ശ്രദ്ധ അങ്ങോട്ട് തിരിഞ്ഞത് തന്റെ പ്ലാറ്റൂണിനെ സംബന്ധിച്ചിടത്തോളം നല്ലതു തന്നെ.

മുന്നോട്ടു നീങ്ങിക്കൊണ്ടിരിക്കെ മുന്നിൽ ലൈറ്റുകൾ തെളിഞ്ഞു. താൽക്കാലിക ടിൻ ഷെഡ്ഡുകളിൽ നിന്നും ആയുധങ്ങൾ ഏന്തി പുറത്തിറങ്ങുന്ന രൂപങ്ങൾ കണ്ടു. വിഡ്ഢികൾ. ലൈറ്റ് തെളിച്ചതിനു ശേഷം പുറത്തു വന്നു തങ്ങളെ തന്നെ വെറും ടാർഗെറ്റുകളാക്കുന്ന പമ്പരവിഡ്ഢികൾ. അല്ലെങ്കിലും ഇവന്മാർക്കു ബുദ്ധി ഉണ്ടായിരുന്നെങ്കിൽ വല്ല തല തിരിഞ്ഞ മതനേതാക്കന്മാരുടെയും സ്വർഗവാഗ്ദാനത്തിൽ ആകൃഷ്ടരായി ഈ ജീവിതം തുലയ്ക്കാൻ തയാറാകുമോ? മരണശേഷം കിട്ടുമെന്ന് പറയുന്ന മദ്യപ്പുഴകളും ഹൂറികളും ഉള്ള സാങ്കൽപ്പിക ജീവിതത്തിനു വേണ്ടി ദൈവം ഈ മനോഹരമായ ഭൂമിയിൽ തന്ന ഈ ജന്മം പാഴാക്കുമോ? എന്തായാലും അത് അവരും അവരുടെ ദൈവവും തമ്മിലുള്ള ഉടമ്പടിയാണ്. നമ്മുടെ സൈന്യത്തിന് ചെയ്യാനുള്ളത് അവരെ എത്രയും പെട്ടെന്ന് അവരുടെ സ്വപ്നത്തിലെ സ്വർഗത്തിലേക്ക് അയക്കുക എന്നത് മാത്രമാണ്. പ്രശാന്ത് ഊറിച്ചിരിച്ചു.

മുന്നിലുള്ള രൂപങ്ങളെ ലക്ഷ്യമാക്കി തന്റെ തോക്കു തീ തുപ്പിത്തുടങ്ങിയിരിക്കുന്നു. ഒന്നിച്ചു തന്നെ തന്റെ മൂന്ന് സെക്ഷനുകളും പ്രവർത്തനനിരതമായി. മരങ്ങളുടെയും പാറക്കല്ലുകളുടെയും മറപറ്റി തന്റെ സൈനികർ ശത്രുക്കളുടെ മേൽ അഗ്നി ഗോളങ്ങൾ വർഷിക്കുന്നു. സമീപത്തുള്ള ഒരു ഷെഡ്ഡിലും കൂടി ലൈറ്റ് തെളിഞ്ഞു.

'ഷേർ ഖാൻ, ദാഹിനെ വാലാ ഷെഡ് പേ ഫയർ ഡാലോ'

'ജീ സാഹേബ്'

ചുമലിൽവെച്ചു തൊടുക്കുന്ന റോക്കറ്റ് തീ തുപ്പിക്കൊണ്ട് കുതിച്ചു പാഞ്ഞു. അത് ആ ഷെഡിന്റെ ജനാലയിലൂടെ അകത്തു കയറി പൊട്ടിത്തെറിച്ചു. നിലവിളികൾ മുഴങ്ങി. ആ താൽക്കാലിക ഷെഡ് അഗ്നിഗോളമായി മാറി.

'അൽഹംദുലില്ലാഹ്'. ഷേർഖാന്റെ വിജയാഹ്ളാദം ആ ബഹളത്തിനും മേലെ മുഴങ്ങി കേട്ടു.

വീണ്ടും രണ്ടു റോക്കറ്റുകൾ ഒന്നിന് പിറകെ ഒന്നായി ആ താൽക്കാലിക വാസ സമുച്ചയത്തെ അഗ്നിയിൽ ആറാടിച്ചു. നിലവിളികളും ആക്രോശങ്ങളും കേൾക്കായി. മനോവീര്യം നഷ്ടപെട്ട ശത്രുക്കൾ അലക്ഷ്യമായി വെടിവെച്ചു കൊണ്ട് ചിതറിയോടാൻ തുടങ്ങി.

'അള്ളാഹു അക്ബർ'. പ്രശാന്തിന് നേരെ തുരുതുരാ വെടിവെച്ചു കൊണ്ട് ദീർഘകായനായ ഒരു ഭീകരൻ കുതിച്ചു വന്നു. കാലിയായ മാഗസിൻ മാറ്റുകയായിരുന്ന പ്രശാന്ത് നിലത്തു വീണ് അമർന്നു കിടന്നു. ചുറ്റിലും വെടിയുണ്ടകൾ മണ്ണ് ചിതറിച്ചു കൊണ്ട് പതിക്കുകയായിരുന്നു. പെട്ടെന്ന് പ്രശാന്തിനെ കവർ ചെയ്തു മുന്നിലേക്ക് ചാടി വീണ ഷേർഖാൻ 'ബജ്‌രംഗ് ബലീ കി ജയ്' എന്ന യുദ്ധാക്രോശത്തോടെ ആ ഭീകരനെ വെടി വച്ച് വീഴ്ത്തി.

'പ്ലാറ്റൂൺ, ഫിക്സ് ബയണറ്റ്. അസോൾട്ട്.' പ്രശാന്തിന്റെ ഉറച്ച ശബ്ദം ബഹളത്തിന് മേലെയായി മുഴങ്ങി.

ഒരു സേനാനിയുടെ ആത്മീയ ധീരത പരീക്ഷിക്കുന്ന ഘട്ടമാണ് ബയണറ്റ് അസോൾട്ട്. ദൂരെനിന്ന് ശത്രുവിനെ വെടി വെക്കുന്നതു പോലെയല്ല ക്ലോസ് ക്വാർട്ടർ കോംബാറ്റ് അഥവാ കൈയോടു കൈ പോരാട്ടം. മരണവും കൊണ്ട് പാഞ്ഞു നടക്കുന്ന വെടിയുണ്ടകളുടെ നടുവിലൂടെ ശത്രുവിന്റെ നേരെ വെടിയുതിർത്തു കൊണ്ട് പാഞ്ഞു കയറി നെഞ്ചിൽ ബയണറ്റ് കുത്തിയിറക്കാൻ അസാമാന്യ ധീരതയും മനസ്സാന്നിധ്യവും വേണം.

സൈനികർ ബയണറ്റുകൾ ഫിറ്റു ചെയ്യുന്നതിന്റെ ക്ലിക്ക് ശബ്ദങ്ങൾ എമ്പാടും കേട്ടു. 'ബജ്‌രംഗ് ബലി കീ ജയ്' എന്ന യുദ്ധാക്രോശത്തോടെ പ്രശാന്തിന്റെ നേതൃത്വത്തിൽ പ്ലാറ്റൂൺ മുന്നോട്ടു കുതിച്ചു. ഇനി അവനവൻ അവനവന്റെ ജീവൻ രക്ഷിച്ചു കൊള്ളണം. പട്ടാളക്കാർ അതിധീരതയോടെ ശത്രുവിന്റെ നേർക്ക് വെടിയുതിർത്തു കൊണ്ട് മുന്നോട്ടേക്കു കുതിച്ചു. വെടി ശബ്ദങ്ങളും ബയണറ്റ് കൊണ്ട് കുത്തുമ്പോഴുള്ള ആക്രോശങ്ങളും വെടി കൊണ്ടവരുടെ ദീനാലാപങ്ങളും കൊണ്ട് രണഭൂമി മുഖരിതമായി.

മുന്നിൽ വന്ന ചെറുപ്പക്കാരനായ ശത്രുവിനെ മൂന്ന് വെടിയുണ്ടകളുടെ ഒരു ബസ്റ്റ് കൊണ്ട് വീഴ്ത്തിയ പ്രശാന്ത് ഉറപ്പാക്കാൻ അവന്റെ തലയിലേക്ക് ഒരു വെടി കൂടെ ഉതിർത്തു. തല പൊട്ടി ചിതറുന്നതു കണ്ടു മുഖമുയർത്തിയപ്പോൾ തന്റെ നേരെ വെടിയുതിർത്തു കൊണ്ട് പാഞ്ഞടുക്കുന്ന കറുത്ത പത്താൻ സൂട്ടണിഞ്ഞ ഒരു താടിക്കാരനെ കണ്ടു.

ആദ്യ ബസ്റ്റ് തന്നെ അവന്റെ തലയിലൂടെ കടന്നു പോയത് പ്രശാന്ത് അറിഞ്ഞു. എന്നിട്ടും അവൻ ഏതാനും മീറ്റർ തന്റെനേരെ പാഞ്ഞടുത്ത ശേഷമാണു വീണത്. മൂന്ന് ശത്രുക്കൾ ഒരു ചെറിയ ട്രെഞ്ചിൽ ഇരുന്നു കൊണ്ട് എതിർവശത്തേക്ക് വെടിയുതിർക്കുന്നതു പ്രശാന്ത് ക

ണ്ടു. ബെൽറ്റിൽ നിന്നും ഗ്രനേഡ് വലിച്ചൂരിയെടുത്തു രണ്ടു സെക്കന്റ് കഴിഞ്ഞതിനു ശേഷം ലോബ് ചെയ്തു നേരെ കമിഴ്ന്നടിച്ചു വീണു. ഏഴു സെക്കന്റ് ഫ്യൂസുള്ള ഗ്രനേഡ് ശത്രു എടുത്തു തിരിച്ചെറിയാതിരിക്കാനാണ് രണ്ടു സെക്കന്റ് കാത്തു നിന്നത്. ഗ്രനേഡ് പൊട്ടി ശത്രുക്കൾ മൂവരും ചിതറി തെറിച്ചു.

മുഖമുയർത്തിയപ്പോൾ രണ്ടു ശത്രുക്കൾ ഓടുന്നത് പ്രശാന്ത് കണ്ടു. അവരുടെ പിന്നാലെ ഓടിയ പ്രശാന്ത് ദൂരെ നിന്ന് തന്നെ ഒരാളെ വെടി വെച്ച് വീഴ്ത്തി. അടുത്തെത്തി ഒരു വെടിയുണ്ട അയാളുടെ നെറ്റിയിൽ തന്നെ കയറ്റിവിട്ടു മറ്റെയാൾ ഓടിയ ദിശയിൽ നോക്കി. ആളെ കാണുന്നില്ല. ആപത്ശങ്ക മണത്തറിഞ്ഞ പ്രശാന്ത് ഒരു ഓന്ത് പരിസരത്തോടു അലിഞ്ഞു ചേരുന്നത് പോലെ പെട്ടെന്ന് തന്നെ അടുത്തുള്ള പൊന്തക്കാടുകളുടെയും മരങ്ങളുടെയും മറവിൽ നിഴൽ പോലെ അലിഞ്ഞു ചേർന്നു.

അൽപ നേരം ശ്രദ്ധയോടെ ചെവി കൂർപ്പിച്ചു. വെടി പൊട്ടുന്ന ശബ്ദങ്ങൾ കുറഞ്ഞിരിക്കുന്നു. ശത്രുവിന്റെ ക്യാമ്പ് പൂർണമായും നശിപ്പിക്കപ്പെട്ടിരിക്കുന്നു. പട്ടാളക്കാർ ഒളിച്ചിരിക്കുന്ന ശത്രുക്കളെ തെരഞ്ഞു പിടിച്ചു നശിപ്പിക്കുന്ന ശബ്ദമാണ് കേൾക്കുന്നത്. താൻ ഒറ്റക്കാണെന്നു പെട്ടെന്ന് പ്രശാന്ത് തിരിച്ചറിഞ്ഞു. എവിടെയും നിഴൽപോലെ നടക്കുന്ന വിനയ് എവിടെ? അസോൾട്ട് തുടങ്ങിയപ്പോൾ തന്റെ ഇടതു വശത്തായി ആൾ ഉണ്ടായിരുന്നു. ഒരുപക്ഷെ യുദ്ധത്തിനിടയിലെ ആശയക്കുഴപ്പത്തിൽ വേർതിരിഞ്ഞു പോയതാവാം. ഇപ്പോൾ അത് ചിന്തിക്കാനുള്ള സമയമല്ല.

പെട്ടെന്നാണ് മുന്നിൽ ഇടതു വശത്തു നിന്നായി വെടി പൊട്ടിയത്. ശത്രു അവിടെയുണ്ട്. പ്രശാന്തിന്റെ മനസ്സ് ചില കണക്കു കൂട്ടലുകൾ നടത്തി. താൻ വെടി വെച്ചാൽ അവനു തന്റെ സ്ഥാനം മനസിലാകും. പക്ഷെ അങ്ങനെ എൻഗേജ് ചെയ്തില്ലെങ്കിൽ അവൻ രക്ഷപ്പെടും. അതിനാൽ ഒളിപ്പോരാളികൾ ഉപയോഗിക്കുന്ന ഷൂട്ട് ആൻഡ് സ്കൂട്ട് തന്ത്രം ഉപയോഗിക്കാൻ പ്രശാന്ത് തീരുമാനിച്ചു.

അതിവേഗം ആ ദിശയിലേക്കു മൂന്ന് വെടിയുണ്ടകൾ ഉതിർത്ത പ്രശാന്ത് പെട്ടെന്ന് തന്നെ പത്തു മീറ്ററോളം വലത്തേക്ക് ഓടി മാറി. ശത്രുവിന്റെ മറുപടി താൻ നിന്നിരുന്ന സ്ഥാനത്തു പതിക്കുന്നത് കണ്ട പ്രശാന്ത് പുതിയ സ്ഥാനത്തു നിന്നും മൂന്ന് വെടിയുണ്ട ഉതിർത്ത ശേഷം പഴയ സ്ഥാനത്തു മടങ്ങിയെത്തി. രണ്ടുപേർ എതിരിടുന്നുണ്ടെന്നു ശത്രുവിനെ വിശ്വസിപ്പിക്കാനും അവന്റെ വെടിയുണ്ടകൾ ചെലവാ

ക്കാനും ഇതാണ് നല്ല വിദ്യ. മാത്രമല്ല, അപ്പോഴേക്കും തന്റെ കൂട്ടാളികൾ ആരെങ്കിലും തന്നെ തേടി വരും എന്നും പ്രശാന്ത് കരുതി.

അൽപ നേരം ശത്രുവിനെ ഇങ്ങനെ കളിപ്പിച്ചു കൊണ്ടിരുന്ന പ്രശാന്ത് സാവധാനം അവനോടടുത്തു കൊണ്ടിരിക്കുകയായിരുന്നു. അവൻ ഇതു വരെ തന്റെ സ്ഥാനം മാറിയിട്ടില്ല. അതെങ്ങനെ? മതഭ്രാന്ത് തലയ്ക്കു പിടിച്ചവരെ സ്വർഗ്ഗത്തിന്റെയും അവിടെ കിട്ടുന്ന മദ്യത്തിന്റെയും ഹൂറികളുടെയും കഥ പറഞ്ഞു വിഡ്ഢികളാക്കി അതിർത്തിക്കപ്പുറം കൊണ്ടു പോയി രണ്ടോ മൂന്നോ മാസം ട്രെയിനിങ് കൊടുത്താൽ അവർ ചാവേറുകളായേക്കാം. എന്നാൽ സൈനികരാവില്ല. സൈനികരുടെ ബുദ്ധിയും യുക്തിയും പരിശീലനവും പ്രത്യുത്പന്നമതിത്വവും മറികടന്നു വിജയിക്കാൻ മതഭ്രാന്തിനും അതുണ്ടാക്കുന്ന അന്ധമായ ആവേശത്തിനും ആവില്ല. അതിനാലാണ് ഈ നികൃഷ്ട ജീവികൾ സൈനികരുമായി നേരിട്ട് യുദ്ധം ചെയ്യാതെ ഒളിഞ്ഞിരുന്ന് ആയുധമില്ലാത്ത സാധാരണക്കാരെ ആക്രമിക്കുന്നത്. റോഡിൽ ബോംബ് കുഴിച്ചിടുന്നതും ആൾക്കൂട്ടത്തിൽ വന്നു ബെൽറ്റ് ബോംബ് പൊട്ടിക്കുന്നതും ചാവേർ മിഷനുകൾ നടത്തുന്നതും യുദ്ധമല്ല, കൂട്ടക്കൊലയാണ്. അന്ധമായ മതഭ്രാന്തിന് അടിമകളായി വിശേഷബുദ്ധി നഷ്ടപ്പെട്ടവരുടെ ഭ്രാന്തമായ മനസ്സുകളിൽ നിന്നുയിർകൊള്ളുന്ന ചിന്താശൂന്യമായ ഭീകരതയാണ്.

ശത്രുവിനെ നല്ല രീതിയിൽ എൻഗേജ് ചെയ്തു കൊണ്ടിരുന്ന പ്രശാന്ത് പെട്ടെന്ന് തന്റെ കയ്യിൽ വെടിയുണ്ടകൾ തീർന്നു എന്ന് മനസ്സിലാക്കി. എ കെ 47 തോക്കു തോളിലിട്ട ശേഷം ബെൽറ്റിൽ തൂക്കിയിട്ട പിസ്റ്റൾ കയ്യിലെടുത്തു. ഇനി വേറെ കളിയാണ്.

അപ്പോഴും ഇടയ്ക്കിടെ വെടിയുതിർത്തു കൊണ്ടിരുന്ന ശത്രുവിന്റെ അരികിലേക്ക് ഓരോ വെടി ഉതിർത്തു കൊണ്ട് പതുങ്ങി പതുങ്ങി പ്രശാന്ത് മുന്നേറി. പെട്ടെന്ന് ഗ്രൗണ്ടിൽ ഒരു ചാലു പോലെ കണ്ട പ്രശാന്ത് അതിൽ ചാടി ഇഴഞ്ഞിഴഞ്ഞു ശത്രുവിന്റെ തൊട്ടു പിന്നിലെത്തി. ഒരു മരത്തിനെ മറയാക്കി മുന്നോട്ടേക്കു വെടിയുതിർക്കുന്ന ശത്രുവിന്റെ പിൻഭാഗം പ്രശാന്ത് കണ്ടു. ഉറച്ച ഉന്നത്തോടെ തലയ്ക്കുനേരെ പിസ്റ്റൾ ചൂണ്ടി ട്രിഗർ അമർത്തി. എന്നാൽ വെടി പൊട്ടിയില്ല. തന്റെ പിസ്റ്റലിലും ഉണ്ടകൾ തീർന്നു എന്ന് ഒരു ഞെട്ടലോടെ പ്രശാന്ത് മനസ്സിലാക്കി. ഓരോ വെടി വെക്കുമ്പോഴും അതിന്റെ എണ്ണം അബോധമനസ്സിൽ ഉണ്ടാവും. അതാണ് യഥാർത്ഥ സൈനിക പരിശീലനത്തിന്റെ കാതൽ. ഓരോ വെടിയുണ്ടയും കണക്കിലുണ്ടാകണം.

അടുത്ത വെടിയുണ്ടയോടെ മാഗസിൻ തീരും എന്ന അവബോധം ഒരു പോരാളിക്കുണ്ടായിരിക്കണം. തന്റെ ആവേശത്തിൽ താൻ അത് മറന്നു എന്ന് മനസ്സിലായപ്പോൾ പ്രശാന്തിന് ലജ്ജ തോന്നി. പ്രശാന്ത് പിസ്റ്റൾ ഹോൾസ്റ്ററിൽ ഇട്ട ശേഷം തന്റെ ഇടതു കാലിൽ കെട്ടി വച്ചിരുന്ന കമാൻഡോ നൈഫ് ഉറയിൽ നിന്നൂരിയെടുത്തു ശത്രുവിന്റെ നേർക്ക് കുതിച്ചു ചാടി. അവന്റെ തോക്കു തട്ടിത്തെറിപ്പിച്ചു കത്തി കഴുത്തിൽ കുത്തിയിറക്കി.

'എന്റെ ഉമ്മാ' എന്ന ആർത്ത നിലവിളിയോടെ മറിഞ്ഞു വീണ ശത്രുവിന്റെ ഷാൾ കൊണ്ട് ചുറ്റി മറച്ച മുഖത്തേക്ക് നോക്കിയ പ്രശാന്ത് ഒന്ന് ഞെട്ടി. ശത്രുക്കൾ മരണ വെപ്രാളത്തിൽ ഹിന്ദിയിലും ഉർദുവിലും പക്തൂണിയിലും കാഷ്മീരിയിലും ഒക്കെ 'യാ ഖുദാ' എന്നും 'അള്ളാഹു അക്ബർ' എന്നുമൊക്കെ നിലവിളിക്കുന്നത് പ്രശാന്ത് കേട്ടിട്ടുണ്ട്. എന്നാൽ ആദ്യമായി മലയാളത്തിൽ എന്റെ ഉമ്മാ എന്ന വിളി കേട്ട പ്രശാന്ത് അമ്പരന്നു.

സൂര്യോദയത്തിനു തൊട്ടുമുൻപുള്ള അരണ്ട നാട്ടുവെളിച്ചത്തിൽ മുഖം മൂടിക്കിടയിലൂടെ കണ്ട നീല കലർന്ന കണ്ണുകൾ എവിടെയോ കണ്ടു മറന്നത് പോലെ. വർഷങ്ങളുടെ മൂടൽ മഞ്ഞിനിടയിലൂടെ ആ കണ്ണുകളുടെ ഉടമയുടെ മുഖം തെളിഞ്ഞു, പർവേസ്. പർവേസ് മുഹമ്മദ്. പ്രശാന്തിന്റെ തലയിലൂടെ ഒരു ഇടിമിന്നൽ പാഞ്ഞു. അത് നട്ടെല്ലിലൂടെ ഒരു തണുപ്പായി താണു വന്നു ശരീരത്തെ മുഴുവനും മരവിപ്പിച്ചു. വയറിനുള്ളിൽ പൂമ്പാറ്റകൾ പറന്നു നടക്കുന്നത് പോലെ. ഇതികർത്തവ്യതാ മൂഢനായി പ്രശാന്ത് ആ കണ്ണുകളിലേക്കു നോക്കി നിന്നു.

'പർവേസ്' ആ മരവിപ്പിനിടയിലും അവനെ വിളിക്കുന്ന തന്റെ ശബ്ദം മറ്റൊരാൾ കേൾക്കുന്നത് പോലെ പ്രശാന്ത് കേട്ടു. പർവേസ് തന്റെ തളർന്ന കൈകളാൽ മുഖം മൂടിയ ഷാൾ വലിച്ചു മാറ്റി. 'പ്രശാന്ത്. നീയോ?'

'പർവേസ്, അനങ്ങരുത്. നിന്നെ പെട്ടെന്ന് ഹോസ്പിറ്റലിൽ എത്തിക്കാം.'

'വേണ്ടെടാ. എനിക്ക് ജന്നത്തിൽ പോകണം. നിന്നെപ്പോലെയുള്ള കുറെ കാഫിറുകളെ കൊന്നു തള്ളിയ എനിക്ക് അള്ളാഹു വിശാലമായ കബർ തരും. അവിടെ ഞാൻ ഹൂറികളുമായി ഉല്ലസിച്ചു കഴിയും'. തന്റെ പത്താൻ സൂട്ടിന്റെ പോക്കറ്റിൽ കൈയിട്ടു എന്തോ തിരുപ്പിടിച്ചു കൊണ്ട് പർവേസ് പറഞ്ഞു.

പ്രശാന്തിന് അത് വിശ്വസിക്കാനായില്ല. 'എടാ നീ മിണ്ടാതിരിക്ക്. നിന്നെ ഇപ്പോൾ തന്നെ ഹോസ്പിറ്റലിലേക്ക് കൊണ്ട് പോവാം. എല്ലാം ശരിയാകും.'

പർവേസിന്റെ പോക്കറ്റിൽ നിന്നും പുറത്തെടുത്ത കൈയിൽ ഒരു പിസ്റ്റൾ ഉണ്ടായിരുന്നു. 'അള്ളാഹു അക്ബർ' എന്ന ഭ്രാന്തമായ അലർച്ചയോടെ അവൻ പ്രശാന്തിന് നേരെ വെടിയുതിർത്തു. എന്നാൽ അവന്റെ തളർന്ന കൈകളുടെ ഉന്നം തെറ്റി. വെടിയുണ്ട ചെവിക്കരികിലൂടെ ചീറിപ്പാഞ്ഞ സീൽക്കാരം പ്രശാന്ത് കേട്ടു.

പ്രശാന്തിന്റെയുള്ളിലെ സൈനികൻ ഉണർന്നു. നിമിഷാർദ്ധത്തിൽ ബൂട്ടു കൊണ്ട് അവന്റെ തോക്കു ചവിട്ടിത്തെറിപ്പിച്ച പ്രശാന്ത് മുട്ട് കുത്തി നിലത്തുവീണു കമാൻഡോ നൈഫ് അവന്റെ ശരീരത്തിൽ കുത്തിയിറക്കി. അവന്റെ പ്രാണൻ പിടഞ്ഞു പിടഞ്ഞ് പോകുവോളം ആ നീല കണ്ണുകളിലേക്കു തന്നെ നോക്കിയിരുന്ന പ്രശാന്ത് തന്റെ പ്രിയ കൂട്ടുകാരന്റെ ആത്മാവിനെ ഏറ്റവും വേദനാരഹിതമായി കടന്നുപോകുവാൻ സഹായിക്കുന്ന മർമ സ്ഥാനത്തു തന്നെയാണ് തന്റെ ആയുധം പ്രയോഗിച്ചത്. മതഭ്രാന്ത് മനുഷ്യനല്ലാതാക്കിയ അവനു വേണ്ടി തനിക്കു ചെയ്യാൻ പറ്റിയ ഏറ്റവും നല്ല കാര്യം. അവന്റെ വിശ്വാസം അവനെ രക്ഷിക്കട്ടെ. പ്രശാന്ത് ദീർഘമായി നിശ്വസിച്ചു.

എഴുന്നേറ്റു കത്തി തുടച്ച പ്രശാന്ത് ആ നിർജീവമായ ശരീരത്തിലേക്ക് നോക്കി. ആ മനസ്സ് മരവിച്ച അവസ്ഥയിലും ഇത് മറ്റാരും അറിയേണ്ട ആവശ്യമില്ല എന്ന ചിന്ത മനസ്സിൽ ഉറക്കെ നിലവിളിച്ചു.

'സാഹേബ്, സാഹേബ്,' വിനയ് ശർമയുടെ ശബ്ദം ദൂരെ എവിടെയോ നിന്നും വരുന്നു. വെടി ശബ്ദങ്ങൾ പൂർണമായും നിലച്ചിരിക്കുന്നു എന്ന് പ്രശാന്ത് ഇപ്പോഴാണ് അറിഞ്ഞത്. ഉദയ സൂര്യന്റെ പൊൻ കിരണങ്ങൾ മരങ്ങൾക്കിടയിലൂടെ വന്നു കുശപ്പുല്ലുകൾക്കു സ്വർണ ഛായ പകർന്നിരിക്കുന്നു. ആ നരസംഹാര വേദിയിൽ കിളികളുടെ കള കൂജനങ്ങൾ കേൾക്കാൻ തുടങ്ങി. 'വിനയ് ഞാൻ ഇവിടെയുണ്ട്' ശബ്ദത്തെ പിന്തുടർന്ന് എത്തിയ വിനയിന്റെ കൂടെ പ്രശാന്ത് പോയപ്പോൾ ഒരു ചെറിയ തുറസ്സിൽ തന്റെ പട്ടാളക്കാർ ശത്രുക്കളുടെ ശരീരങ്ങളുടെ കണക്കെടുക്കുന്നതു കണ്ടു. ഒരു ഭാഗത്തു ഹവിൽദാർമാരായ ഷേർഖാനും ഹൈദർ അലിയും മറ്റു ചില പട്ടാളക്കാരും അല്പം വൈകിയെങ്കിലും നിസ്കാരം നടത്തുന്നുണ്ടായിരുന്നു. സുബേദാർ ഠാക്കൂർ കുറച്ച പേരെ ഒന്നിച്ചു കൂട്ടി ഏരിയ സെർച്ച് ചെയ്തു ക്ലിയർ ചെയ്യുകയായിരുന്നു. അൽപ നേരം കഴിഞ്ഞപ്പോൾ കുറച്ചു ശരീരങ്ങ

ളും ആയി അവർ മടങ്ങി വന്നു.

'ജയ് ഹിന്ദ് സാഹബ്' തോക്കിൽ കൈ വെച്ച് ഫീൽഡ് സല്യൂട്ട് നൽകി സുബേദാർ ഠാക്കൂർ അറ്റെൻഷൻ ആയി. ' സൈന്തീസ് ദുഷ്മൻ മാരാ ഗയാ, അപ്നാ കിസി കോ കോയി ചോട്ട് യാ നുക്സാൻ നഹി'. മുപ്പത്തിയേഴു ശത്രുക്കളെ നശിപ്പിച്ചിരിക്കുന്നു. നമ്മുടെ ആർക്കും പരിക്കില്ല. ഠാക്കൂറിന്റെ കണ്ണുകളിൽ സന്തോഷവും അഭിമാനവും അലതല്ലുന്നുണ്ടായിരുന്നു. 'സാഹേബ് ആപ് നെ ഖുദ് സാത്ത് കോ മാരാ'. താങ്കൾ ഒറ്റയ്ക്ക് ഏഴു ശത്രുക്കളെ നശിപ്പിച്ചിരിക്കുന്നു. വാക്കുകളിൽ ഭയ ഭക്തി ബഹുമാനങ്ങൾ.

ഹരിമോഹൻ വിറകു പെറുക്കിക്കൂട്ടി കത്തിച്ചു കെറ്റിലിൽ ചായ ഉണ്ടാക്കി. എവിടെയും ഏതു സാഹചര്യത്തിലും ജീവിക്കാനുള്ള സൈനിക പരിശീലനത്തിന്റെ ഏറ്റവും നല്ല ഉദാഹരണമായ ആ ചായ എല്ലാവരും കുടിച്ചു തീർന്നപ്പോഴേക്കും സ്റ്റേറ്റ് പോലീസ് വന്നു. അവർ റിപ്പോർട്ട് എഴുതി ശവ ശരീരങ്ങൾ ഏറ്റു വാങ്ങി. ഇനി അവരുടെ ജോലിയാണ്.

ഓപ്പറേഷന് ശേഷം കമ്പനി കമാൻഡർ മുതൽ ഡിവിഷണൽ കമാൻഡർ വരെയുള്ളവരുടെ അഭിനന്ദനങ്ങൾ. ഭീകരവാദികളുടെ ഏറ്റവും പ്രധാനമായ കേന്ദ്രമാണ് തങ്ങളുടെ പ്ലാറ്റൂൺ നശിപ്പിച്ചതെന്നും കൊല്ലപ്പെട്ട ഭീകരരിൽ അവരുടെ ചില പ്രധാന നേതാക്കന്മാർ ഉണ്ടെന്നും ബ്രിഗേഡ് കമാൻഡർ പറഞ്ഞു. തന്റെയും സുബേദാർ ഠാക്കൂറിന്റെയും മൂന്ന് സെക്ഷൻ കമാണ്ടർമാരുടെയും ചില സൈനികരുടെയും പേരിൽ ധീരതയ്ക്കുള്ള പുരസ്കാരങ്ങൾക്കു ബറ്റാലിയൻ കമാൻഡർ ശുപാർശ അയച്ചു കഴിഞ്ഞു.

അഞ്ചു ദിവസങ്ങൾക്കു ശേഷം ബറ്റാലിയൻ ഹെഡ്ക്വാർട്ടറിൽ മടങ്ങിയെത്തി. അന്നുച്ചയ്ക്ക് ഓഫീസേഴ്സ് മെസ്സിലിരുന്നു ന്യൂസ് ചാനൽ കാണുമ്പോൾ ആണ് ആ വാർത്ത കണ്ടത്. പർവേസിന്റെ ഭൗതിക ശരീരം നാട്ടിലെത്തിയിരിക്കുന്നു. എന്നാൽ അവന്റെ മാതാപിതാക്കൾ ആ ശരീരം ഏറ്റെടുക്കാൻ വിസമ്മതിച്ചു. 'സർ, രാജ്യസ്നേഹം ദൈവ വിശ്വാസത്തിന്റെ അടയാളമാണ് എന്നുൽബോധിപ്പിച്ച നബി തിരുമേനിയെ ധിക്കരിച്ചു സ്വന്തം ജന്മഭൂമിക്കെതിരെ പോരാടിയ അവൻ മുസൽമാനല്ല. സ്വന്തം രാജ്യത്തിന്റെ സൈനികർക്കു നേരെ വെടിയുതിർത്ത ആ രാജ്യദ്രോഹി അഞ്ചു നേരം നിസ്കരിക്കുന്ന എന്റെ മകനുമല്ല. അങ്ങ് അവന്റെ ശരീരം പാഴ്വസ്തുക്കൾ കത്തിച്ചു കളയുന്നതു പോലെ കത്തിച്ചു കളയൂ'. കളകൂറോടുള്ള ആ ധീരവനിതയുടെ

വാക്കുകൾ പ്രശാന്തിന്റെ കുറ്റബോധം നേരിയ അളവിൽ കുറയാൻ കാരണമായി.

പിന്നീട് ലീവിൽ പോയപ്പോൾ ആദ്യം തന്നെ പർവേസിന്റെ ഉപ്പയെയും ഉമ്മയെയും പോയി കണ്ടു. ഒന്ന് ചിരിച്ചെന്നു വരുത്തി കണ്ണീരോടെ മുഖം കുനിച്ചിരുന്ന കുഞ്ഞഹമ്മദ് ഹാജിയുടെ പിന്നിൽ നിന്ന് കൊണ്ട് അവൻ ഗൾഫിൽ പോയ ശേഷം അവന്റെ സ്വഭാവത്തിലും രൂപത്തിലും വന്ന മാറ്റങ്ങൾ ഉമ്മ കണ്ണീരോടെ വിവരിച്ചു.

ഗൾഫിൽ അവനു കുറച്ചു യു പിക്കാരായ തീവ്രമതവിശ്വാസികളെ കൂട്ടിനു കിട്ടി. അവരുടെ മത പഠന ക്ളാസിൽ ചേർന്ന അവനെ അവർ ഒരു തീവ്രവിശ്വാസിയാക്കി. അതിനു ശേഷം നാട്ടിൽവന്ന അവൻ വീട്ടുകാരോട് കാഫിറുകളെ പിന്തുടർന്നാൽ അള്ളാഹു തരാനിടയുള്ള ശിക്ഷയെപ്പറ്റി നിരന്തരം പറഞ്ഞു ഭീഷണിപ്പെടുത്തിക്കൊണ്ടിരുന്നു. കാവിൽ വഴിപാടോ പൂജകളോ കഴിക്കരുത് എന്നും ആഘോഷങ്ങൾക്ക് പണം കൊടുക്കരുത് എന്നും മറ്റുമുള്ള വാശികളും നിരന്തര കലഹങ്ങളും. അന്യ മതസ്ഥരെ കാഫിർ എന്നല്ലാതെ പേരോ സ്ഥാനമോ പറഞ്ഞു വിശേഷിപ്പിച്ചിരുന്നില്ല. നാട്ടിൽ ഇതു വരെ കാണാത്ത ചിലർ അവന്റെ കൂട്ടുകാരായി ഉണ്ടായിരുന്നു. ഏതോ കഞ്ചാവ് കടത്തുമായി ബന്ധപ്പെട്ട് അവനെപ്പറ്റി അന്വേഷിക്കാൻ പോലീസും വന്നിരുന്നു. എന്നാൽ അവനെതിരെ തെളിവൊന്നും കിട്ടാത്തതിനാൽ അത് പോലീസിന്റെ തെറ്റിദ്ധാരണയാവും എന്നാണ് കരുതിയത്.

വീണ്ടും ഗൾഫിൽ പോയ അവൻ അവിടെ നിന്നും യുപിയിൽ ഏതോ സർവകലാശാലയിൽ മതപഠനത്തിന് പോയി. അവിടെ നിന്നും അവനെ ഭീകരർ കൊണ്ട് പോയി അതിർത്തിക്കപ്പുറം ഭീകര പരിശീലന കേന്ദ്രത്തിൽ മൂന്നുമാസം പരിശീലനം നൽകിയ ശേഷം തീവ്രവാദ പ്രവർത്തനങ്ങൾക്ക് വേണ്ടി മടക്കി അയച്ചു. രണ്ടു മാസം കഴിഞ്ഞ് ഏതോ പർവത പ്രദേശത്തെ ഭീകരവാദികളുടെ രഹസ്യ ക്യാമ്പ് സൈന്യം ആക്രമിച്ചപ്പോഴുണ്ടായ ഏറ്റുമുട്ടലിൽ ആണ് അവൻ കൊല്ലപ്പെട്ടത്. കേസന്വേഷിച്ച പോലീസ് ഉദ്യോഗസ്ഥനിൽ നിന്നും മനസ്സിലാക്കിയ കാര്യങ്ങൾ അവർ പറഞ്ഞു.

അവനു താൻ അവസാനമായി കണ്ടപ്പോൾ കൊടുത്ത പ്രസാദം ഉമ്മ കഴിക്കാൻ എടുത്തു കൊടുത്തപ്പോൾ ആ കാഫിറിന്റെ പ്രസാദം കഴിച്ചാൽ ശിർക് ആവും, നരകത്തിൽ പോവും എന്നു പറഞ്ഞ് അവനതു ദൂരെ വലിച്ചെറിഞ്ഞു. ഇത് പറഞ്ഞപ്പോൾ അവർ ഏങ്ങലടിച്ചു കരഞ്ഞു. 'ഇങ്ങനെ ഒരു മകൻ ജനിക്കരുതായിരുന്നു. മകന്റെ വേർപാ

ടിന്റെ ദുഃഖം കൂടാതെ ഒരു രാജ്യദ്രോഹിയുടെ ഉമ്മ എന്ന ആജീവനാന്ത പട്ടത്തിന്റെ ഭാരം കൂടി അവൻ കാരണം അനുഭവിക്കണം.' മുഖം കുനിച്ചിരുന്ന ഹാജി ഒന്ന് കുലുങ്ങി.

തീവ്രവാദികളുമായുള്ള ഏറ്റുമുട്ടലിൽ ധീരതയ്ക്കുള്ള മെഡൽ നേടിയ മദ്രാസ് റെജിമെന്റിലെ ധീരസൈനികൻ ലാൻസ് നായക് മുഹമ്മദ് അലിയുടെ ഭാര്യയായ പർവേസിന്റെ ഏക സഹോദരി സൈനബ അതിനു ശേഷം വീട്ടിൽ വരാൻ പോലും വിസമ്മതിക്കുന്നു. അഞ്ചു നേരം നിസ്കരിച്ചിരുന്ന താനും കുഞ്ഞഹമ്മദ് ഹാജിയും ഇന്ന് പള്ളിയും പൊതുപരിപാടികളും നിസ്കാരവും ഉപേക്ഷിച്ചിരിക്കുന്നു. തങ്ങളുടെ സമുദായത്തിൽ ഉള്ളവർ തന്നെ തങ്ങളിൽ നിന്നും അകന്നു മാറുന്നു.

'സ്വയം രാജ്യസ്നേഹികൾ എന്നവകാശപ്പെടുന്ന ഒരു കൂട്ടർ നടത്തിയ സാമൂഹ്യ ചിത്രവധം സഹിക്കാവുന്നതിലും ഏറെയായിരുന്നു. ചിലർ അസമയത്തു വീട്ടിനു പുറത്തു വന്ന് അസഭ്യം പറയുകയും ആക്രോശിക്കുകയും ഭീഷണിപ്പെടുത്തുകയും ചെയ്യുന്നത് നിത്യ സംഭവമായി. ഒരുകൂട്ടം ആളുകൾ ഒരു ദിവസം വീടിനു മുന്നിൽ കേട്ടാലറക്കുന്ന പച്ചത്തെറികൾ വിളിച്ചു കൊണ്ടു പ്രകടനം നടത്തി. അക്രമാസക്തരായ അവർ പിരിഞ്ഞു പോയത് മോന്റെ അച്ഛനും അമ്മയും അമ്പലക്കമ്മിറ്റിയിലെ പല ആളുകളും ഇടപെട്ടത് കൊണ്ട് മാത്രമായിരുന്നു.'

'മോന്റെ അമ്മയും അച്ഛനും തന്നിരുന്ന ആശ്വാസവും പിന്തുണയും ഇല്ലായിരുന്നെങ്കിൽ ഞങ്ങൾ രണ്ടുപേരും ആത്മഹത്യയിൽ അഭയം തേടുമായിരുന്നു.' അവർ വീണ്ടു കരഞ്ഞു. സ്വാർത്ഥ മൂർത്തികളായ ചില കപട മതപണ്ഡിതന്മാരും ഭീകരരാഷ്ട്രങ്ങളും ചേർന്ന് രാഷ്ട്രീയ ലാഭത്തിനായി മതത്തിന്റെ പേരിൽ അതേ മതത്തിൽ വിശ്വസിക്കുന്ന നിഷ്കളങ്കരായ ആളുകളുടെ ജീവൻ എടുക്കുകയും കുടുംബം തകർക്കുകയും ചെയ്യുന്നു.

അവരുടെ ദുഃഖത്തിൽ പങ്കൊണ്ട് അവരെ ആശ്വസിപ്പിച്ച പ്രശാന്ത് പർവേസുമായുള്ള തന്റെ ഏറ്റുമുട്ടൽ പോയിട്ട് താൻ ആ ഓപ്പറേഷനിൽ പങ്കെടുത്തിരുന്നു എന്ന കാര്യം പോലും വെളിപ്പെടുത്താൻ അശക്തനായിരുന്നു. അവരോടു മാത്രമല്ല തന്റെ അച്ഛനമ്മമാരോടും ഭാര്യയോടുപോലും ആ രഹസ്യം വെളിപ്പെടുത്തിയിട്ടില്ല. അത് തന്നോടൊപ്പം ചിതയിലേറുന്നതു വരെ തന്റെ ഉള്ളിൽ താൻ മാത്രം അറിയുന്ന മറ്റൊരു ചിതയായി നില നിൽക്കും.

പിന്നീട് തന്റെ റേഡിയോ കാൾസൈൻ പർവേസ് എന്നാക്കിയപ്പോൾ തന്റെ നഷ്ടപ്പെട്ടു പോയ പ്രിയ സുഹൃത്തിനെയും അവനു നഷ്ടപ്പെട്ട നിഷ്കളങ്കതയെയും തുടർന്ന് തന്റെ കയ്യാൽ നഷ്ടപ്പെട്ട ജീവിതത്തെയും ഓരോ ഓപ്പറേഷൻ വേളയിലും ഓർമ്മിക്കണം എന്ന ഒരു നിശ്ചയം ഉള്ളിലുണ്ടായിരുന്നു. പ്രായശ്ചിത്തമാണോ എന്ന് ചോദിച്ചാൽ അല്ല. അതിന്റെ ആവശ്യമില്ല. ബാല്യകാല സൗഹൃദത്തിന്റെ മധുരവും കണ്ണീരിന്റെ ഉപ്പും നിറഞ്ഞ ചില ഓർമ്മകൾ മാത്രം.

ഗതേ ശോകോ ന കർത്തവ്യോ
ഭവിഷ്യം നൈവ ചിന്തയേത്
വർത്തമാനേന കാലേന
വർത്തയന്തി വിചക്ഷണം

ഭൂതകാലം കഴിഞ്ഞു. ഭാവിയെ പറ്റി നമുക്കൊന്നും അറിയില്ല. ഇതുകളെപ്പറ്റി ചിന്തിച്ചിട്ട് കാര്യമില്ല. അതിനാൽ വർത്തമാന കാലത്തിൽ ജീവിക്കുവാൻ വിദ്വാന്മാർ നമ്മെ ഉപദേശിക്കുന്നു.

ഒരു നീണ്ട ശ്വാസമെടുത്തു പ്രശാന്ത് വീണ്ടും ശാന്തനായി കണ്ണുകൾ അടച്ചു. ഇൻഷാ അല്ലാഹ്. എല്ലാം ദൈവഹിതം.

അധ്യായം നാല്

അപരീക്ഷ്യ ന കർത്തവ്യം; കർത്തവ്യം സുപരീക്ഷ്യ ച

പുലർച്ചെ ഉറക്കം തടസ്സപ്പെട്ടത് കാരണം അല്പം വൈകി ഉറക്കമുണർന്ന പ്രശാന്ത് കുയിലുകളുടെ കളകൂജനം കേട്ടുകൊണ്ട് അൽപനേരം കൂടി കിടന്നു. ഒരു കുയിൽ ശ്രുതിമധുരമായി നീട്ടിപ്പാടുന്നു. മറ്റൊരു കുയിൽ അതിനുത്തരമായി മറ്റൊരു ആവൃത്തിയിൽ മറുപടി നൽകുന്നു. ആ ഗാനമത്സരം തുടരുന്നു. ആവൃത്തി കൂടിക്കൂടിവരുന്നു. ഒടുവിൽ ആ പാട്ടുമത്സരം പെട്ടെന്ന് നിലക്കുന്നു. പരസ്പരം പറന്നടുത്ത ഇണക്കുയിലുകൾ ഇപ്പോൾ കൊക്കുരുമ്മി സ്നേഹ പ്രകടനം നടത്തുകയാവാം. തന്റെ ഉള്ളിൽ നിന്നും എന്തോ ഒന്ന് നഷ്ടപ്പെട്ടതുപോലെ ആതുരമായ ഒരു മാനസികാവസ്ഥ പ്രശാന്തിനെ ആകമാനം ആവരണം ചെയ്തു. എന്തെന്നറിയാത്ത ഒരു വിഷാദം ഉള്ളിലേക്ക് പടർന്നു പിടിക്കുന്നു. തന്റെ മനസ്സിലുള്ള സന്തോഷം മുഴുവൻ ചോർന്നു പോകുന്നത് പോലെ.

ചാടിയെഴുന്നേറ്റ പ്രശാന്ത് ബാത്റൂമിൽ കയറി ഷവറിനു കീഴെ നിന്ന് അല്പം ചൂടിൽ വെള്ളം ലഭിക്കാൻ പാകത്തിൽ ടാപ്പുകൾ തുറന്നു. സുഖകരമായ ആ ജലധാരയുടെ ചൂടും ആവിയും ഏറ്റപ്പോൾ നഷ്ടപ്പെട്ട ഉന്മേഷം പതിന്മടങ്ങായി തിരിച്ചു കിട്ടി.

ഫ്രെഷ് ആയി പുതിയ വെള്ള പൈജാമയും കുർത്തയും ധരിച്ചു സോഫയിൽ ഇരുന്നപ്പോഴേക്കും ചായയും ഭക്ഷണവും ആയി വെയ്റ്റർ വന്നു. വെജിറ്റബിൾ കട്ട്ലെറ്റും ടോസ്റ്റും ചായയും ആസ്വദിച്ച് കഴിച്ചു വീണ്ടും കിടന്ന പ്രശാന്ത് കണ്ണുകൾ അടച്ചു.

'ഗുഡ് മോർണിംഗ്, ടൈഗർ' ഡോക്ടറുടെ എപ്പോഴത്തെയും പോലെ ഉന്മേഷവും ആഹ്ളാദവും തുളുമ്പുന്ന സ്വരം കേട്ട് പ്രശാന്ത് ഉണർന്നു. സൈന്യത്തിൽ കമാൻഡർമാരെ സൂചിപ്പിക്കാൻ ഉപയോഗിക്കുന്ന പദ

മാണ് ടൈഗർ. സിവിൽ മേഖലയിൽ ബോസ് എന്ന പദം പോലെ.

'ഗുഡ് മോർണിംഗ് സർ'. പ്രശാന്ത് പ്രതിവചിച്ചു.

കേണൽ ശർമയുടെ സാന്നിധ്യം തന്നെ ഉത്സാഹം വർധിപ്പിക്കുന്ന ഒന്നാണ്. ദിവസം പതിനാറു മണിക്കൂറിലധികം അദ്ദേഹം ഈ തിരക്കേറിയ ഹോസ്പിറ്റലിൽ ജോലി ചെയ്യുന്നു. അൻപതിനു മേലെ പ്രായം. അദ്ദേഹത്തിന്റെ ഭാര്യയും ആർമി ഡോക്ടർ തന്നെ. ഇപ്പോൾ അതിർത്തിയിലെ ഒരു ഫീൽഡ് ഹോസ്പിറ്റലിൽ ജോലി ചെയ്യുന്നു.

പത്തു വർഷത്തെ ദാമ്പത്യത്തിൽ ഒരു കുഞ്ഞുണ്ടാകാതെ വന്നപ്പോൾ ഒരു അനാഥ ബാലനെ ദത്തെടുത്ത ഡോക്ടർക്ക് അതിന്റെ രണ്ടാം വർഷം ദൈവം ഒരു പെൺകുഞ്ഞിനെ കൂടി കനിഞ്ഞു നൽകി. കുട്ടികൾ ഡോക്ടറുടെ കൂടെയാണ്. ഡോക്ടറുടെ മാതാപിതാക്കൾ ആണ് കുട്ടികളെ നോക്കുന്നത്. വിധിയോട് പട പൊരുതി സൈന്യത്തിൽ അനേകം യോദ്ധാക്കളുടെ ജീവൻ മരണത്തിന്റെ വായിൽ നിന്നും രക്ഷിക്കുന്ന ഈ ദമ്പതികൾ ചെയ്യുന്ന ത്യാഗം എത്ര മഹത്തരമാണ്.

'സോ ഹൌ വാസ് യുവർ ഡേ?' പ്രശാന്തിനെ പരിശോധിച്ചു കൊണ്ട് ഡോക്ടർ ചോദിച്ചു.

തലേന്ന് താൻ അല്പം നടന്നതും കേണൽ വിക്രം സിംഗിന്റെ കൂടെ സമയം ചെലവഴിച്ചതും പ്രശാന്ത് ചുരുക്കി പറഞ്ഞു.

'ഓഹോ, നിങ്ങൾ എനിക്ക് പോലും പറഞ്ഞുതരാത്ത നിങ്ങളുടെ വീരകഥകൾ എല്ലാം ആ കിളവന് പറഞ്ഞു കൊടുത്തു അല്ലെ?' ഡോക്ടർ കൃത്രിമ ദേഷ്യം നടിച്ചു. 'ബെറ്റി, ഇവന് നല്ല വേദനയുള്ള ഒരു ഇൻജെക്ഷൻ കൊടുക്കൂ.'

'യെസ് സർ.' പുഞ്ചിരിച്ചു കൊണ്ട് ബെറ്റി പ്രതികരിച്ചു.

'സർ, ഞാൻ കേണൽ വിക്രം സിംഗിനോട് കഥ പറഞ്ഞത് അങ്ങയോടു പറഞ്ഞു തരാനുള്ള ഒരു റിഹേഴ്സൽ മാത്രമായിരുന്നു.' പ്രശാന്ത് പുഞ്ചിരിച്ചു കൊണ്ട് പറഞ്ഞു.

'യു മല്ലൂസ് ആർ വെരി സ്മാർട്ട്.' ചിരിച്ചുകൊണ്ട് ഡോക്ടർ പറഞ്ഞു. 'മലയാളികൾ അതി സമർത്ഥരാണ്. അവർക്ക് എവിടെയും ഏതു സാഹചര്യത്തിലും പിടിച്ചു നിൽക്കാനാകും.' ഡോക്ടർ ചിരിയോടെ ബെറ്റിയെയും പ്രശാന്തിനെയും മാറി മാറി നോക്കിക്കൊണ്ട് പറഞ്ഞു.

'ഓക്കേ. നന്നായി ഭക്ഷണം കഴിക്കൂ, കഴിയുന്നത്ര നടക്കൂ, ഫിസിയോ തെറാപ്പിക്ക്ശേഷം കേണൽ വിക്രമിനോടൊപ്പം കുറച്ചു സമയം ചെലവഴിക്കൂ. നമുക്ക് നാളെ കാണാം.' ഡോക്ടർ ബെറ്റിയുടെ കൂടെ പുറത്തേക്കു പോയി.

ഫിസിയോതെറാപ്പി സെഷൻ കഴിഞ്ഞ് ഉച്ചഭക്ഷണവും കഴിച്ച് അല്പം വിശ്രമിച്ച ശേഷം പ്രശാന്ത് പുറത്തേക്കിറങ്ങി. പുറത്തേക്കിറങ്ങിയപ്പോൾ തന്നെ പൂക്കളുടെ ആകർഷകമായ ഗന്ധം അനുഭവപ്പെട്ടു. കേണൽ വിക്രം സിംഗ് അദ്ദേഹത്തിന്റെ മുറിയുടെ വാതിൽക്കൽ തന്നെ നിൽപ്പുണ്ടായിരുന്നു. പ്രശാന്തിനെ കണ്ടപ്പോൾ ചിരിച്ചുകൊണ്ട് കൈ ഉയർത്തി അഭിവാദ്യം ചെയ്തു കേണൽ പുറത്തേക്കിറങ്ങി. രണ്ടു പേരും വരാന്തയിലൂടെ സാവധാനം നടക്കാൻ തുടങ്ങി.

'സർ, താങ്കൾ ഇന്നലെ പറഞ്ഞു തന്ന കഥ അത്ഭുതകരമായിരുന്നു.' പ്രശാന്ത് പറഞ്ഞു. 'ഞാൻ പരിഹാസമെന്നു വിശ്വസിച്ചിരുന്ന ഒരു കാര്യത്തിന് പിന്നിൽ ഇങ്ങനെ ഒരു രോമാഞ്ചദായകമായ വീരകഥ ഉള്ളത് ഇപ്പോഴാണ് ഞാൻ അറിയുന്നത്.'

'ശരിയാണ് ക്യാപ്റ്റൻ. ഇന്ന് നാം അസംബന്ധം എന്ന് കരുതുന്ന പല കാര്യങ്ങൾക്കും പിന്നിൽ ഇങ്ങനെയുള്ള വാസ്തവങ്ങൾ ഉണ്ട്. കാലക്രമേണ ജനങ്ങൾ അതിന്റെ യഥാർത്ഥ അർത്ഥം മറന്നു പോവുകയും ആ കാര്യം ഒരു പരിഹാസ്യമായ ആചാരമായി അറിയപ്പെടുകയും ചെയ്യുന്നു. ഉദാഹരണത്തിന് മുസ്ലീങ്ങൾക്ക് നാലു കല്യാണം കഴിക്കാമെന്ന വ്യവസ്ഥ.'

'സർ, ലോകത്തിൽ പുരുഷൻമാരുടെയും സ്ത്രീകളുടെയും എണ്ണം ഏതാണ്ട് തുല്യമല്ലേ? അപ്പോൾ നാല് കല്യാണം കഴിക്കാനുള്ള വ്യവസ്ഥ അപഹാസ്യം തന്നെ അല്ലേ?'

'വളരെ ശരിയാണ്. എന്നാൽ പുരുഷന്മാരേക്കാൾ നാലിരട്ടി സ്ത്രീകൾ ഒരു രാജ്യത്തുണ്ടെങ്കിലോ?'

'അങ്ങനെ വരാൻ വഴിയില്ലല്ലോ സർ, അത് പ്രകൃതി നിയമത്തിനെതിരല്ലേ?'

'തികച്ചും എതിരാണ്. എന്നാൽ അങ്ങനെയുള്ള സാഹചര്യങ്ങൾ ഉണ്ടാകാം. ശ്രീകൃഷ്ണൻ നരകാസുരനെ യുദ്ധത്തിൽ വധിച്ചപ്പോൾ നരകാസുരന്റെ അന്തപുരത്തിലെ പതിനാറായിരം യുവതികളെ സതി അനുഷ്ഠിക്കുന്നതിൽ നിന്നും വിലക്കി സ്വയം കല്യാണം കഴിച്ചു ദ്വാരകയിൽ കൊണ്ട് പോയി സംരക്ഷിച്ച കഥയുണ്ട്. അത് ചെയ്തില്ലായിരുന്നെങ്കിൽ ആ പതിനാറായിരം യുവതികൾക്ക് ജീവൻ നഷ്ടപ്പെടുമായിരുന്നു. ചിലപ്പോൾ ഒരു നല്ല ലക്ഷ്യത്തിലെത്താൻ അത്ര നല്ലതെന്നു കരുതപ്പെടാത്ത മാർഗങ്ങൾ ഉപയോഗിക്കേണ്ടി വരും. ഇതിനുള്ള പ്രമാണങ്ങൾ നമ്മുടെ പുരാണങ്ങൾ നിറച്ചുണ്ടല്ലോ.'

പ്രശാന്ത് ഒന്നും പറയാതെ ആലോചിച്ചു നിന്നു. ശ്രീകൃഷ്ണ ഭഗ

വാൻ ആ നിമിഷത്തിൽ എടുത്ത തീരുമാനത്തിന്റെ ചേതോവികാരം ഉൾക്കൊണ്ടപ്പോൾ എന്തു കൊണ്ടാണ് ശ്രീകൃഷ്ണന്റെ രൂപം കരുണയുടെയും സ്നേഹത്തിന്റെയും പ്രതീകമായത് എന്ന് പ്രശാന്തിന് മനസ്സിലായി.

ഏതാണ്ട് ആയിരത്തി നാനൂറു വർഷങ്ങൾക്കു മുൻപേ അറബികൾ അനേകം ഗോത്രങ്ങളായി പിരിഞ്ഞിരുന്നു. ഈ ഗോത്രങ്ങൾ തമ്മിൽ യുദ്ധങ്ങളും പതിവായിരുന്നു. തുടർച്ചയായ യുദ്ധങ്ങളിൽ ആയിരക്കണക്കിന് അരോഗദൃഢഗാത്രരായ യുവാക്കൾ കൊല്ലപ്പെട്ടു കൊണ്ടിരുന്നു. അവരുടെ ഭാര്യമാരും കുട്ടികളും അനാഥരായിയെന്നു മാത്രമല്ല, സമൂഹത്തിൽ പുരുഷന്മാരുടെ എണ്ണം സ്ത്രീകളുടെ എണ്ണത്തിന്റെ നാലിൽ ഒരു ഭാഗമായി കുറഞ്ഞു. ഇങ്ങനെയുള്ള ഒരു സാഹചര്യത്തിലാണ് നാലു വിവാഹങ്ങൾ വരെ ചെയ്യാം എന്ന് വ്യവസ്ഥ വന്നത്. എന്നാൽ നാലു സ്ത്രീകളെയും അവരുടെ കുട്ടികളെയും പരിപാലിക്കാനുള്ള കഴിവുണ്ടെങ്കിൽ മാത്രമേ ഈ വ്യവസ്ഥയനുസരിച്ചു വിവാഹം ചെയ്യാൻ ഒരു പുരുഷന് അധികാരമുള്ളൂ. അക്കാലത്തെ ആ പ്രത്യേക സാഹചര്യത്തിൽ സാമൂഹികമായി വളരെ പ്രസക്തി ഉണ്ടായിരുന്ന ഒരു വ്യവസ്ഥ ആയിരുന്നു ഇത്. അതിനാൽ വിധവകൾക്ക് നരകതുല്യമായ ജീവിതം നയിക്കേണ്ടി വന്നില്ല. മാത്രമല്ല കുട്ടികൾ അനാഥരായി വളർന്നു സമൂഹത്തിനു തന്നെ ഭീഷണി ആകാമായിരുന്ന ഒരു സാഹചര്യം ഒഴിവായിക്കിട്ടി. ഈ വ്യവസ്ഥ വഴി വിധവകളുടെയും അവരുടെ കുട്ടികളുടെയും സംരക്ഷണം, സാമൂഹിക കെട്ടുറപ്പ്, ദൃഢമായ സാമൂഹിക ബന്ധങ്ങൾ, കുട്ടികളെ നല്ല പൗരന്മാരും യോദ്ധാക്കളും ആക്കി മുഖ്യ ധാരയിലേക്ക് കൊണ്ട് വരിക എന്നിങ്ങനെയുള്ള ലക്ഷ്യങ്ങൾ സാധിക്കുകയും അത് ഇസ്ലാം മതത്തിന്റെ വളർച്ചക്ക് ഏറെ സഹായകരമാവുകയും ചെയ്തു.

എന്നാൽ ആ സാഹചര്യത്തിൽ വളരെ ശരിയായിരുന്ന ഈ വ്യവസ്ഥയെ ഇന്നത്തെ കാലത്തും ആചാരത്തിന്റെ മറവിൽ സംരക്ഷിച്ചു നിർത്തുന്നത് തെറ്റ് തന്നെയാണ്. യുദ്ധങ്ങൾ കുറഞ്ഞ, ആധുനിക വൈദ്യശാസ്ത്ര പുരോഗതി കാരണം ആയുർ ദൈർഘ്യം വർധിച്ച ഇക്കാലത്തു സമൂഹങ്ങളിൽ സ്ത്രീകളുടെയും പുരുഷൻമാരുടെയും എണ്ണം ഏതാണ്ട് തുല്യമാണ്. ആ വ്യവസ്ഥയുടെ പ്രസക്തി നഷ്ടപ്പെട്ടു കഴിഞ്ഞു. അതിലുമേറെ വലിയ തമാശ എന്തെന്നാൽ, ഒന്നിലേറെ വിവാഹങ്ങൾ നിയമപരമായി നടത്തുവാനായി ചില അന്യ മതസ്ഥർ ഇസ്ലാമിലേക്ക് കുടിയേറുന്ന കാഴ്ചകൾ നാം പലവട്ടം കണ്ടു കഴി

ഞ്ഞു. ആചാരങ്ങളെ കാലോചിതമായി പരിഷ്കരിക്കാതെ സ്വാർത്ഥ ലാഭത്തിനായി ഉപയോഗിക്കാൻ മുടന്തൻ ന്യായങ്ങൾ ഉയർത്തി മതവികാരം ഉണർത്തി വിട്ടു ജനജീവിതം തന്നെ സ്തംഭിപ്പിക്കുന്ന കാഴ്ചകൾ നാം പലവട്ടം കണ്ടു കഴിഞ്ഞു.

അത്പോലെ തന്നെയാണ് ഇസ്ലാമിലെ തലാഖ് എന്ന വ്യവസ്ഥയും. ഇസ്ലാമിൽ വിവാഹം എന്നാൽ ഒരു സോഷ്യൽ കോൺട്രാക്ട് അഥവാ സാമൂഹ്യ ഉടമ്പടി മാത്രമാണ്. ഹിന്ദുക്കളോ ക്രിസ്ത്യാനികളോ കൽപ്പിക്കുന്ന പരിപാവനത്വം വിവാഹത്തിനില്ല. മേൽ പറഞ്ഞതിൽ നിന്ന് തന്നെ കാരണം സുവ്യക്തമാണല്ലോ. നാല് കല്യാണം കഴിക്കുന്നതു പോലെ തന്നെ ഭാര്യാഭർതൃ ബന്ധം തലാഖ് ചൊല്ലി വേർപെടുത്താനുള്ള അനുമതി ഇസ്ലാമിൽ പുരുഷന്മാർക്ക് നൽകുന്നു. അത്പോലെ തന്നെ സ്ത്രീകൾക്ക് വിവാഹ ബന്ധം വേർപെടുത്തണമെങ്കിൽ ഖുല എന്ന വ്യവസ്ഥയുണ്ട്. വിവാഹവേളയിൽ ഭർത്താവിൽനിന്നും കിട്ടിയ മഹർ എന്ന പണം മടക്കിക്കൊടുത്തു ലളിതമായി ബന്ധം ഒഴിയാം. യുദ്ധങ്ങൾ നടന്നുകൊണ്ടിരുന്ന അശാന്തമായ ഒരു ഗോത്ര സംസ്കാരത്തിൽ ഈ വ്യവസ്ഥകൾ പ്രസക്തമായിരിക്കാം. എന്നാൽ ഇന്നത്തെ കെട്ടുറപ്പുള്ള സമൂഹത്തിന്റെ അടിസ്ഥാനം കെട്ടുറപ്പുള്ള കുടുംബങ്ങൾ ആണ്. അവയെ സംരക്ഷിക്കാൻ നിയമ വ്യവസ്ഥയും കോടതികളും ഉള്ള ആധുനിക സമൂഹത്തിൽ ഈ വ്യവസ്ഥകൾ തികച്ചും കാലഹരണപ്പെട്ടിരിക്കുന്നു എന്ന് പറയാതെ വയ്യ.

സംസാരിച്ചു കൊണ്ട് നടന്നപ്പോൾ തങ്ങൾ വരാന്തയുടെ അറ്റത്തു കൂടെ ഇറങ്ങി തോട്ടത്തിലെ നടപ്പാതയിലൂടെ നടക്കുകയാണെന്ന് പ്രശാന്ത് ഇപ്പോഴാണ് ശ്രദ്ധിച്ചത്. ഇരു വശവുമായി പെറ്റൂണിയ ചെടികൾ പൂത്തുലഞ്ഞു നിൽക്കുന്നു.

'നമുക്ക് അൽപനേരം ഇവിടെ ഇരിക്കാം.' നടപ്പാതയുടെ അരികിലുള്ള സിമന്റ് ബെഞ്ചിൽ കേണൽ ഇരുന്നു. പ്രശാന്ത് കൂടെ ഇരുന്നു. ആ ഇരുപ്പിൽ പ്രശാന്തിന് നല്ല ആശ്വാസം തോന്നി. കാലുകൾ ഇനിയും പണ്ടത്തേതു പോലെ ശക്തി പ്രാപിച്ചിട്ടില്ല. ഡോക്ടർ പറഞ്ഞതിന്റെ അർഥം പ്രശാന്തിന് മനസ്സിലായി.

'സർ, ഈ കാര്യങ്ങൾ കേൾക്കുമ്പോൾ ഞാൻ എത്ര അജ്ഞനായിരുന്നു എന്നെനിക്കു ബോധ്യമാവുന്നു. ഒരു കാര്യം ചോദിക്കട്ടെ? മൂന്ന് പേർ ഒരേ തീയിൽ നിന്നും സിഗരറ്റ് കത്തിക്കരുത് എന്ന് എന്റെ യൂണിറ്റിലെ ഓഫീസർമാർ പറഞ്ഞു കേട്ടിട്ടുണ്ട്. രണ്ടുപേർ കത്തിച്ചതിനു ശേഷം തീ കെടുത്തി വീണ്ടും കൊളുത്തുകയാണ് അവർ ചെയ്യു

ന്നത്. ഇതിന്റെ പിന്നിലും എന്തെങ്കിലും വാസ്തവം ഉണ്ടോ? അതോ ഇതും, അന്ധവിശ്വാസമാണോ?'

'മൂന്ന് പേർ സിഗരറ്റു കത്തിച്ചാൽ എന്ത് സംഭവിക്കും എന്ന് അവരോടു ചോദിച്ചോ?'

'ചോദിച്ചു. മൂന്നാമത്തെയാൾ മരിക്കും എന്നാണവർ പറഞ്ഞത്. അങ്ങനെയാണത്രെ വിശ്വാസം.'

'ശരിയാണ്, അഥവാ ശരിയായിരുന്നു.' കേണൽ പറഞ്ഞു.

അത്ഭുതത്തോടെ പ്രശാന്ത് കേണലിനെ നോക്കി. കണ്ണുകളിൽ ചോദ്യചിഹ്നങ്ങൾ തിളങ്ങി നിന്നു.

'പറയാം.' കേണൽ പറഞ്ഞു. 'മനുഷ്യ വംശത്തിന്റെ നമുക്ക് പരിചിതമായ പുരാതനകാലം മുതൽ യുദ്ധങ്ങൾ നടന്നിരുന്നു. പണ്ടുകാലത്തെ യുദ്ധങ്ങൾക്ക് ചിട്ടകളുണ്ടായിരുന്നു. യുദ്ധം പ്രഖ്യാപിച്ചാൽ അക്കാര്യം ദൂതന്മാർ മുഖേന രേഖാമൂലം മറുപക്ഷത്തെ അറിയിച്ചു മുൻകൂട്ടി തീരുമാനിച്ച സമയത്ത് ഇരു പക്ഷവും ഒരു മൈതാനത്തെത്തി കുഴൽ വിളികൾ മുഴക്കി യുദ്ധസങ്കേതം നൽകിയ ശേഷം വാൾ, പരിച, കുന്തം, ഗദ മുതലായ ആയുധങ്ങൾ ഉപയോഗിച്ച് യുദ്ധം ചെയ്യുമായിരുന്നു. ഇടവേളകളിലും സൂര്യാസ്തമയ സമയത്തും കുഴൽ വിളികൾ മുഴങ്ങുമ്പോൾ ഇരുസേനകളും യുദ്ധം നിർത്തി പിരിഞ്ഞു പോകുമായിരുന്നു.'

'എന്നാൽ തോക്കുകളുടെയും പീരങ്കികളുടെയും ആവിർഭാവത്തോടെ ഈ പതിവ് മാറി. കോട്ടകളും മറ്റും ഉപരോധിച്ചു കൊണ്ടുള്ള ഇംഗ്ലീഷിൽ സീജ് എന്ന് അറിയപ്പെടുന്ന യുദ്ധമുറകൾ ആവിർഭവിച്ചു. ശത്രുവിന്റെ കോട്ടകൾ വളയുകയും അതിനുനേരെ പീരങ്കികളും തോക്കുകളും ഉപയോഗിച്ച് വെടിയുതിർക്കുകയും ചെയ്യുന്ന നവീന യുദ്ധമുറകൾ പ്രചാരത്തിലായി. തകരുന്ന കോട്ടമതിലുകൾക്കുള്ളിലൂടെ ഉള്ളിലേക്ക് ഇരച്ചു കയറി ശത്രുവിനെ നശിപ്പിക്കുന്ന തന്ത്രങ്ങൾ നടപ്പിൽ വന്നു. അതു പോലെ തന്നെ കോട്ടക്കുള്ളിലുള്ള സൈന്യം വാതിൽ തുറന്നു കുതിരപ്പുറത്തു കയറി ഇരച്ചു വന്നു ശത്രുപാളയത്തിൽ മിന്നൽ പ്രത്യാക്രമണം നടത്തുന്നതും പതിവായിരുന്നു.'

'ഈ യുദ്ധരീതി പിന്നെയും പരിണമിച്ചു. ഒന്നാം ലോകമഹായുദ്ധകാലത്താണ് ട്രെഞ്ച് യുദ്ധമുറ തുടങ്ങിയത്. ഇരു പക്ഷത്തുമുള്ള സൈനികർ അവരവരുടെ ട്രെഞ്ചുകൾ കുഴിച്ച് മുഖാമുഖം ഇരിക്കുന്നു. ഇരുപക്ഷത്തിനുമിടയിൽ നോമാൻസ് ലാൻഡ് എന്നറിയപ്പെടുന്ന ഇരുനൂറു മീറ്റർ മുതൽ ഒരു കിലോമീറ്ററോളം വരെ ഉള്ള ഒരു സ്ഥലം

ഉണ്ടാവും. മറുവശത്തെ സൈനികരെ കാണുമ്പോൾ വെടിവെച്ചു കൊല്ലാൻ നിയുക്തരായ സ്നൈപ്പർ എന്നറിയപ്പെടുന്ന ഉന്നം തെറ്റാതെ വെടിവെക്കുന്ന സൈനികർ ഇരു വശത്തും രാപ്പകൽ ജാഗരൂകരായിരിക്കും. പകൽ സമയങ്ങളിൽ ട്രെഞ്ചിൽനിന്നും പുറത്തേക്കു തല പൊക്കിയാൽ സെക്കൻഡുകൾക്കുള്ളിൽ തലയിൽ വെടിയുണ്ട കയറും എന്നുറപ്പാണ്. രാത്രി കാലങ്ങളിൽ മാത്രമാണ് അന്ന് പട്ടാളക്കാർ അല്പനേരം കാലുകൾ നിവർത്തി എഴുന്നേൽക്കുന്നത്.'

'കൂരിരുട്ടിൽ സിഗരറ്റ് ആദ്യത്തെയാൾ കത്തിക്കുമ്പോൾ ശത്രു സ്നൈപ്പർ വെളിച്ചം കാണുന്നു. രണ്ടാമത്തെയാൾ കത്തിക്കുമ്പോഴേക്ക് ശത്രു വെളിച്ചത്തിനു നേരെ ഉന്നം പിടിക്കുന്നു. മൂന്നാമത്തെയാൾ കത്തിക്കുമ്പോൾ ശത്രു വെളിച്ചത്തിനു നേരെ വെടി ഉതിർക്കുന്നു. ആ വെടിയുണ്ട അയാളുടെ തലയിലോ മുഖത്തോ കൃത്യമായി ഏൽക്കുകയും അയാൾ മരിക്കുകയും ചെയ്യുന്നു. മൂന്നാമത്തെയാൾ എങ്ങനെ മരിക്കുന്നു എന്ന് ഇപ്പോൾ മനസ്സിലായോ?'

'മനസ്സിലായി സർ. പക്ഷെ ഈ കാര്യം യുദ്ധമില്ലാത്ത സമയത്തും ചെയ്യുന്നതെന്തിനാണ്?'

'കാരണമുണ്ട്. ഒരു സേനയിൽ ഡ്രിൽ എന്നറിയപ്പെടുന്ന ചട്ടങ്ങൾ വളരെ പ്രധാനമാണ്. യുദ്ധമില്ലാത്ത സമയത്തു ചെയ്യുന്ന കാര്യങ്ങൾ ഒരു ശീലമാകുന്നു. അത് യുദ്ധമുഖത്തും അറിയാതെ ചെയ്യാനുള്ള ഒരു പ്രവണത ഉണ്ടാകുന്നു. എന്നാൽ ഒരു ഡ്രിൽ അല്ലെങ്കിൽ ഒരു ചിട്ടയുടെ ഭാഗമായി യുദ്ധമില്ലാത്തപ്പോൾ പോലും ഈ നിയമം പാലിക്കുന്നവർ യുദ്ധമുഖത്തു പാലിച്ചിരിക്കും എന്നുറപ്പാണല്ലോ. അതിനാൽ ഒന്നാം ലോക മഹായുദ്ധത്തിൽ നിന്നുൾക്കൊണ്ട ഈ പാഠം ലോകത്തെമ്പാടുമുള്ള സേനകൾ ഇന്നും ഒരു ആചാരമായി പിന്തുടരുന്നു.'

'ഇറ്റ് ഈസ് റിയലി ഇൻക്രെഡിബിൾ, സർ.' പ്രശാന്ത് വിസ്മയഭരിതനായി പറഞ്ഞു. 'പണ്ടുള്ളവർ എത്ര സമർത്ഥമായാണ് ഒരു വിശ്വാസം ഉണ്ടാക്കി അതൊരു ആചാരമാക്കി മാറ്റി യുദ്ധമുഖത്ത് ഈ കാരണം കൊണ്ട് ഒരു ജീവൻ പോലും നഷ്ടപ്പെടില്ല എന്നുറപ്പാക്കിയത്.'

'സേനകളിൽ മാത്രമല്ല, സിവിൽ ജീവിതത്തിലും കാണുന്ന പല ആചാരങ്ങളും ഇങ്ങനെ എന്തെങ്കിലും കാര്യത്തിന്റെ അടിസ്ഥാനത്തിലായിരിക്കും. അതിനെ വിമർശിക്കുകയോ അന്ധവിശ്വാസം എന്നു വിളിച്ചാക്ഷേപിക്കുകയോ ചെയ്യുന്നതിന് മുൻപ് അതിനെപ്പറ്റി നന്നായി മനസ്സിലാക്കേണ്ടത് ആവശ്യമാണ്.' കേണൽ പറഞ്ഞു.

'ഇനി മറ്റൊരു ആചാരത്തെപ്പറ്റി ഞാൻ പറയാം. ഏതെങ്കിലും ഓഫീ

സർമാരുടെ വീടുകളിൽ സന്ദർശനം നടത്തുമ്പോൾ അവർ ഡ്രിങ്ക് ഓഫർ ചെയ്യും. എന്നാൽ ഒരു ഡ്രിങ്ക് കഴിച്ചു മതിയാക്കാൻ അനുവദിക്കില്ല. ഒരു ഡ്രിങ്ക് ശത്രുവിനുള്ളതാണ് എന്നാണ് പറയുക. മിനിമം രണ്ടു ഡ്രിങ്ക് എങ്കിലും കഴിച്ചാലെ അവർ വിടുകയുള്ളൂ. ഇത് കണ്ടിട്ടുണ്ടോ?'

'ശരിയാണ് സർ. എന്റെ യൂണിറ്റിൽ വച്ച് തന്നെ ഞാൻ ഇത് കണ്ടിരുന്നു. ഒരു ഡ്രിങ്ക് കഴിച്ച ശേഷം ഇനി വേണ്ട എന്ന് പറയുന്നവരെ രണ്ടാമത്തെ ഡ്രിങ്ക് കഴിക്കാതെ വിടുമായിരുന്നില്ല. മദ്യം കഴിക്കാത്ത എനിക്ക് കഷ്ടപ്പെട്ട് രണ്ടു ഗ്ലാസ് ഫ്രൂട്ടി കഴിക്കേണ്ടി വന്നു.' പ്രശാന്ത് ഓർത്തു ചിരിച്ചു.

'അതിന്റെ കാരണം എന്താണെന്നറിയാമോ?'

'ഒരുപക്ഷെ ഒരു ഡ്രിങ്ക് മാത്രം കഴിച്ചാൽ അവർ തമ്മിൽ ശത്രുക്കളായിത്തീരുമായിരിക്കും. അല്ലെ?'

കേണൽ വിക്രം സിംഗ് പൊട്ടിച്ചിരിച്ചു. 'ലോജിക്കൽ ആയി ചിന്തിച്ചാൽ അങ്ങനെയൊരു സാധ്യത ഉണ്ടോ? കൂടുതൽ ഡ്രിങ്ക് കഴിച്ചാലല്ലേ സമനില തെറ്റി വഴക്കിട്ടു ശത്രുക്കളാവുക?'

പ്രശാന്ത് ചിരിയിൽ പങ്കു ചേർന്നു. 'പിന്നെ എന്ത് കൊണ്ടാണ് സർ?'

'നമുക്ക് വീണ്ടും ചരിത്രത്തിലേക്ക് മടങ്ങിപ്പോവാം. മൈതാനങ്ങളിൽ വാളും പരിചയും കുന്തങ്ങളും ആയി യുദ്ധങ്ങൾ നടക്കുന്ന കാലം. യുദ്ധങ്ങൾക്ക് അതിന്റേതായ നിയമങ്ങളും നീതിയും ഉണ്ട്. രാവിലെ ഇരു സേനകളും തയാറായ ശേഷം വാദ്യങ്ങൾ മുഴക്കിയും കൊമ്പു വിളിച്ചും ശത്രുക്കൾക്കു മുന്നറിയിപ്പ് കൊടുത്ത ശേഷമാണു യുദ്ധം തുടങ്ങുന്നത്. സൂര്യാസ്തമയത്തോടെ വീണ്ടും കൊമ്പു മുഴക്കി യുദ്ധം നിർത്താനുള്ള സിഗ്നൽ കൊടുക്കുമ്പോൾ ഇരു പക്ഷവും ഉടനെ യുദ്ധം നിർത്തി സമാധാനമായി പിരിഞ്ഞു പോവുന്നു. അപ്പോൾ ഇരു സേനകളിലെയും ഹക്കീം എന്നറിയപ്പെട്ടിരുന്ന ഡോക്ടർമാരും പരിചാരകരും വന്നു മുറിവേറ്റവരെ ശുശ്രൂഷിക്കുകയും പരുക്കേറ്റവരെ തങ്ങളുടെ താവളത്തിലേക്ക് കൊണ്ട് പോവുകയും ചെയ്യുന്നു.'

'അതിനിടയിൽ ഇരു സേനകളിലെയും വെള്ളം ചുമട്ടുകാർ ഒരു കൈയ്യിൽ പന്തവും മറുകൈയിൽ വെള്ളം നിറച്ച സഞ്ചിയും ആയി എത്തുന്നു. പരിക്കേറ്റു വീണു കിടക്കുന്ന തങ്ങളുടെ പട്ടാളക്കാരുടെ വായിലേക്ക് ഛാഗൽ എന്നറിയപ്പെടുന്ന, ആട്ടിൻ തോൽ കൊണ്ടുണ്ടാക്കിയ സഞ്ചികളിൽ നിന്നും അവർ വെള്ളം ഒഴിച്ച് കൊടുക്കുന്നു.'

'വളരെയധികം പേർ വീണു കിടക്കുന്നതിനാൽ വെറും രണ്ട് കവിൾ

വെള്ളം മാത്രമാണ് ഓരോ മുറിവേറ്റ പട്ടാളക്കാരനും കൊടുക്കുന്നത്. അപ്പോൾ തങ്ങളുടെ പട്ടാളക്കാരുടെ ഇടയിൽ ശത്രു സൈനികരും മുറിവേറ്റു കിടക്കുന്നുണ്ടാകും. അവരും വെള്ളത്തിന് വേണ്ടി ദീനമായി അപേക്ഷിക്കും. ശത്രുവാണെങ്കിലും മനുഷ്യനാണല്ലോ. അപ്പോൾ മാനുഷിക പരിഗണനയിൽ അവർക്കും വെള്ളം വായിൽ പകർന്നു നൽകുന്നു. എന്നാൽ ശത്രുവിന് ഒരു കവിൾ വെള്ളം മാത്രമേ നൽകൂ. സ്വന്തക്കാർക്ക് രണ്ടു കവിൾ വെള്ളവും. ഇതിൽ നിന്നാണ് ഒരു ഡ്രിങ്ക് ശത്രുവിനുള്ളതാണ് എന്ന ചൊല്ല് വന്നത്. അതിനാൽ സുഹൃത്തുക്കളുടെ വീട്ടിൽ പോയാൽ ഒരു ഡ്രിങ്ക് കഴിച്ചു നിർത്തിയാൽ ആതിഥേയനെ സംബന്ധിച്ചിടത്തോളം അത് ശത്രുവിനോടുള്ള വ്യവഹാരം പോലെ ആവും എന്ന് പറയുന്നു.'

'സർ, ഇതും മറ്റൊരു വിസ്മയകരമായ ചരിത്രമാണല്ലോ. പ്രശാന്ത് പറഞ്ഞു. താങ്കളുമായി കണ്ടുമുട്ടിയില്ലായിരുന്നെങ്കിൽ എന്റെ ജീവിതത്തിൽ അത് വലിയൊരു നഷ്ടം ആയിരിക്കുമായിരുന്നു. എനിക്ക് വെടിയേറ്റത് നന്നായി എന്ന് ഇപ്പോൾ തോന്നിത്തുടങ്ങിയിരിക്കുന്നു.'

കേണൽ ചിരിച്ചു. അൽപ നേരം രണ്ടു പേരും നിശ്ശബ്ദരായിരുന്നു.

'സർ. നമ്മുടെ ഇന്ത്യ അല്ലെങ്കിലും അന്ധവിശ്വാസവും അനാചാരങ്ങളും നിറഞ്ഞ ഒരു ദേശം തന്നെ അല്ലെ. ചിലപ്പോൾ പല അന്ധവിശ്വാസങ്ങൾക്കും പിന്നിൽ ഇത് പോലെ ഉള്ള കാരണങ്ങൾ ഉണ്ടാകാം. എങ്കിലും ബഹിരാകാശ പേടകം വിക്ഷേപിക്കുന്നതിനു മുൻപ് ഗണപതിക്ക് തേങ്ങാ മുട്ടുന്ന വീരൻമാരാണ് നമ്മുടെ ആളുകൾ എന്നത് അല്പം കടന്ന കൈയല്ലേ?'

കേണൽ വീണ്ടും പൊട്ടിച്ചിരിച്ചു. 'നിങ്ങൾ തന്റെ പ്ലാറ്റൂണിന്റെ കൂടെ പട്രോളിങ്ങിനോ ഒരു മേജർ ഓപ്പറേഷനോ പോകുമ്പോൾ മന്ദിർ പരേഡ് നടത്താറില്ല? യൂണിറ്റിലെ പണ്ഡിറ്റ്ജി പൂജ നടത്തി തീർത്ഥവും പ്രസാദവും തന്നനുഗ്രഹിച്ചു കൈയിൽ രക്ഷ കെട്ടി അല്ലെ നിങ്ങളെ യുദ്ധമുഖത്തേക്കയക്കുന്നത്? നിങ്ങൾ എന്ത് കൊണ്ട് അത് ചെയ്യുന്നു?'

'ഒരു യുദ്ധമുഖത്തേക്കു പോകുമ്പോൾ തനിക്ക് എന്താണ് സംഭവിക്കുക, ജീവനോടെ മടങ്ങി വരാൻ പറ്റുമോ തുടങ്ങി ഒട്ടനവധി ചോദ്യങ്ങൾ ഒരു സൈനികന്റെ ഉള്ളിൽ ഉണ്ടാവും. ദൈവം ഉണ്ടായാലും ഇല്ലെങ്കിലും പൂജയ്ക്കും മന്ത്രങ്ങൾക്കും ഫലമുണ്ടെങ്കിലും ഇല്ലെങ്കിലും ഒരു സൈനികന് ഇവ നൽകുന്ന ആത്മവിശ്വാസം അയാളെ ഏതാപത്തിനെയും സമചിത്തതയോടെ നേരിടാനും തരണം ചെയ്യാനും സഹായിക്കുന്നു എന്നത് നിശ്ചയമാണ്.'

'ശരിയാണ്. അതുപോലെ തന്നെയാണ് ഒരു ബഹിരാകാശപേടകം വിക്ഷേപിക്കുന്നതും. ആ പ്രോസസ്സിൽ തമ്മിൽ ബന്ധപ്പെട്ട അനേകായിരം ഘടകങ്ങൾ യോജിച്ചു വരേണ്ടതുണ്ട്. എന്നാൽ മാത്രമേ ഒരു വിക്ഷേപണം വിജയിക്കുകയുള്ളു. ഇത്തരം അവസരങ്ങളിൽ നമുക്കെല്ലാം മേലെയായി ഒരു ശക്തി ഉണ്ടെന്നും നമ്മുടെ ദൗത്യം വിജയിക്കുവാൻ അതിന്റെ സഹായം ആവശ്യമാണെന്നും നാം വിശ്വസിക്കുന്നു. അവിടെയാണ് വിശ്വാസത്തിന്റെ ആരംഭം. നിങ്ങൾ ഒരു പാർക്കിൽ ഉല്ലസിക്കാൻ പോകുന്നതിനു മുൻപ് പൂജ ചെയ്യുന്നില്ല. എന്നാൽ ഒരു ബിസിനസ് യാത്ര പുറപ്പെടുന്നതിനു മുൻപ് പലരും തീർച്ചയായും ദൈവാനുഗ്രഹം തേടും. അതിൽനിന്നും ഉൾക്കൊണ്ട ആത്മവിശ്വാസവും ഊർജവും അവരെ വിജയത്തിലേക്ക് നയിക്കാൻ സഹായിക്കും. ആപൽസാധ്യതയോ നഷ്ടസാധ്യതയോ വളരെ കൂടുതലായി കാണുമ്പോൾ തനിക്കു മേലെ ഉണ്ടെന്നു കരുതുന്ന ഒരു ശക്തിയുടെ സഹായം തേടുന്നതും ആ ശക്തി തന്നെ സഹായിക്കും എന്ന് വിശ്വസിക്കുന്നതും കേവലം മനുഷ്യസഹജമാണ്.'

'ശരിയാണ്. ഇപ്പോൾ എനിക്ക് കാര്യങ്ങൾ മനസ്സിലായി വരുന്നു.'

'ഇന്ത്യയിൽ മാത്രമാണ് ഇത്തരം വിശ്വാസങ്ങൾ ഉള്ളത് എന്ന് കരുതേണ്ട.' കേണൽ പറഞ്ഞു. 'നാം തേങ്ങാ ഉടക്കുന്നത് പോലെ ഷാംപൈൻ ബോട്ടിൽ ഉടച്ചാണ് ദൈവവിശ്വാസം ഇല്ലാത്തതു കൊണ്ട് വലിയ പരിഷ്കൃതരെന്നു നാം കരുതുന്ന വിദേശരാജ്യങ്ങളിൽ കപ്പലുകൾ വെള്ളത്തിലേക്കിറക്കുന്നത്.'

'ശരിയാണ്.'

'തനിക്കു മറ്റൊരു രസകരമായ കാര്യം പറഞ്ഞു തരാം. കപ്പലിൽ ചൂളം വിളിക്കരുതെന്ന് ഒരു അലിഖിത നിയമം ലോകത്തെമ്പാടുമുള്ള നാവികരുടെ ഇടയിൽ പ്രബലമാണ്. ഇന്നത്തെ യുദ്ധക്കപ്പലുകളിൽ പോലും ഈ നിയമം ശക്തമായി പിന്തുടരപ്പെടുന്നു. സമുദ്ര ദേവനായ നെപ്ട്യൂൺ അഥവാ വരുണൻ ചൂളം വിളി കേട്ടാൽ കുപിതനാകുമെന്നും കൊടുങ്കാറ്റുകൾ അഴിച്ചു വിടുമെന്നുമാണ് വിശ്വാസം.'

'സർ, ഇതിന്റെ പിന്നിൽ എന്തെങ്കിലും വാസ്തവമുണ്ടോ?'

'ഇല്ല. എന്നാൽ ചൂളം വിളി നിരോധിക്കാൻ വ്യക്തമായ കാരണങ്ങൾ ഉണ്ട്. അതിനൊരു ന്യായമായി വരുണനെ കാണിക്കുന്നു എന്ന് മാത്രം.'

'എന്താണ് സർ ശരിയായ കാരണം?'

'പണ്ട് കാലങ്ങളിൽ ഇന്നത്തെ പോലെ വാർത്താവിനിമയ സംവിധാ

നങ്ങളും സാറ്റലൈറ്റ് ട്രാക്കിംഗ് വിദ്യകളും ഉണ്ടായിരുന്നില്ല. ഒരു കപ്പൽ തീരം വിട്ടാൽ ലക്ഷ്യ സ്ഥാനത്തെത്തുന്നതുവരെ അതിനെപ്പറ്റി വിവരങ്ങൾ ലഭിക്കാൻ ബുദ്ധിമുട്ടായിരുന്നു. അതിനെ വഴിയിൽ വച്ച് കാണുന്ന മറ്റു കപ്പലുകൾ കൊണ്ട് വരുന്ന വിവരങ്ങൾ മാത്രമായിരിക്കും കിട്ടുക. അത് തന്നെ കപ്പലുകൾ തമ്മിൽ കണ്ടു മുട്ടി മാസങ്ങൾക്കു ശേഷവും.'

'അന്നത്തെ ഒരു പ്രധാന പ്രശ്നമായിരുന്നു മ്യൂട്ടിനി അഥവാ കപ്പൽ ലഹള. കപ്പലിലെ ഒരു വിഭാഗം നാവികർ ലഹള നടത്തി അധികാരം പിടിച്ചടുക്കുന്നു. അവരിലൊരാൾ ക്യാപ്റ്റൻ ആവുന്നു. പലപ്പോഴും യഥാർത്ഥ ക്യാപ്റ്റനെയും അദ്ദേഹത്തിന്റെ വിശ്വസ്തരെയും തടവിലാക്കുകയോ വധിക്കുകയോ ഒരു ചെറു ബോട്ടിലാക്കി സമുദ്രത്തിലേക്ക് തള്ളി വിടുകയോ ചെയ്യുമായിരുന്നു. അതിനു ശേഷം ചരക്കുകളോടെ കപ്പൽ മറ്റേതെങ്കിലും തുറമുഖത്തു കൊണ്ട് പോയി വിൽക്കുകയും ചെയ്യുമായിരുന്നു. ഇതാണ് മ്യൂട്ടിനി.'

'സർ, ഞാൻ ഇത്തരം ധാരാളം കഥകൾ കേട്ടിട്ടുണ്ട്. പ്രശാന്ത് പറഞ്ഞു.'

'ഇത്തരം ധാരാളം സംഭവങ്ങൾ ഉണ്ടായിട്ടുണ്ട്.' കേണൽ പറഞ്ഞു. ഇങ്ങനെ ലഹളയ്ക്ക് തയാറെടുക്കുന്ന നാവികർ ചൂളം വിളിയിലൂടെയാണ് ആശയ വിനിമയം ചെയ്തിരുന്നത്. അപ്പോൾ ഇങ്ങനെയുള്ള ചൂളം വിളി ക്യാപ്റ്റനെയും മറ്റു നാവികരെയും സംബന്ധിച്ചിടത്തോളം എത്ര അപകടകരമാണെന്ന് മനസ്സിലായല്ലോ. അപ്പോൾ ഇത് നിരോധിക്കേണ്ടത് അത്യാവശ്യവുമാണ്. അങ്ങനെയാണ് നാവികർ ഈ അന്ധവിശ്വാസം വളർത്തിയെടുക്കുന്നത്. ആരെങ്കിലും ചൂളം വിളിച്ചാൽ അവൻ ഉടൻ തന്നെ അന്ധവിശ്വാസികളായ മറ്റു നാവികരുടെ നോട്ടപ്പുള്ളിയാവുന്നു. അവർ അവനെ ശകാരിക്കുകയും ചിലപ്പോൾ ശിക്ഷിക്കുകയും ചെയ്യും. അങ്ങനെ ലഹളക്കാർക്ക് ഈ സങ്കേതം ഉപയോഗിക്കാൻ വയ്യാതായിത്തീർന്നു.'

പ്രശാന്ത് അൽപനേരം പൂക്കളിൽ പറന്നു കളിക്കുന്ന പൂമ്പാറ്റകളെ നോക്കി ചിന്താ ഭരിതനായി ഇരുന്നു. കേണൽ തന്റെ വലതുകൈ കൊണ്ട് അടുത്തുള്ള ഒരു ആസ്റ്റർ പൂവിനെ മൃദുലമായി തലോടിക്കൊണ്ടിരുന്നു.

'തനിക്കൊരു കാര്യമറിയാമോ?' കേണൽ പെട്ടെന്ന് ചോദിച്ചു. പ്രശാന്ത് ചോദ്യഭാവത്തിൽ കേണലിനെ നോക്കി.

'അല്ലെങ്കിൽ വേണ്ട. ഞാൻ ഒരു ചെറിയ ടെസ്റ്റ് നിങ്ങളുടെ മേൽ നടത്താം.' കേണൽ ചിരിച്ചു. പ്രശാന്ത് താല്പര്യത്തോടെ കേണലിനെ നോ

ക്കി പുഞ്ചിരിച്ചു.

നിങ്ങൾ ഒരു ബസ്സ് പിടിക്കാൻ തിരക്കിട്ട് ഓടുകയാണ് എന്ന് കരുതുക. ബസ്സ് വിട്ടുപോവും എന്ന് പേടിച്ച് ലഞ്ച് പോലും കഴിക്കാതെ ആണ് വന്നത്. രണ്ടു പാക്കറ്റ് ബിസ്കറ്റുകൾ വാങ്ങി ബാഗിൽ ഇട്ടിരുന്നു. വല്ലവിധേനയും ബസ്സിൽ കയറിപ്പറ്റി ബാഗ് മുകളിലെ റാക്കിൽ വെച്ച് സീറ്റിൽ ഇരുന്നു. ആ സമയത്തു മറ്റൊരാൾ കൂടി കയറി. അയാളും ബാഗ് മുകളിൽ വെച്ച് നിങ്ങളുടെ അടുത്ത സീറ്റിൽ ഇരിക്കുന്നു.

അല്പസമയത്തിന്നു ശേഷം നിങ്ങൾ ബാഗ് വലിച്ചെടുത്ത് ഒരു ബിസ്കറ്റ് കൂടു പുറത്തെടുക്കുന്നു. അത് തുറന്നു ഒരു ബിസ്കറ്റ് എടുത്തു തിന്നാൻ തുടങ്ങുന്നു. അപ്പോൾ അയാളും അതിൽനിന്നും ഒരു ബിസ്കറ്റ് എടുത്തു കഴിക്കുന്നു. നിങ്ങൾ അയാളെപ്പറ്റി എന്തു കരുതും?

'ഒരുപക്ഷെ അയാളും വിശന്നിരിക്കുകയാവും. എന്നാലും ചോദിക്കാതെ എടുക്കുന്നത് മര്യാദകേടാണ്.' പ്രശാന്ത് പറഞ്ഞു.

'നിങ്ങൾ അടുത്ത ബിസ്കറ്റ് എടുക്കുമ്പോൾ അയാളും എടുക്കുന്നു. ഇപ്പോൾ എന്ത് പറയും?'

'അയാൾ നാണം കെട്ടവൻ തന്നെ.'

'നിങ്ങൾ ഓരോ ബിസ്കറ്റ് എടുക്കുമ്പോഴും അയാളും ഓരോന്ന് വീതം എടുക്കുന്നു. ഇപ്പോൾ എന്ത് കരുതും?'

'തീരെ മര്യാദയില്ലാത്തവൻ തന്നെ. നല്ല തല്ലു കൊടുക്കണം.'

'അവസാനം ഒരു ബിസ്കറ്റ് അവശേഷിക്കുന്നു. അയാൾ അതെടുത്തു രണ്ടായി ഒടിച്ചു പകുതി നിങ്ങൾക്ക് തരുന്നു. പകുതി അയാൾ കഴിക്കുന്നു. ഇപ്പോൾ എന്ത് കരുതും?'

'നാണം കെട്ടവനെങ്കിലും അവസാനം അയാൾ അല്പം മര്യാദ കാണിച്ചു എന്ന് കരുതും. ഒരു പക്ഷെ തലയ്ക്കു കിറുക്കുള്ള ആളായിരിക്കണം.' പ്രശാന്ത് ചിരിച്ചു.

അയാൾ ബാഗുമെടുത്ത് അടുത്ത സ്റ്റോപ്പിൽ ഇറങ്ങിപ്പോകുന്നു. വിശപ്പ് മാറാത്ത നിങ്ങൾ രണ്ടാമത്തെ പാക്കറ്റ് എടുക്കാനായി ബാഗ് തുറക്കുന്നു. അതിൽ രണ്ടു പാക്കറ്റ് ബിസ്കറ്റ് കാണുന്നു. നിങ്ങൾ ആദ്യം എടുത്ത പാക്കറ്റ് നിങ്ങളുടെ ബാഗ് പോലെ തന്നെ ഉള്ള അയാളുടെ ബാഗിൽ നിന്നായിരുന്നു എന്ന് നിങ്ങൾ ഒരു ഞെട്ടലോടെ മനസ്സിലാക്കുന്നു. ഇപ്പോൾ നിങ്ങൾ അയാളെപ്പറ്റി എന്ത് കരുതും?'

ഈ അപ്രതീക്ഷിതമായ ട്വിസ്റ്റിൽ പ്രശാന്ത് മിഴിച്ചിരുന്നു. നാണം കെട്ടവനെന്നു താൻ പറഞ്ഞ ആ മനുഷ്യൻ അയാളുടെ ബിസ്കറ്റാണ് താൻ

എടുത്തത് എന്നറിഞ്ഞു കൊണ്ട് തന്നെ താനുമായി സന്തോഷപൂർവം പങ്കു വച്ച് കഴിച്ചു. മാത്രമല്ല അവസാനത്തെ ബിസ്കറ്റിന്റെ പകുതിയും താനുമായി പങ്കു വച്ചു. എന്നാൽ ആ സമയത്തുടനീളം താൻ അയാളെ മര്യാദ കെട്ടവൻ, നാണമില്ലാത്തവൻ തല്ലുകൊള്ളി എന്നെല്ലാം വിചാരിച്ചു കൊണ്ടിരുന്നു. സത്യത്തിൽ തെറ്റുകാരൻ താനാണ് താനും.

കേണൽ പുഞ്ചിരിച്ചു. 'ഇപ്പോൾ മനസ്സിലായില്ലേ? നാം തെറ്റും ശരിയും നിർണയിക്കുന്നത് നമ്മുടെ സ്വന്തം വീക്ഷണ കോണിന്റെ അടിസ്ഥാനത്തിൽ മാത്രമാണ്. മറ്റേയാളുടെ വീക്ഷണകോൺ മനസ്സിലാക്കാനുള്ള അല്പമായ ശ്രമം പോലും ആരും നടത്തുന്നില്ല. നാം സ്വയം ഉണ്ടാക്കിയ തെളിവുകളും നിയമങ്ങളും ഉപയോഗിച്ചു മറ്റൊരാളെ നാം തന്നെ കുറ്റവാളിയായി മുദ്ര കുത്തുന്നു. മറ്റുള്ളവരുടെ താല്പര്യങ്ങളെ അനഭിലഷണീയമായും വിശ്വാസങ്ങളെ അന്ധവിശ്വാസങ്ങളായും ആചാരങ്ങളെ അനാചാരങ്ങളായും മുദ്രകുത്താൻ വളരെ എളുപ്പമാണ്. എന്നാൽ അതിനു പിന്നിലെ തത്വങ്ങളും കാരണങ്ങളും ചരിത്രവഴികളും മനസ്സിലാക്കിയാൽ നമ്മുടെ അഭിപ്രായം മാറാൻ വലിയ സമയം വേണ്ടി വരില്ല. ഏകപക്ഷീയമായ നിലപാടുകളാണ് സമൂഹത്തിൽ ഇത്രയും അശാന്തി ഉണ്ടാവാനുള്ള കാരണം.'

'ശരിയാണ് സർ.' ചിന്തയിൽ ആണ്ടുകൊണ്ട് പ്രശാന്ത് പറഞ്ഞു. 'ടി വി ചാനലുകളിൽ വരുന്ന വാർത്തകളിൽ തൊണ്ണൂറു ശതമാനവും ഇത്തരത്തിലുള്ള വിധി പ്രസ്താവങ്ങൾ മാത്രമാണ്. നിരന്തരം കേൾക്കുന്നവർ അത് സത്യമെന്നു ധരിച്ചു വശായി അതിന്റെ അടിസ്ഥാനത്തിൽ തങ്ങളുടെ അഭിപ്രായം രൂപീകരിക്കുന്നു. ഒരു ഭരണകൂടത്തിന്റെ പ്രവർത്തികളെ നിഷ്പക്ഷമായി അവലോകനം ചെയ്തു പൊതുജനാഭിപ്രായം രൂപീകരിക്കാൻ സഹായിച്ചിരുന്ന മാധ്യമങ്ങൾ ഒരു കാലത്ത് ഫോർത്ത് എസ്റ്റേറ്റ് എന്നറിയപ്പെട്ടിരുന്നു. എന്നാൽ ഇന്ന് അറിഞ്ഞോ അറിയാതെയോ രാജ്യവിരുദ്ധ പ്രചാരണം നടത്തുന്ന ശത്രു ചാരസംഘടനകളുടെ ഫലമാണ് പലപ്പോഴും അവരിൽ ചിലരൊക്കെ ചെയ്യുന്നത്. വെറും സെൻസേഷനും റേറ്റിങ്ങിനും വേണ്ടി സമൂഹത്തിലെ ഐക്യവും സാഹോദര്യവും ശാന്തിയും അവർ തകർക്കുന്നു.'

'ഇത്തരം സെൻസേഷണൽ വാർത്തകൾ തൊണ്ടതൊടാതെ വിഴുങ്ങുന്ന ജനങ്ങളും കുറ്റക്കാരാണ്. കാര്യങ്ങൾ വ്യക്തമായി മനസ്സിലാക്കിയ ശേഷം മാത്രം അഭിപ്രായം രൂപീകരിക്കാനുള്ള ചുമതല അവർക്കുമുണ്ട്. കാരണം ഇതിന്റെ ദൂഷ്യഫലങ്ങൾ അനുഭവിക്കുന്നത് അവർ തന്നെയാണ്.'

'ഐ എഗ്രീ സർ.'

'പണ്ടൊരു കാലത്തു ഒരു ബ്രാഹ്മണൻ ഒരു കീരിയെ വളർത്തിയിരുന്നു. ബ്രാഹ്മണന്റെ പിഞ്ചുകുഞ്ഞിന് ഈ കീരി ഒരു നല്ല കൂട്ടായിരുന്നു. കീരി കൂട്ടിനുള്ളത് കൊണ്ട് ബ്രാഹ്മണന് കുഞ്ഞിനെ വീട്ടിലാക്കി പോകുവാൻ യാതൊരു മടിയും ഉണ്ടായിരുന്നില്ല. ഒരിക്കൽ കുഞ്ഞ് ഉറങ്ങിക്കിടന്ന നേരം ഒരു പാമ്പ് കുഞ്ഞിന്റെ അടുത്ത് എത്തുകയും കീരി ഇത് കണ്ടു പാമ്പിനെ കടിച്ചു കൊല്ലുകയും ചെയ്തു. തിരികെ വന്ന ബ്രാഹ്മണൻ കണ്ടത് മുഖത്തും വായിലും രക്തവുമായി മുറ്റത്തു നിൽക്കുന്ന കീരിയെ ആണ്. ബ്രാഹ്മണൻ ഉടനെ ചിന്തിച്ചത് തന്റെ കുഞ്ഞിനെ ഈ കീരി കടിച്ചു കാണും എന്നാണ്. ഉടനെ അടുത്തു കിടന്ന ഒരു വടി എടുത്ത് ഒറ്റ അടിക്ക് കീരിയെ കൊല്ലുകയും ചെയ്തു. പരിഭ്രമത്തോടെ അകത്തു ചെന്ന് നോക്കുമ്പോൾ സുഖമായി ഉറങ്ങുന്ന കുഞ്ഞും ചത്തു കിടക്കുന്ന പാമ്പും ആണ് ബ്രാഹ്മണൻ കണ്ടത്. ബ്രാഹ്മണന് യഥാർത്ഥത്തിൽ സംഭവിച്ചതെന്തെന്നു മനസ്സിലായി. കുഞ്ഞിന്റെ അടുത്തു വന്ന പാമ്പിനെ കടിച്ചു കൊന്നു തന്റെ കുഞ്ഞിന്റെ ജീവൻ രക്ഷിച്ച കീരിയെ താൻ കൊന്നതിൽ അദ്ദേഹം അതിയായി ദു:ഖിച്ചു. കാര്യം അറിയാതെ എടുത്തുചാടി ഒരു നിഗമനത്തിൽ എത്തിയതാണ് ഈ ക്രൂരകൃത്യത്തിനു കാരണം എന്ന് അദ്ദേഹം മനസ്സിലാക്കി.'

അപരീക്ഷ്യ ന കർത്തവ്യം
കർത്തവ്യം സുപരീക്ഷ്യ ച
ന ചേദ് ഭവതി സന്താപോ
ബ്രാഹ്മണാ ന കുലാദ്യഥാ

'ഒന്നു ചെയ്യാൻ തുടങ്ങുമ്പോൾ പരീക്ഷ കൂടാതെ ചെയ്യരുത്. പരീക്ഷയോടുകൂടി സകലകാര്യങ്ങളും ചെയ്യണം. പരീക്ഷ കൂടാതെ ചെയ്താൽ കീരിയെക്കൊന്ന ബ്രാഹ്മണനെ പോലെ സന്താപത്തിനു കാരണമാകുമെന്നറിയുക.'

പ്രശാന്ത് കേണലിന്റെ കണ്ണുകളിലേക്കു നോക്കി. വിവേകം തിളങ്ങി നിൽക്കുന്ന ആ കണ്ണുകളിൽ വർഷങ്ങളുടെ അനുഭവജ്ഞാനം ജ്വലിച്ചു നിൽക്കുന്നതു പോലെ പ്രശാന്തിന് തോന്നി. ഒരു മനുഷ്യന്റെ അനുഭവങ്ങളാണ് യഥാർത്ഥ ഗുരുനാഥൻ എന്നാണല്ലോ പറയുന്നത്.

'ഓ, സംസാരിച്ചു സമയം പോയതറിഞ്ഞില്ല. ഏഴു മണിയായിരിക്കുന്നു. ഡിന്നർ വരാറായി.' കേണൽ വാച്ച് നോക്കിക്കൊണ്ടു പറഞ്ഞു. രണ്ടുപേരും മെല്ലെ എഴുന്നേറ്റു വരാന്തയിലേക്ക് നടന്നു.

ചെറുതായി മഞ്ഞു വീണു തുടങ്ങിയിരിക്കുന്നു. തോട്ടത്തിന്റെ വേലിയ്ക്കടുത്തുള്ള സോഡിയം വിളക്കിന്റെ ശക്തിയേറിയ വെളിച്ചത്തിൽ അതിന്റെ ചുറ്റും ഒരു പ്രഭാവലയം കാണാം. പുൽ നാമ്പുകളിൽ വെള്ളത്തുള്ളികൾ മുത്തു പോലെ വെട്ടിത്തിളങ്ങുന്നു. അപ്പോഴാണ് പ്രശാന്ത് കുളിരിനെപ്പറ്റി ബോധവാനായത്. തണുപ്പുണ്ട്. എന്നാൽ സുഖകരമായ ഇക്കിളിപ്പെടുത്തുന്ന വയനാടൻ മോഡൽ തണുപ്പാണത്. അല്ലാതെ ഉത്തരേന്ത്യയിലെപ്പോലെ ശരീരത്തിൽ കുത്തിത്തുളച്ചു കയറുന്ന തണുപ്പല്ല.

'സീ യു ടുമോറോ ക്യാപ്റ്റൻ. ഗുഡ് നൈറ്റ്.'

'ഗുഡ് നൈറ്റ് സർ.' കേണൽ പ്രശാന്തിന് ഹസ്തദാനം ചെയ്തശേഷം പുഞ്ചിരിയോടെ റൂമിനുള്ളിലേക്കു പോയി. റൂമിലെത്തി ഭക്ഷണം കഴിച്ച പ്രശാന്ത് കേണലുമായുള്ള സംഭാഷണം അയവിറക്കിക്കൊണ്ടിരുന്നു. വർഷങ്ങളുടെ തീവ്രമായ സൈനിക സേവനവും സംഭവബഹുലമായ ജീവിത യാത്രയും അദ്ദേഹത്തെ വളരെ അധികം വിശാല ചിന്താഗതിയും അനുഭവജ്ഞാനവും ഉള്ള ഗുരുതുല്യനായ ഒരു മനുഷ്യനായി വാർത്തെടുത്തിരിക്കുന്നു. എത്ര സരളമായാണ് അദ്ദേഹം ഓരോ കാര്യവും വിശദീകരിക്കുന്നത്. ഉറക്കത്തിലേക്കു വീഴുമ്പോൾ താൻ ഇന്ന് പഠിച്ചറിഞ്ഞ സകലത്തിന്റെയും ആകെത്തുകയായ ശ്ലോകം മനസ്സിൽ എവിടെയോ മുഴങ്ങുന്നുണ്ടായിരുന്നു.

അപരീക്ഷ്യ ന കർത്തവ്യം
കർത്തവ്യം സുപരീക്ഷ്യ ച

അധ്യായം അഞ്ച്

ഭാഗ്യവന്തം പ്രസൂയേഥാഃ മാ ശൂരം മാ ച പണ്ഡിതം

പുലർച്ചെ നാല് മണിക്ക് വീണ്ടും പ്രശാന്ത് ഞെട്ടിയുണർന്നു. മനസ്സിൽ അകാരണമായ പരിഭ്രമവും ആകാംക്ഷയും. വേഗം കൂടിയ ഹൃദയമിടിപ്പ്. ഈയിടെയായി ദിവസേന പുലർച്ചെ നാലു മണിക്കാണ് ഇങ്ങനെ പെട്ടെന്ന് ഉറക്കമുണരുന്നത്. അപ്പോൾ അസുഖകരങ്ങളായ ചില ഓർമ്മകൾ മനസ്സിലേക്ക് തള്ളിക്കയറുന്നു. ഇത് ആവർത്തിച്ചാൽ ഡോക്ടറോട് പറഞ്ഞ് എന്തെങ്കിലും മരുന്ന് വാങ്ങേണ്ടി വരും. കണ്ണടച്ചു ദീർഘശ്വാസം എടുത്തു വീണ്ടും ഉറങ്ങാൻ ശ്രമിച്ചപ്പോൾ പരിഭ്രമം വർധിക്കുന്നു. താൻ എന്തെങ്കിലും മാനസിക വിഭ്രമത്തിന് അടിമപ്പെടുകയാണോ എന്ന് പ്രശാന്തിന് തോന്നി. വീണ്ടും കണ്ണുകൾ അടച്ചു ദീർഘശ്വാസം എടുത്തതിനുശേഷം ചിന്തകളെ കടിഞ്ഞാണയച്ചുവിട്ടു.

കാശ്മീരിലെ ആ സുപ്രഭാതം. തന്റെ കോഴ്സ്മേറ്റും ആത്മസുഹൃത്തുമായ നവനീത് ശർമ്മയെ നഷ്ടപ്പെട്ട ദിവസം. എത്ര ശ്രമിച്ചിട്ടും മറക്കാൻ പറ്റാത്ത ആ നിമിഷങ്ങൾ വീണ്ടും വീണ്ടും മനസ്സിലേക്ക് ഇടിച്ചു കയറുകയാണ്.

പുലർച്ചെ നാലു മണിക്കാണ് വിനയ് കുലുക്കി വിളിക്കുന്നത്.

'സാബ്, സാബ്, അർജെന്റ് മെസ്സേജ് ഹൈ, സി ഓ സാഹബ് തുരന്ത് ബുലായാ ഹൈ.' ഈ സമയത്ത് സി ഓ അർജന്റായി വിളിച്ചതെന്തിനാണെന്ന് പ്രശാന്ത് അത്ഭുതപ്പെട്ടു.

പെട്ടെന്ന് യൂണിഫോമും ബൂട്ടുകളും ധരിച്ചു തയാറായപ്പോഴേക്കും വിനയ് ആവി പറക്കുന്ന ചൂട് ചായ ഇനാമൽ മഗ്ഗിലാക്കി കൈയിൽ തന്നു. അതും കുടിച്ചു തോക്കും കിറ്റ് ബാഗും എടുത്ത് ടെന്റിനു പുറത്തിറങ്ങുമ്പോഴേക്കും കൂടെ വരാനുള്ള രണ്ടു പട്ടാളക്കാർ പുറത്തു നിൽക്കുന്നുണ്ടായിരുന്നു. അവർ അറ്റൻഷൻ ആയി.

'ജയ് ഹിന്ദ് സാഹബ്.' ഇരുട്ടിന്റെ മറവിൽ നിന്നും സുബേദാർ ഠാക്കൂറിന്റെ ശബ്ദം. 'സാബ് പോയി വറൂ, അപ്പോഴേക്കും ഞാൻ പ്ലാറ്റൂണിനെ ഓപ്പറേഷന് തയാറാക്കാം.'

അമ്പതിനു മേലെ പ്രായവും വർഷങ്ങളുടെ അനുഭവസമ്പത്തുള്ള സുബേദാർ ഠാക്കൂറിനോട് ഒരു കാര്യത്തിനും കല്പന കൊടുക്കേണ്ടി വരാറില്ല. എല്ലാം കണ്ടറിഞ്ഞു ചെയ്യുകയും മുൻകൂട്ടി ഊഹിച്ചു കാര്യങ്ങൾക്കു തയാറെടുക്കുകയും പ്ലാറ്റൂണിനെ മുഴുവൻ കൂടെ നിർത്തി ഒരു കാരണവരെപ്പോലെ കൊണ്ടു നടക്കുകയും ചെയ്യുന്ന ഇതു പോലുള്ള ജൂനിയർ കമ്മിഷൻഡ് ഓഫീസർമാരാണ് ഇന്ത്യൻ ആർമിയുടെ നട്ടെല്ലും ജീവശ്വാസവും.

ഒരു ഓഫീസർ ഒരു യൂണിറ്റിന്റെ കമാണ്ടറും ബുദ്ധി കേന്ദ്രവും അവസാന വാക്കും ആയിരിക്കും. ആകെയുള്ള മേൽനോട്ടം, പോളിസി, നിയമങ്ങൾ, തീരുമാനങ്ങൾ, എഴുത്തുകുത്തുകൾ, ഡിസിപ്ലിൻ, പണിഷ്മെന്റ് തുടങ്ങി അനേകം റോളുകൾ ഒരു ഓഫീസർക്കുണ്ട്. എന്നാൽ യൂണിറ്റിലുള്ള ഓരോ സൈനികനേയും മുഴുവൻ സമയവും നേരിട്ട് കാണാനും സംസാരിക്കാനും ഒരു ഓഫീസർക്കാവില്ല. അവിടെയാണ് ബ്രിട്ടീഷുകാർ ഉണ്ടാക്കിയ ജൂനിയർ കമ്മിഷൻഡ് ഓഫിസർ അഥവാ ജെ സി ഓ എന്ന പദവി വരുന്നത്.

ബ്രിട്ടീഷുകാർ ഇന്ത്യൻ പട്ടാളക്കാരെ റിക്രൂട്ട് ചെയ്യാൻ തുടങ്ങിയപ്പോൾ യൂറോപ്യൻ ഓഫീസർമാർക്കും ഇന്ത്യൻ സൈനികർക്കും ഇടയിൽ ഭാഷയും സംസ്കാരവും ഒരു പ്രശ്നമായി മാറി. ഇന്ത്യൻ പട്ടാളക്കാരെ നന്നായി കൈകാര്യം ചെയ്യാൻ അവരുടെ ഭാഷയിൽ സംസാരിക്കുന്ന, അവരുടെ പശ്ചാത്തലവും സംസ്കാരവും മനസ്സിലാക്കാൻ കഴിയുന്ന ഓഫീസർമാർ ഉണ്ടാവേണ്ടത് ആവശ്യമായിരുന്നു. തൽഫലമായി ഇന്ത്യ ഭരിച്ചിരുന്ന വൈസ്രോയിമാർക്ക് ഇന്ത്യൻ ഓഫീസർമാരെ നിയമിക്കാനുള്ള അധികാരം ബ്രിട്ടീഷ് രാജാവ് നൽകി.

സാധാരണയായി ഏതൊരു സൈന്യത്തിലും ഓഫീസർമാരെ നിയമിക്കുന്നത് ആ സൈന്യത്തിന്റെ പരമാധികാരി ആയിരിക്കും. ബ്രിട്ടീഷ് സൈന്യത്തെ സംബന്ധിച്ചിടത്തോളം ആ അധികാരം രാജാവിൽ നിക്ഷിപ്തമായിരുന്നു. ഇങ്ങനെ നിയമിക്കപ്പെട്ട ഓഫീസർമാർ കിങ്സ് കമ്മീഷൻഡ് ഓഫീസർമാർ അഥവാ കെ സി ഓ എന്നറിയപ്പെട്ടു. ഈ അധികാരമാണ് ഇന്ത്യൻ ഓഫീസർമാരെ മാത്രം നിയമിക്കാനായി വൈസ്രോയിക്ക് പകർന്നു നൽകപ്പെട്ടത്. ഇത്തരം ഓഫീസർമാരെ വൈസ്രോയ്സ് കമ്മീഷൻഡ് ഓഫീസർമാർ അഥവാ വി.സി.ഓ എന്ന് വിളിച്ചു വ

ന്നു. ഇവർക്ക് ബ്രിട്ടീഷ് പട്ടാളക്കാരുടെ മേൽ അധികാരം ഉണ്ടായിരുന്നില്ല. ഇന്ത്യൻ യൂണിറ്റുകളുടെ കമാണ്ടർമാർ ബ്രിട്ടീഷ് കെ.സി.ഓ മാർ തന്നെ ആയിരുന്നു. അവർക്കും ഇന്ത്യൻ പട്ടാളക്കാർക്കും ഇടയിലാണ് വി സി ഓ മാരുടെ സ്ഥാനം. ഇവർ നല്ല ഇംഗ്ലീഷ് വിദ്യാഭ്യാസം സിദ്ധിച്ചവർ ആയിരിക്കണം എന്ന് പറയേണ്ടതില്ലല്ലോ. അത് കൂടാതെ കർശനമായ ജാതിവ്യവസ്ഥയുള്ള ഒരു സമൂഹത്തിൽ ജനിച്ചു വളർന്ന ഇന്ത്യൻ പട്ടാളക്കാരുടെ ആദരവിന് പാത്രമാകേണ്ടിയിരുന്നതിനാൽ ഇവർ മിക്കവാറും രാജ കുടുംബങ്ങളിൽ നിന്നും പ്രഭു കുടുംബങ്ങളിൽ നിന്നും ബ്രാഹ്മണ കുടുംബങ്ങളിൽ നിന്നും ഉള്ള കുലീനരായിരുന്നു. അതിനാൽ സീനിയർ ബ്രിട്ടീഷ് ഓഫീസർമാർ പോലും ഇവരെ സാഹേബ് എന്നാണ് അഭിസംബോധന ചെയ്തിരുന്നത്. അത് ഇന്നും തുടരുന്നു.

സ്വാതന്ത്ര്യത്തിനു ശേഷം കിങ്സ് കമ്മീഷൻഡ് ഓഫീസർമാർ ഇന്ത്യൻ കമ്മീഷൻഡ് ഓഫീസർമാർ എന്നറിയപ്പെട്ടു. വി സി ഓ മാർ ജൂനിയർ കമ്മീഷൻഡ് ഓഫീസർമാർ എന്നും അറിയപ്പെടാൻ തുടങ്ങി. അന്നത്തെപ്പോലെ തന്നെ ഇന്നും സേനയുടെ കാര്യനിർവഹണത്തിൽ ജെ സി ഓ മാർ പ്രധാന പങ്കു വഹിക്കുന്നു. സാധാരണ സൈനികനായി ചേരുന്ന നല്ല അച്ചടക്കവും സത്സ്വഭാവവും ഉള്ള ഒരാൾക്ക് ജോലിയിലുള്ള ആത്മാർത്ഥതയും മികച്ച പ്രകടനവും അല്പം ഭാഗ്യവും ഉണ്ടെങ്കിൽ ജെ സി ഓ മാരായി ഉയരാം. ഇവരിൽത്തന്നെ മികച്ചവർക്ക് ഹോണററി ഓഫീസർ പദവിയും കൊടുക്കപ്പെടുന്നു.

'ജയ് ഹിന്ദ് ഠാക്കൂർ സാഹബ്.' സുബേദാർ ഠാക്കൂറിനെ പ്രത്യഭിവാദ്യം ചെയ്തു പ്രശാന്ത് തന്റെ അനുഗാമികൾക്കൊപ്പം വേഗം നടന്നു. മൂന്നു കിലോമീറ്ററുകളോളം കുന്നിറങ്ങിയിട്ടു വേണം ബറ്റാലിയൻ ഹെഡ് ക്വാർട്ടറിൽ എത്താൻ.

നേരം പുലർന്നു തുടങ്ങിയിരുന്നു. അല്പം അകലെയായി വലതു വശത്തു നിന്നുള്ള നടപ്പാതയിലൂടെ മൂന്നു പേർ വരുന്നുണ്ട്.

'ഹെയ് ബഡ്ഡി.' സെക്കന്റ് ലെഫ്റ്റനന്റ് നവനീത് ശർമ്മയുടെ ശബ്ദം പ്രശാന്ത് തിരിച്ചറിഞ്ഞു. തന്റെ പ്ലാറ്റൂൺ ലൊക്കേഷന്റെ ഇടതു വശത്തുള്ള കുന്നിന്മേലാണ് അവന്റെ പ്ലാറ്റൂൺ ഡിപ്ലോയ് ചെയ്തിരിക്കുന്നത്. അവനും തന്നെപ്പോലെ തന്നെ ബറ്റാലിയൻ ആസ്ഥാനത്തേക്കുള്ള യാത്രയാണ്.

'ഹായ് ബഡ്ഡി, വാട്ട് ഈസ് ദിസ് ഏർലി മോർണിംഗ് സർപ്രൈസ്? എനി ഐഡിയ?' പ്രശാന്ത് ചോദിച്ചു .

'നോ ഐഡിയാ മാൻ. വീ മേ ഗെറ്റ് സം മിലിറ്റന്റ്സ് ഫോർ ബ്രേക്ക്

ഫാസ്റ്റ് ഇഫ് വീ ആർ ലക്കി.' നവനീത് ചിരിച്ചു കൊണ്ട് പറഞ്ഞു.

നീലക്കണ്ണുകളുള്ള നിഷ്കളങ്കമായ മുഖവും എപ്പോഴും പുഞ്ചിരിച്ചു കൊണ്ടിരിക്കുന്ന മുഖഭാവവും എല്ലാ കാര്യങ്ങളും വളരെ അനായാസ മായി എടുക്കുന്ന പ്രകൃതവുമാണ് നവനീതിനെ ബറ്റാലിയന്റെ മുഴുവൻ കണ്ണിലുണ്ണിയാക്കി മാറ്റിയത്. എന്നാൽ ഈ സുന്ദരനായ തമാശക്കാര ന്റെ ഉള്ളിൽ ഒരു ധീരനായ പോരാളി ഒളിഞ്ഞിരിക്കുന്നു എന്ന് ഒറ്റനോട്ട ത്തിൽ ആർക്കും ഊഹിക്കാൻ പറ്റില്ല.

സാമാന്യം പ്രശസ്തമായ ഒരു ക്ഷേത്രത്തിലെ പൂജാരിയുടെ മൂത്ത മകനാണ് നവനീത് ശർമ്മ. സൈന്യത്തിൽ ബ്രിഗേഡിയർ ആയ തന്റെ ഇളയച്ഛന്റെ പാത പിന്തുടർന്നാണ് അവൻ സേനയിൽ ചേർന്നത്. തല മുറകളായി ആ കുടുംബത്തിൽനിന്നും കുറെയേറെ പേർ സേനയിൽ ഓഫീസർമാരായി സേവനം ചെയ്തിട്ടുണ്ട്. ഓരോ തലമുറയിലെയും തലമുതിർന്ന പുരുഷൻ പാരമ്പര്യമായി ക്ഷേത്രത്തിലെ പൂജാരി സ്ഥാനം ഏറ്റെടുക്കുന്നു. ഇളയവർ പലരും ജഡ്ജിമാർ, മുതിർന്ന ഐഎഎസ് ഉദ്യോഗസ്ഥന്മാർ, പ്രൊഫസർമാർ, സേനയിൽ ഓഫീസർമാർ, തുടങ്ങി യ പദവികളിൽ എത്തിച്ചേർന്നവർ ആയിരുന്നു,

എന്നാൽ മൂത്ത മകനായിട്ടും നവനീതിന് പൂജാരി ആവാൻ താല്പ ര്യം ഉണ്ടായിരുന്നില്ല, ചെറിയപ്രായത്തിൽത്തന്നെ ഇളയച്ഛന്റെ വ്യക്തി ത്വത്തിൽ ആകൃഷ്ടനായ അവന് സേനയിൽ ഓഫീസർ ആവാനായിരു ന്നു താല്പര്യം. തന്റെ പിതാവ് അന്തരിച്ചപ്പോൾ കോളേജ് അധ്യാപക ന്റെ ജോലി രാജിവെച്ചു പൂജാരിയുടെ ജോലി ഏറ്റെടുത്ത അവന്റെ പി താവ് എതിർത്തില്ല. ഒന്നുകിൽ അവൻ ആവശ്യമായ സമയത്തു റിട്ടയർ ആയി വരട്ടെ, അല്ലെങ്കിൽ അവന്റെ അനുജൻ ഏറ്റെടുക്കട്ടെ എന്ന ഉദാ രപൂർണമായ സമീപനമാണ് അദ്ദേഹം സ്വീകരിച്ചത്.

ബറ്റാലിയൻ ഹെഡ്ക്വാർട്ടേഴ്സിന്റെ ഓപ്പറേഷൻസ് റൂമിന്റെ വാതിൽ ക്കൽ മെസ് വെയ്റ്റർ ഷിൻഡെ ഓരോ വലിയ കപ്പ് കാപ്പിയും ബട്ടർ പേപ്പറിൽ പൊതിഞ്ഞ രണ്ടു സാൻഡ്‌വിച്ചുകളും വീതം ഇരുവർക്കും ഒരു ചിരിയോടെ നൽകി. ഫീൽഡിൽ നിന്നും ആര് ഏതു സമയത്തു വന്നാലും അവർക്കു ചൂടുള്ള ചായയും ഭക്ഷണവും നൽകണം എന്നത് സി ഓ കേണൽ നവ്ഷേർ സിംഗിന്റെ അലിഖിതമായ നിയമം ആണ്. ഓപ്പറേഷൻസ് റൂമിനുള്ളിൽ കമാൻഡിങ് ഓഫീസർ, അഡ്ജുറ്റൻറ്, കമ്പനി കമാണ്ടർമാർ പ്ലാറ്റൂൺ കമാണ്ടർമാർ എന്നിവരെ കൂടാതെ, പതി വില്ലാതെ ഗൂർഖാ ബറ്റാലിയൻ സി ഓ യും ബ്രിഗേഡ് കമാണ്ടറും ബ്രിഗേഡ് മേജറും സിഗ്നൽ യൂണിറ്റ് കമാണ്ടറും ഉണ്ടായിരുന്നു.

എന്തോ കാര്യമായി നടക്കാൻ പോകുന്നു.

എല്ലാവരും ഇരുന്നു കഴിഞ്ഞപ്പോൾ ബ്രിഗേഡ് മേജർ സ്ഥിതിഗതികൾ വിവരിച്ചു. അടുത്തുള്ള ചെറു പട്ടണത്തിലെ ഒരു ബാങ്ക് ഉൾപ്പെടെ സ്ഥാപനങ്ങൾ ഉള്ള ഒരു കെട്ടിടത്തിൽ ആറു തീവ്രവാദികൾ കയറിപ്പറ്റിയിരിക്കുന്നു. പത്തോളംപേർ ബന്ദികളായി ഉള്ളിലുണ്ട്. ബാങ്ക് കൊള്ളയടിക്കുകയും കഴിയുന്നത്ര നാശനഷ്ടങ്ങൾ വരുത്തി വെക്കുകയും ആയിരിക്കണം അവരുടെ ഉന്നം. കഴിയുന്നത്ര കൊളാറ്ററൽ ഡാമേജ് ഒഴിവാക്കിക്കൊണ്ട് അവരെ ന്യൂട്രലൈസ് ചെയ്യുകയാണ് ദൗത്യം.

ബിൽഡിങ്ങിന്റെ മാപ്പ് വരച്ച വലിയ ചാർട്ട് പേപ്പർ ഒരു ബോർഡിൽ തൂക്കിയിട്ടിരുന്നു. അതിൽ ചൂണ്ടിക്കാണിച്ചു കൊണ്ട് ബ്രിഗേഡ് മേജർ ആയ മേജർ അമിത് സിംഗ് ഉള്ളിലെ മുറികൾ, വാതിലുകൾ, ജനലുകൾ ഫർണിച്ചർ തുടങ്ങി ആ കെട്ടിടത്തെപ്പറ്റി എല്ലാ വിവരങ്ങളും പറഞ്ഞു.

അടുത്തുള്ള ഗൂർഖാ ബറ്റാലിയൻ ആ കെട്ടിടത്തിന് ചുറ്റുമുള്ള ഏരിയ കോർഡോൺ ചെയ്തു കഴിഞ്ഞിരിക്കുന്നു. കോർഡോൺ ചെയ്ത ഏരിയക്കുള്ളിൽ ഉള്ള സിവിലിയന്മാരെ എല്ലാം ഒഴിപ്പിച്ചു കഴിഞ്ഞു. കെട്ടിടത്തിലേക്കുള്ള വൈദ്യുതിയും വെള്ളവും വിച്ഛേദിച്ചു കഴിഞ്ഞു. തങ്ങൾ വളയപ്പെട്ടിരിക്കുന്നു എന്ന് ഭീകരർക്ക് മനസ്സിലായിരിക്കുന്നു. അവർ ആറു സിവിലിയന്മാരെ തടവിൽ പിടിച്ചു വെച്ചിരിക്കുകയാണ്.

നമ്മുടെ ബറ്റാലിയന്റെ ചുമതല ബ്രിഗേഡ് മേജർ വിശദീകരിച്ചു. ആദ്യമായി ഇപ്പോഴുള്ള കോർഡോണിന്റെ ഉള്ളിലായി കെട്ടിടത്തിന് കൂടുതൽ അടുത്തായി വ്യാസം കുറഞ്ഞ ഒരു ഇന്നർ കോർഡോൺ തീർക്കണം. കെട്ടിടത്തിന്റെ എല്ലാ വാതിലുകളും ജനാലകളും നിരീക്ഷണത്തിനും വെടിവെക്കാൻ തക്ക വിധത്തിലും കവർ ചെയ്യണം. എല്ലാ ജനാലകളും കവർ ചെയ്യാൻ സ്നൈപ്പർമാർ ഉണ്ടാവണം. ഒരു ബിൽഡിങ് എൻട്രി പാർട്ടിയും ഒരു റിസേർവ് പാർട്ടിയും വേണം.

'ജന്റിൽമെൻ, ദിസ് ഈസ് എ പ്രെറ്റി റിസ്കി മിഷൻ. ഐ നീഡ് ആൻ എജൈൽ യങ് ഓഫീസർ ടു വൊളന്റീയർ ടു ലീഡ് ദി എൻട്രി പാർട്ടി.' ബ്രിഗേഡ് കമാൻഡർ പറഞ്ഞു. സേനയിൽ കൽപ്പന നൽകിയാൽ അതനുസരിക്കാൻ ഏവരും ബാധ്യസ്ഥരാണെങ്കിലും അപകടകരമായ മിഷനുകൾക്ക് വോളന്റീയർമാരെ തേടുന്നതാണ് മാമൂൽ. സ്വയം ഓപ്പറേഷനായി മുന്നോട്ടു വരുന്ന ഒരാൾക്ക് ആ മിഷൻ വിജയിപ്പിക്കാനുള്ള മാനസിക ഊർജം കൂടുതലായി ഉണ്ടാകുമെന്നാണ് സൈനിക മനഃശാസ്ത്രജ്ഞർ പറയുന്നത്.

'ദാറ്റ് വിൽ ബി മീ, സർ.' ആർക്കെങ്കിലും എന്തെങ്കിലും പറയാൻ പറ്റുന്നതിനു മുൻപ് തന്നെ പ്രശാന്ത് എഴുന്നേറ്റു അറ്റെൻഷൻ ആയി വലതു കൈ പൊക്കിക്കൊണ്ട് പറഞ്ഞു.

'ഗുഡ്, സൊ ഹൂ വിൽ ലീഡ് റിസേർവ് പാർട്ടി?'

'മീ, സർ.' നവനീത് എഴുന്നേറ്റു അറ്റെൻഷൻ ആയി വലതുകൈ പൊക്കി .

'ഫന്റാസ്റ്റിക്. യു ബോത്ത് കോഴ്സ്മേറ്റ്സ് ക്യാൻ വർക്ക് ഇറ്റ് ഔട്ട് ബെറ്റർ ദാൻ എനി വൺ എൽസ്.' ബ്രിഗേഡ് കമാണ്ടർക്ക് സന്തോഷമായി.

രണ്ടു പാർട്ടികളും തങ്ങളുടെ കമ്പനി കമാൻഡർ ആയ ക്യാപ്റ്റൻ ഇഷ്തിയാഖ് അലി അംജദിന്റെ കീഴിൽ ആയിരിക്കും. ഇന്നർ കോർഡോൺ ആൽഫാ കമ്പനി കമാൻഡർ ക്യാപ്റ്റൻ രൺവിജയ് സിംഗ് റാത്തോഡിന്റെ ചുമതലയായിരിക്കും. സ്നൈപ്പർമാരും ഒബ്സർവർമാരും ചാർളി കമ്പനി കമാൻഡർ ക്യാപ്റ്റൻ അലക്സാണ്ടറുടെ ചുമതലയായിരുന്നു. ഒട്ടാകെയുള്ള ചുമതലയും കോർഡിനേഷനും കേണൽ നവ്ഷേർ സിംഗിന്റെ മേൽ ആയിരിക്കും.

പ്ലാൻ വിശദമായി ചർച്ച ചെയ്ത ശേഷം മാപ്പും ബിൽഡിങ് പ്ലാനും ഉപയോഗിച്ച് ഓരോരുത്തരും ചെയ്യേണ്ട കാര്യങ്ങൾ ഒന്ന് കൂടി റിഹേഴ്സ് ചെയ്തുറപ്പിച്ചു. ഒരു മണിക്കൂറിനുള്ളിൽ ഓപ്പറേഷൻ നടക്കേണ്ട സ്ഥലത്തേക്ക് നീങ്ങാൻ ബ്രിഗേഡിയറുടെ കല്പന കിട്ടി.

'ഹേയ് , ഐ വാണ്ടഡ് റ്റു ലീഡ് ദി എൻട്രി ടീം. ബട്ട് സീംസ് യു ഗോട്ട് എ സ്പ്രിംഗ് അപ്പ് യുവർ ബം.' നവനീത് ചിരിച്ചു കൊണ്ട് പറഞ്ഞു. എൻട്രി എന്ന് കേട്ട പാതി കേൾക്കാത്ത പാതി താൻ സ്പ്രിംഗ് വെച്ചത് പോലെ ചാടി എഴുന്നേറ്റു വോളന്റീയർ ചെയ്തു കളഞ്ഞു. എന്റെ അവസരം നഷ്ടമായി.

'സാരമില്ല. എല്ലാവർക്കും അവസരങ്ങൾ കിട്ടിക്കൊണ്ടിരിക്കും.' പ്രശാന്ത് ചിരിച്ചു.

ഓപ്പറേഷൻ റൂമിൽനിന്നും പുറത്തിറങ്ങുമ്പോൾ മുന്നിലെ ഒഴിഞ്ഞ ചെറിയ തുറസ്സിൽ സുബേദാർ ഠാക്കൂർ തന്റെ പ്ലാറ്റൂണിലെ പന്ത്രണ്ട് ഏറ്റവും നല്ല പട്ടാളക്കാരെ ഫുൾ ബാറ്റിൽ വേഷത്തിൽ ഫാൾ ഇൻ ചെയ്തു വച്ചിരിക്കുന്നതാണ് കണ്ടത്. മനസ്സറിഞ്ഞു കാര്യങ്ങൾ ചെയ്യാനുള്ള ഇദ്ദേഹത്തിന്റെ കഴിവിനെ മാനിച്ചേ പറ്റൂ. റിപ്പോർട്ട് എടുത്ത ശേഷം മറ്റു ടീമുകൾ തയ്യാറാവുന്നത് വരെ വിശ്രമിക്കാനും ചായയും ലഘു ഭക്ഷണവും കഴിക്കാനും ആയി പ്രശാന്ത് തന്റെ പട്ടാളക്കാരെ പറഞ്ഞ

യച്ചു.

ഒരു മണിക്കൂറിനുള്ളിൽ ബറ്റാലിയന്റെ എല്ലാ ഘടകങ്ങളും ഓപ്പറേഷനു തയാറായി ഡിപ്ലോയ് ചെയ്യപ്പെട്ടു. ഗൂർഖാ ബറ്റാലിയന്റെ കമ്പനികൾ ഏതാണ്ട് അഞ്ഞൂറ് മീറ്റർ അകലത്തിൽ നേരത്തെ തന്നെ കോർഡോൺ ചെയ്തു വെച്ചിരുന്നു. സെക്കന്റ് ലെഫ്റ്റനെന്റ് പ്രശാന്തിന്റെ ടീം അതായത് പ്രശാന്തും ആറു സൈനികരും ആയുധങ്ങളും വെടിക്കോപ്പുകളും ഒക്കെ ധരിച്ചു തയാറായി കെട്ടിടത്തിന്റെ പ്രധാന വാതിലിന്റെ ഇടതു വശത്തുള്ള ഒരു അര മതിലിന്റെ മറവിൽ തുടങ്ങാനുള്ള ഉത്തരവ് കാത്തുകൊണ്ട് പതുങ്ങി ഇരുന്നു. നവനീതിന്റെ ടീം കെട്ടിടത്തിന്റെ തെക്കു ഭാഗത്തുള്ള അരമതിലിനു പിറകിൽ തയ്യാറായിരുന്നു.

എമ്പാടും നിറഞ്ഞ ശാന്തത. ആ കെട്ടിടത്തിനുള്ളിൽ ആരെങ്കിലും ഉണ്ടെന്നുള്ളതിന്റെ ഒരു സൂചനയും ഇല്ല. ഇനി അവർ വല്ല വിധേനയും രക്ഷപ്പെട്ടു കാണുമോ? പെട്ടെന്ന് നിശ്ശബ്ദതയെ ഭേദിച്ച് കൊണ്ട് മൈക്കിൽ ശബ്ദം ഉയർന്നു.

'ഈ കെട്ടിടം പൂർണമായും വളയപ്പെട്ടിരിക്കുന്നു. ഉള്ളിലുള്ള എല്ലാവരും ആയുധങ്ങൾ എല്ലാം ഉപേക്ഷിച്ചു കൈവെള്ളകൾ മുന്നിൽ കാണുന്നവിധം കൈകൾ തലയ്ക്കു മുകളിൽ ഉയർത്തി സാവധാനം ഓരോരുത്തരായി പുറത്തേക്കു വരേണ്ടതാണ്. സമാധാനപൂർവം വന്നാൽ നിങ്ങൾക്ക് ആപത്തൊന്നും സംഭവിക്കില്ല.' മൂന്നു പ്രാവശ്യം അനൗൺസ് ചെയ്തിട്ടും യാതൊരു പ്രതികരണവും ഇല്ല.

'നവാബ് ഫോർ ഓൾ സ്റ്റേഷൻസ്, റിപ്പോർട്ട്.' കേണൽ നവ്ഷേർ സിംഗിന്റെ ആഴമുള്ള ശബ്ദം റേഡിയോയിൽ കേട്ടു.

'ഗസ്നി ഫോർ ഓൾ സ്റ്റേഷൻസ്. ഔട്ടർ കോർഡോൺ റെഡി.' നേപ്പാളി ചുവയുള്ള ഇംഗ്ലീഷിൽ മേജർ ഗ്യാൻ ബഹദൂർ ഥാപ്പയുടെ ശബ്ദം പ്രശാന്ത് തിരിച്ചറിഞ്ഞു.

'സയ്യദ് ഫോർ ഓൾ സ്റ്റേഷൻസ്, ഇന്നർ കോർഡോൺ റെഡി.' ക്യാപ്റ്റൻ റാത്തോഡിന്റെ ശബ്ദം.

'അയ്യൂബ് ഫോർ ഓൾ സ്റ്റേഷൻസ്, സ്പോട്ടേഴ്സ് റെഡി.' ക്യാപ്റ്റൻ അലക്സാണ്ടർ തന്റെ സ്നൈപ്പർ ടീമിന്റെ തയാറെടുപ്പ് റിപ്പോർട്ട് ചെയ്തു.

'അംജദ് ഫോർ ഓൾ സ്റ്റേഷൻസ്, ബോത്ത് ടീംസ് ആർ റെഡി.' ക്യാപ്റ്റൻ ഇഷ്തിയാഖ് .

'നവാബ് ഫോർ ഓൾ സ്റ്റേഷൻസ്, ഇറ്റ് ഈസ് എ ഗോ, ഐ സെ എഗൈൻ, ഗോ' കേണൽ നവ്ഷേർ സിംഗ് ഓപ്പറേഷൻ തുടങ്ങാനുള്ള

കല്പന നൽകി.

'അഡ്വാൻസ്.' പ്രശാന്ത് തന്റെ പട്ടാളക്കാർക്ക് കല്പന നൽകിയതിന് ശേഷം മുന്നോട്ടു കുതിച്ചു.

എന്നാൽ അപ്രതീക്ഷിതമായി പ്രധാന വാതിലിന്റെ രണ്ടു വശവുമുള്ള ചെറിയ ജനാലകളിലെ വിള്ളലിലൂടെ അതിശക്തമായ വെടിയുണ്ട വർഷം ആരംഭിച്ചു.

'ഡൌൺ,ഡൌൺ.' പ്രശാന്ത് ഉറക്കെ കല്പന കൊടുത്തു കൊണ്ട് നിലത്തേക്ക് ഡൈവ് ചെയ്തു. തന്റെ ചെവിക്കരികിലൂടെ വെടിയുണ്ടകൾ ചീറിപ്പായുന്ന ശബ്ദം ഒരു മൂവിയിലെന്നോണം കേൾക്കാമായിരുന്നു.

മുന്നോട്ടു പോകുന്നത് തികച്ചും ആത്മഹത്യാപരമായിരിക്കും. 'ഫയർ ആൻഡ് മൂവ് ബാക്ക്.' പ്രശാന്തും സൈനികരും തിരിച്ചു വെടിവെച്ചു കൊണ്ട് പിന്നോട്ടേക്ക് ഇഴഞ്ഞു നീങ്ങി. വലത് വശത്തുണ്ടായിരുന്ന നായക് രഘുബീർ സിംഗ് പെട്ടെന്ന് ആക്രോശിച്ചു. അയാൾക്ക് വെടിയേറ്റതാണെന്നു പ്രശാന്തിന് മനസ്സിലായി.

'രാം സിംഗ്, പുൾ ഹിം ബാക്ക്. ലെഫ്റ്റ് ലെഗ്.' പ്രശാന്ത് കൂടെയുള്ള സൈനികന് ഓർഡർ കൊടുത്ത ശേഷം ചീറിപ്പായുന്ന വെടിയുണ്ടകൾക്കിടയിലൂടെ ഇഴഞ്ഞു നീങ്ങി രഘുബീറിന്റെ വലത്തേ കാലിൽ പിടിച്ചു.

'ടീം, കവർ അസ് നൗ'

പ്രശാന്തിന്റെ കല്പന കേട്ട ഉടനെ പിന്നിലുണ്ടായ സൈനികർ അരമതിലിന്റെ മുകളിലൂടെ രണ്ടു ജനാലകൾക്കും നേരെ അതിശക്തമായ വെടിയുണ്ടവർഷം ആരംഭിച്ചു. അതിന്റെ മറവിൽ പ്രശാന്തും റാംസിംഗും രഘുബീർ സിംഗിനെ അരമതിലിന്റെ സുരക്ഷിതത്വത്തിലേക്കു മാറ്റി. എവിടെനിന്നോ തന്റെ ഫസ്റ്റ് എയിഡ് ബാഗുമായി ഓടിയെത്തിയ ഫീൽഡ് നഴ്സിംഗ് അസിസ്റ്റന്റ് നായക് മുരുകൻ രഘുവീറിന്റെ യൂണിഫോമിന്റെ കൈ വെട്ടി മാറ്റി.

'സാരമില്ല സർ, വെറും ഫ്ളഷ് വൂണ്ട് ആണ്. വേദനയുണ്ടാവും. പക്ഷെ അപകടമില്ല.' വേദനസംഹാരി ഇൻജെക്ട് ചെയ്തശേഷം മുരുകൻ മുറിവ് ഡ്രസ്സ് ചെയ്യാൻ ആരംഭിച്ചു.

പ്രശാന്തിന്റെ ടീം അപ്പോഴും അരമതിലിനു പിറകിൽനിന്ന് കൊണ്ട് ഫയറിംഗ് തുടരുകയായിരുന്നു. ഉള്ളിലുള്ള തീവ്രവാദികൾ നല്ല തയാറെടുപ്പിലാണ് എന്നത് വ്യക്തമായിരുന്നു. ഉള്ളിൽ സിവിലിയന്മാർ ഇല്ലായിരുന്നെങ്കിൽ ഒന്നോ രണ്ടോ റോക്കറ്റുകൾ അല്ലെങ്കിൽ റോക്കറ്റ്

പ്രൊപ്പെൽഡ് ഗ്രനേഡ് കൊണ്ട് തീർക്കാവുന്ന പ്രശ്നമാണ്. ബിൽഡിങ് ബ്രീച്ചു ചെയ്യാൻ അടുത്തെങ്ങും സാധ്യമല്ല എന്ന് തന്നെയാണ് തോന്നുന്നത്.

'ടീം റെഡ് റിപ്പോർട്ട്.' കേണൽ നവ്ഷേർ സിംഗിന്റെ ശബ്ദം റേഡിയോയിൽ കേട്ടു.

'വൺ വൂണ്ടഡ്, നോൺ ഫാറ്റൽ. എൻട്രി നോ ഗോ,' പ്രശാന്ത് മറുപടി നൽകി.

'ടീം ബ്ലൂ റെഡി ടു ഗോ. എൻട്രി പോസ്സിബിൾ ബ്രീച്ചിങ് സൈഡ് വിൻഡോ.' നവനീതിന്റെ ശാന്തമായ സ്വരം.

അല്പനേരം നിശബ്ദത. കമാൻഡ് പോസ്റ്റിൽ കേണൽ മറ്റുള്ളവരുമായി ആലോചിക്കുകയാവും

'ടീം ബ്ലൂ ഗോ.' റേഡിയോയിൽ ഉത്തരവ് വന്നു.

'ബ്ലൂ റോജർ.' നവനീതിന്റെ ശബ്ദം.

പ്രശാന്തിന്റെ ടീം ആ സമയമത്രയും ബ്ലൂ ടീമിന്റെ എൻട്രി മറച്ചു വെക്കാൻ രണ്ടു ജനാലകളിലേക്കും ഇടവിട്ട് ഫയർ ചെയ്തു കൊണ്ടിരുന്നു.

നവനീത് മെല്ലെ ഇഴഞ്ഞു നീങ്ങി തെക്കുവശത്തുള്ള ജനാലയുടെമേൽ എക്സ്പ്ലോസിവ് ചാർജ് വെച്ച് ഫ്യൂസ് സെറ്റാക്കി വീണ്ടും മതിലിനു പുറകിലേക്ക് ചാടി മാറി നിന്നു.

പെട്ടെന്ന് വലിയ ശബ്ദത്തോടെ ഒരു സ്ഫോടനം ഉണ്ടായി. ആ ജനാല ഛിന്നഭിന്നമായി.

'ഫോളോ മീ.' നവനീതിന്റെ ആക്രോശം മറ്റു ശബ്ദങ്ങൾക്കു മുകളിലായി മുഴങ്ങിക്കേട്ടു.

നവനീത് ടീമിനെ നയിച്ച് കൊണ്ട് ജനാലക്കു ഉള്ളിലൂടെ ചാടി. പെട്ടെന്ന് പ്രശാന്തിന്റെ ടീമിന് നേരെ വെടിവെച്ചു കൊണ്ടിരുന്ന തോക്കുകൾ നിശബ്ദമായി. നവനീത് ആ രണ്ടു തീവ്രവാദികളെയും വെടിവെച്ചുകൊന്നു എന്ന് പ്രശാന്തിന് മനസ്സിലായി.

അടുത്ത കുറച്ചു നിമിഷങ്ങൾ കെട്ടിടത്തിന്റെ ഉള്ളിൽ വെടിശബ്ദങ്ങളും നിലവിളികളും മുഴങ്ങി. പിന്നെ എല്ലാം ശാന്തമായി.

'റെഡ് ടീം ഗോ.' കേണലിന്റെ കല്പന റേഡിയോവിൽ.

'റെഡ് റോജർ.' പ്രശാന്തും ടീമും മുന്നോട്ടേക്ക് നീങ്ങി.

വാതിൽക്കൽ എത്തിയപ്പോൾ പെട്ടെന്ന് ഉള്ളിൽ ഒരു വെടിയുടെ ശബ്ദവും ആക്രോശവും പിന്നെ നീണ്ട ഒരു ബസ്റ്റിന്റെ ശബ്ദവും കേട്ടു. വെടിവെച്ചയാൾ മാഗസിൻ മുഴുവൻ ഒറ്റയടിക്ക് തീർത്തിരിക്കും.

'റെഡ് ടീം എന്ററിങ്. ഹോൾഡ് ഫയർ.' ബ്ലൂടീമിന് വാണിംഗ് കൊടുത്തു കൊണ്ട് പ്രശാന്തും ടീമും ബിൽഡിങ്ങിനുള്ളിലേക്ക് ഇരച്ചുകയറി.

ആദ്യത്തെ റൂമിൽ രണ്ടു ഭീകരർ മരിച്ചു കിടക്കുന്നു. രണ്ടാമത്തെ റൂമിന്റെ ഉള്ളിൽ ബ്ലൂ ടീമിലെ രണ്ടു സൈനികർ തോക്ക് ചൂണ്ടി നിൽക്കുന്നുണ്ടായിരുന്നു. നിലത്തു മൂന്നു ഭീകരർ മരിച്ചു കിടന്നിരുന്നു. മൂന്നാമത്തെ റൂമിൽ ഒരു ഭീകരനെ ജീവനോടെ പിടിച്ചു മുട്ടിന്മേൽ നിർത്തി രണ്ടു സൈനികർ തോക്കു ചൂണ്ടി നിൽക്കുന്നുണ്ടായിരുന്നു. എല്ലാ സിവിലിയൻ ബന്ദികളും പരിക്കൊന്നും പറ്റാതെ ആ റൂമിൽ ഉണ്ടായിരുന്നു.

നാലാമത്തെ റൂമിൽ എത്തിയ പ്രശാന്ത് ഞെട്ടിത്തരിച്ചു നിന്നു. നവനീത് വീണു കിടക്കുന്നു. ചുറ്റും രക്തക്കളം. അടുത്ത് വെടികൊണ്ട് അരിപ്പപോലെ തുളഞ്ഞ ശരീരവുമായി ഒരു ഭീകരൻ കിടക്കുന്നു. നവനീതിന്റെ ബാറ്റിൽ ബഡ്ഡി നായക് ജയ്സിംഗ് ചൗഹാൻ കണ്ണീരോടെ അവന്റെ മുഖത്ത് നോക്കി മുട്ടുകുത്തി ഇരിക്കുന്നുണ്ടായിരുന്നു.

'ആൾ റൂംസ് ക്ലിയേർഡ് സർ.' ഹവിൽദാർ റാംസിംഗിന്റെ റിപ്പോർട്ട് ആ മരവിപ്പിനിടയിലും പ്രശാന്ത് കേട്ടു.

'ടാർഗറ്റ് സെക്യൂർഡ്. ബ്ലൂ ലീഡർ ഡൌൺ, ബ്ലൂ ലീഡർ ഡൌൺ സെൻറ് മെഡിക്കൽ ടീം നൗ.' പ്രശാന്ത് റേഡിയോ സെറ്റിൽ ആക്രോശിച്ചു. നിലത്തിരുന്നു നവനീതിന്റെ കഴുത്തിലെ പൾസ് ചെക്ക് ചെയ്യാൻ വിരൽ അമർത്തിയപ്പോഴാണ് അവന്റെ കഴുത്തിൽ താടിയെല്ലിനടിയിലായി വെടിയുണ്ട കയറിയ ദ്വാരം കണ്ടത്. വെടിയുണ്ട കഴുത്തിലൂടെ കയറി തലച്ചോറിലൂടെ പോയി എതിർവശത്തെ ചെവിക്കു പിറകിലായി പുറത്തു പോയിരിക്കുന്നു. കണ്ണീരോടെ പ്രശാന്ത് ജയ്സിംഗിന്റെ നേരെ നോക്കി.

'സാബ്, ഞങ്ങൾ എല്ലാ റൂമുകളും നിമിഷങ്ങൾക്കുള്ളിൽ ക്ലിയർ ചെയ്തു. നവനീത് സാഹബ് ഇവിടെ വെടിയേറ്റ് കമിഴ്ന്നു കിടന്നിരുന്ന ഒരു ഭീകരനെ കാല് കൊണ്ട് മറിച്ചിട്ടപ്പോൾ അവൻ പെട്ടെന്ന് പിസ്റ്റൾ കൊണ്ട് സാബിന് നേരെ വെടിയുതിർത്തു. അവന്റെ അനക്കം കണ്ട ഉടനെ തന്നെ ഞാൻ അവന്റെ മേലെ തുരുതുരാ വെടി ഉതിർത്തെങ്കിലും അപ്പോഴേക്കും സാബിന് വെടിയേറ്റിരുന്നു.' കണ്ണീരൊഴുക്കിക്കൊണ്ട് ജയ്സിംഗ് നിലത്തിരുന്നു വിതുമ്മി.

അപ്പോഴേക്കും ഡോക്ടറും നഴ്സിംഗ് അസിസ്റ്റന്റ് മുരുകനും ടീമും ഉള്ളിലേക്കെത്തി നവനീതിന്റെ ശരീരം പരിശോധിച്ച് സ്ട്രെച്ചറിൽ എടുത്തു പുറത്തേക്കു പോയി.

ആറു സിവിലിയന്മാരും പരുക്കുകൾ ഒന്നും ഇല്ലെങ്കിലും കനത്ത മാനസിക ആഘാതം ഏറ്റ നിലയിലായിരുന്നു. ജീവനോടെ തടവിൽ പിടിച്ച ഭീകരൻ മീശപോലും കുരുക്കാത്ത പതിനാറു വയസ്സിൽ താഴെ മാത്രം പ്രായം ഉള്ള ഒരു ബാലനായിരുന്നു. നവനീതിന്റെ വീരമൃത്യുവും രഘുബീർ സിംഗിന്റെ പരിക്കും ഒഴിച്ചാൽ വേറെ ആർക്കും ഒരു പോറൽ പോലും ഏറ്റിരുന്നില്ല.

പിന്നെയുള്ള കുറച്ചു മണിക്കൂറുകൾ തികച്ചും യാന്ത്രികമായിരുന്നു. ആവശ്യമായ റിപ്പോർട്ടുകൾ എല്ലാം കൊടുത്ത് വേണ്ട ഒപ്പുകൾ ഇട്ടു പ്രശാന്ത് മടക്കയാത്രക്കൊരുങ്ങി. നവനീതിന്റെ പോസ്റ്റിന്റെ താൽക്കാലിക ചുമതല കൂടി പ്രശാന്തിന് കൊടുത്തതിനാൽ തന്റെ ലൊക്കേഷൻ തല്ക്കാലം സുബേദാർ ഠാക്കൂറിനെ ഏൽപ്പിച്ചു പ്രശാന്ത് നവനീതിന്റെ പോസ്റ്റിലേക്കാണ് പോയത്. അന്ന് അവിടെ നവനീതിന്റെ ബങ്കറിൽ അവന്റെ ക്യാമ്പ് ബെഡ്ഡിലാണ് പ്രശാന്ത് ഉറങ്ങിയത്, അഥവാ ഉറക്കം വരാതെ നേരം വെളുപ്പിച്ചത്.

ബങ്കറിൽ ഉറക്കം വരാതെ കിടന്നുകൊണ്ട് പ്രശാന്ത് ആ ദിവസത്തെ ഓരോ സംഭവങ്ങളും ഒരു ടെലിവിഷൻ സ്ക്രീനിലെന്നോണം മനസ്സിൽ റീപ്ലേ ചെയ്തു. രാവിലെ കുന്നിറങ്ങി പോകുമ്പോൾ വഴിയിൽ കണ്ടതും ഒന്നിച്ചു പോയതും ഓപ്പറേഷനിൽ താൻ വോളന്റിയർ ചെയ്തപ്പോൾ അവന്റെ പരാതിയും ഒക്കെ മനസ്സിൽ തെളിഞ്ഞു വന്നു. തന്റെ നേരെ ആ നശിച്ചവന്മാർ തക്ക സമയത്തു ഫയർ ചെയ്തു തങ്ങളെ തടഞ്ഞിരുന്നില്ലെങ്കിൽ താനായിരിക്കും ബ്രീച്ച് എൻട്രി ചെയ്യുക. നവനീത് ഇപ്പോൾ ജീവനോടെ ഉണ്ടാകുമായിരുന്നു. അല്ലെങ്കിൽ താൻ ചാടിക്കേറി വോളന്റീർ ചെയ്തിരുന്നില്ലെങ്കിൽ തന്റെ സ്ഥാനത്തു നവനീത് ആയിരിക്കും ഉണ്ടാവുക. താൻ ആയിരിക്കും തെക്കേ വഴിയിലൂടെ ബ്രീച്ച് ചെയ്ത് കടന്നിട്ടുണ്ടാവുക. അപ്പോഴും അവൻ ജീവനോടെ ഉണ്ടാകുമായിരുന്നു. എങ്ങനെ ചിന്തിച്ചാലും നവനീതിന്റെ മൃത്യു തന്റെ തന്നെ കുറ്റമാണെന്ന് പ്രശാന്തിന് തോന്നി.

സർവൈവേഴ്സ് ഗിൽട്ട് അഥവാ അതിജീവിച്ചവന്റെ കുറ്റബോധം സൈനികർ പലപ്പോഴും അഭിമുഖീകരിക്കേണ്ടി വരുന്ന ഒരു മാനസിക പ്രതിഭാസമാണ്. ഒരു ഓപ്പറേഷനിൽ സഹപോരാളികൾ ആരെങ്കിലും വീരമൃത്യു വരിച്ചാൽ അത് തന്റെ കുറ്റം കൊണ്ടാണ് എന്ന് ഒന്നിച്ചു പൊരുതിയവർക്കു തോന്നും. അവനു പകരം താൻ എന്തുകൊണ്ട് കൊല്ലപ്പെട്ടില്ല എന്ന ചിന്ത അവസാനം തന്റെ സ്ഥാനത്താണ് അവൻ കൊല്ലപ്പെട്ടത് എന്ന കുറ്റബോധത്തിൽ എത്തിനിൽക്കും. ഇത് ഒരു വ്യക്തിയെ

മാനസികമായി തകർച്ചയുടെ വക്കിലെത്തിക്കും. ആ സംഭവത്തെപ്പറ്റി കൂടെക്കൂടെ പേടിസ്വപ്നങ്ങൾ കാണുക, ഉണർന്നിരിക്കുമ്പോഴും മനസ്സിൽ അത് തന്നെ വന്നു കൊണ്ടിരിക്കുക, അതിനെപ്പറ്റി ആലോചിച്ചും ചിന്തിച്ചും മനസ്സ് ദഹിപ്പിക്കുക, താൻ വേണ്ടത്ര ചെയ്തില്ല എന്ന നിരന്തരമായ ചിന്ത, അകാരണമായ കോപം ഇവയൊക്കെയാണ് അത്തരം മാനസികാവസ്ഥയുടെ ലക്ഷണങ്ങൾ. സമയത്തിന് വേണ്ട ചികിത്സ നൽകിയില്ലെങ്കിൽ കടുത്ത വിഷാദത്തിലേക്കും ആത്മഹത്യയിലേക്കുപോലും നയിക്കാൻ ഈ മാനസികാവസ്ഥ കാരണമാകും.

ഇന്ത്യൻ മിലിറ്ററി അക്കാഡമിയിലെ പരിശീലനകാലത്ത് അത്തരം കാര്യങ്ങൾ പഠിപ്പിച്ചിരുന്നത് കൊണ്ടും ഈ അവസ്ഥ പ്രാപിക്കുന്ന സൈനികർക്ക് പ്രൈമറി കൗൺസിലിംഗ് കൊടുക്കാൻ പരിശീലനം ലഭിച്ചിരുന്നത് കൊണ്ടും പ്രശാന്ത് പെട്ടെന്ന് തന്നെ തന്റെ ചിന്തകൾക്ക് കടിഞ്ഞാണിട്ടു. നവനീതിനെപ്പറ്റി പോസിറ്റീവ് ആയ കാര്യങ്ങൾ ചിന്തിക്കാൻ തുടങ്ങി. ഇന്ത്യൻ മിലിറ്ററി അക്കാഡമിയിൽ താനും അവനും ഒരേ പ്ലാറ്റൂണിൽ ആയിരുന്നു ട്രെയിനിങ് ചെയ്തത്. തങ്ങളുടെ ക്യാബിനുകളും അടുത്തടുത്തായിരുന്നു. എപ്പോഴും സന്തോഷവാനായാണ് അവൻ കാണപ്പെട്ടിരുന്നത്. ആറു മാസത്തിൽ ഒരിക്കൽ കിട്ടുന്ന ചെറിയ അവധികൾ കഴിഞ്ഞു വരുമ്പോൾ അവൻ വീട്ടിൽ നിന്നും കൊണ്ടുവരുന്ന മധുരപലഹാരങ്ങൾ എല്ലാവർക്കും വിതരണം ചെയ്യുമായിരുന്നു.

ഇങ്ങനെ കുറെ കാര്യങ്ങൾ ആലോചിച്ച പ്രശാന്ത് എങ്ങനെയോ നേരം വെളുപ്പിച്ചു. രാവിലെ ഉണർന്നെഴുന്നേറ്റു സൈനികരെ ഫാൾ ഇൻ ചെയ്ത് അവരുടെ മനോവീര്യം നിലനിർത്താൻ ഒരു ചെറിയ പ്രഭാഷണം നടത്തി. നവനീതിനെ പറ്റി എന്തെങ്കിലും പറയാൻ ഓരോരുത്തരെയും വിളിച്ചു. ഓരോരുത്തരും ആ യുവ ഓഫീസറെപ്പറ്റി നല്ല നല്ല ഓർമ്മകൾ പങ്കുവെച്ചപ്പോൾ എല്ലാവരുടെയും മനസ്സിലുണ്ടായിരുന്ന ഒരു വലിയ ഭാരം ഒഴിഞ്ഞു പോയതുപോലെ തോന്നി. അല്പനേരത്തിനുള്ളിൽ എല്ലാവരും അവരവരുടെ കർമ്മങ്ങളിൽ വ്യാപൃതരായി. ഇപ്പോൾ ആ പ്ലാറ്റൂണിനെ കണ്ടാൽ കേവലം ഇരുപത്തിനാലു മണിക്കൂറിനകം ഇങ്ങനെ ഒരു ദുരന്തം നടന്നിരുന്നു എന്ന് ആർക്കും തോന്നില്ല. ലൈഫ് മസ്റ്റ് ഗോ ഓൺ. ജീവിതം മുന്നോട്ടേക്ക് തന്നെ പൊയ്ക്കൊണ്ടിരിക്കും. ആരുണ്ടായാലും ഇല്ലെങ്കിലും.

അടുത്ത ദിവസം രാവിലെ തന്നെ വീണ്ടും കമാൻഡിങ് ഓഫീസർ വിളിപ്പിച്ചു, നവനീതിന്റെ ഭൗതിക ശരീരം അവന്റെ ജന്മനാട്ടിലേക്ക് കൊണ്ട് പോവുന്ന പാർട്ടിയുടെ തലവനായി പോവണം. അവന്റെ സംസ്കാ

ര ചടങ്ങുകൾക്ക് മേൽനോട്ടം വഹിക്കണം. അവിടെയുള്ള മിലിറ്ററി കേന്ദ്രത്തിൽ നിന്നും വേണ്ട സഹായങ്ങൾ എല്ലാം ലഭിക്കും.

ഉച്ചയോടെ നവനീതിന്റെ ഭൗതിക ശരീരവുമായി ഫ്രീസർ ആംബുലൻസ് തയാറായി. ആറു സൈനികരുമായി അടുത്തുള്ള വിമാനത്താവളം വരെ യാത്ര. അവിടെ നിന്നും വിമാനത്തിൽ അവന്റെ ഗ്രാമത്തിനടുത്തുള്ള വിമാനത്താവളം വരെ. അവിടെനിന്നും ലോക്കൽ മിലിറ്ററി ഹോസ്പിറ്റലിന്റെ ആംബുലൻസിൽ വീട് വരെ. വേണ്ട ഏർപ്പാടുകൾ എല്ലാം അവർ അയച്ച ക്യാപ്റ്റൻ മിശ്രയും സുബേദാർ ചൗബെയും അവരുടെ ടീമും ചെയ്തിരുന്നു. രാവിലെ മുതൽ അവന്റെ ശരീരം പൊതുദർശനത്തിനു വെച്ചപ്പോൾ അനേകായിരം ആളുകൾ വന്ന് അന്ത്യാഞ്ജലി അർപ്പിച്ചു. അവന്റെ അച്ഛനോടും കരഞ്ഞു തളർന്ന അമ്മയോടും അനുജനോടും അവന്റെ വീരമൃത്യുവിനെ പറ്റിയും അവസാന നിമിഷങ്ങളെ പറ്റിയും പ്രശാന്ത് വിവരിച്ചു കൊടുത്തു.

ഉച്ചയോടെ അവന്റെ പാർത്ഥിവ ശരീരം വീട്ടു മുറ്റത്ത് ഒരു ഉയരം കുറഞ്ഞ പ്ളാറ്റുഫോമിന്റെ മേൽ വെച്ചു. ഇനി ആദരവ് നൽകുന്ന ചടങ്ങാണ്. ക്യാപ്റ്റൻ മിശ്രയുടെ പട്ടാളക്കാർ ഇരുവശവും ആയി നിന്നു. സലാമി ശസ്ത്ര എന്ന തോക്കു കൊണ്ടുള്ള സല്യൂട്ട് നൽകിയ ശേഷം അവർ തോക്കുകൾ കീഴ്പ്പോട്ടാക്കി തലകുനിച്ചു നിന്നു. ക്യാപ്റ്റൻ മിശ്ര ആണ് ആദ്യം മിലിറ്ററി സ്റ്റേഷൻ കമാണ്ടർക്ക് വേണ്ടി റീത്ത് സമർപ്പിച്ചത്. യൂണിറ്റിന്വേണ്ടി പ്രശാന്ത് റീത്ത് സമർപ്പിച്ചു. ശേഷം സ്ഥലം എം എൽ എ, പോലീസ്, എൻ സി സി, സ്കൂളുകൾ, പൗര സംഘടനകൾ ചില പ്രധാന വ്യക്തികൾ തുടങ്ങി ഒട്ടേറെ പേർ റീത്ത് സമർപ്പിച്ചു. നവനീത് ശർമ്മ അമർ രഹേ, അമർ രഹേ, അമർ രഹേ എന്ന മുദ്രാവാക്യം അവിടമെമ്പാടും മുഴങ്ങി.

ഒടുവിൽ പുഷ്പാലംകൃതമായ അവന്റെ ഭൗതിക ശരീരം നവനീത് ശർമ്മ അമർ രഹേ എന്ന മുദ്രാവാക്യങ്ങൾക്കിടയിൽ അന്ത്യയാത്രക്കായി തയാറാക്കിയ, അലങ്കരിച്ച, മിലിറ്ററി വാഹനത്തിലേക്ക് കയറ്റി. പോകുന്ന വഴിക്കെല്ലാം ആളുകൾ പുഷ്പവൃഷ്ടി നടത്തി. മൃതദേഹം ചിതയിൽവെച്ച ശേഷം ആറു സൈനികർ നിരന്നു നിന്ന് ആകാശത്തേക്ക് വെടി വച്ചു കൊണ്ട് അവന് ആദരാഞ്ജലികൾ നൽകി. അവന്റെ അനുജൻ ചിതക്ക് തീ കൊളുത്തി. തന്റെ പിതാവിന്റെയും അനുജന്റെയും നിറഞ്ഞൊഴുകുന്ന കണ്ണുകൾക്ക് മുൻപിൽ, ലാസ്റ്റ് പോസ്റ്റ് എന്ന, കൊല്ലപ്പെട്ട യോദ്ധാവിനു വിട നൽകുന്ന മിലിറ്ററി ബ്യൂഗിൾ ട്യൂണിന്റെ അകമ്പടിയോടെ ആയിരക്കണക്കിനു കണ്ണുകളെ ഈറനണിയിച്ചു കൊ

ണ്ട് സെക്കൻഡ് ലെഫ്റ്റനന്റ് നവനീത് ശർമ്മ എന്ന ആ വീരനായ യുവ സൈനിക ഓഫീസറുടെ പാർഥിവ ശരീരം അഗ്നിജ്വാലകളിൽ സ്ഫുടം ചെയ്യപ്പെട്ട് പഞ്ചഭൂതങ്ങളിൽ ലയിച്ചു ചേർന്നു.

ഏതാനും ആഴ്ചകൾക്കുശേഷം അവന്റെ പരമമായ ബലിദാനത്തിന് രാജ്യത്തെ ധീരതയ്ക്കുള്ള രണ്ടാമത്തെ സർവ്വോന്നത ബഹുമതി ആയ കീർത്തി ചക്ര ലഭിച്ചു എന്നറിഞ്ഞപ്പോൾ പ്രശാന്തിന്റെ കുറ്റബോധം അല്പം കുറഞ്ഞു കിട്ടി. കീർത്തി ചക്ര ജേതാവായ യുദ്ധവീരൻ സെക്കൻഡ് ലെഫ്റ്റനന്റ് നവനീത് ശർമ്മയുടെ ഫോട്ടോ യൂണിറ്റ് മെസ്സിലും ഇൻഫോർമേഷൻ റൂമിലും മറ്റുള്ള യുദ്ധവീരന്മാരോടൊപ്പം തൂക്കി ഇടപ്പെടും. അവൻ ബറ്റാലിയന്റെയും റെജിമെന്റിന്റെയും വീരോജ്ജ്വലമായ ചരിത്രത്തിന്റെ ഭാഗമാകും. റെജിമെന്റൽ വാർ മെമ്മോറിയലിൽ അവന്റെ പേര് കൊത്തിവെക്കപ്പെടും. ഭാരതവും സേനയും റെജിമെന്റും ഉള്ളിടത്തോളം കാലം അതവിടെ ഉണ്ടാവും. ഇനി വരുന്ന യുവ ഓഫീസർമാർക്കും സൈനികർക്കും എക്കാലവും അവൻ ഒരു പ്രചോദനമായിരിക്കും. ഓർമ്മകളിലൂടെ അവൻ യഥാർത്ഥത്തിൽ അമരനായി മാറിയിരിക്കുന്നു.

അവന്റെ യൂണിറ്റിലെ സഹപ്രവർത്തകരും സുഹൃത്തുക്കളും അവനെ ആ ദിവസം ഓർക്കും. പുഷ്പചക്രങ്ങൾ സമർപ്പിക്കും. അവനു വേണ്ടി ഓഫീസർ മെസ്സിൽ ടോസ്റ്റ് നേരും. പിന്നെ സ്വന്തം ജീവിതവുമായി മുന്നോട്ടുപോവും. അവന്റെ അനുജൻ ഭാവിയിൽ വല്ലപ്പോഴും മക്കൾക്ക് രാജ്യത്തിന് വേണ്ടി ജീവൻ ത്വജിച്ച അവരുടെ മിലിറ്ററി അങ്കിളിന്റെ കഥ പറഞ്ഞു കൊടുക്കും. അവന്റെ മാതാപിതാക്കൾക്ക് മാത്രം അവൻ ജീവിതകാലം മുഴുവൻ ഒരു വിങ്ങുന്ന ഓർമ്മയായി നിലനിൽക്കും. കാലക്രമേണ അവന്റെ ഓർമ്മകൾ മുഴുവനായും മാഞ്ഞു പോവും.

എന്നാൽ കേവലം ഇരുപത്തിരണ്ടു കൊല്ലം മാത്രം ഭൂമിയിൽ ജീവിച്ച അവന് വ്യക്തിപരമായി നഷ്ടപ്പെട്ടത് അവന്റെ ജീവിതം തന്നെയാണ്. ഈ ലോകത്തെ സ്വന്തം കണ്ണിലൂടെയും കാഴ്ചപ്പാടിലൂടെയും നോക്കിക്കാണാനും വർഷങ്ങളോളം ആസ്വദിക്കാനും ഉള്ള അവസരമാണ്. മനോഹരമായ തണുത്ത പ്രഭാതങ്ങളും ഉദയസമയത്തുള്ള കിളികളുടെ കളകൂജനങ്ങളും ആവി പറക്കുന്ന ചൂട് ചായയും ആസ്വദിക്കാൻ ഇനി അവനാവില്ല. രാത്രികളിൽ മലമുകളിൽ മലർന്നു കിടന്ന് തെളിഞ്ഞ ആകാശത്തിൽ കാണുന്ന ചന്ദ്രനെയും നക്ഷത്രങ്ങളെയും നോക്കി ഈ പ്രപഞ്ചത്തെപ്പറ്റി അത്ഭുതപ്പെടാൻ ഇനി അവനാവില്ല. കൂട്ടുകാരോടൊപ്പം തമാശ പറയാനും പൊട്ടിച്ചിരിക്കാനും ഇനി അവനാവില്ല. അവന്റെ

ഏറ്റവും പ്രിയപ്പെട്ട പലഹാരമായ ജിലേബിയും റബഡിയും കഴിക്കാൻ ഇനി അവനാവില്ല. തന്റെ പിതാവിന്റെ പാദവന്ദനം ചെയ്യാനും അമ്മയുടെ മടിയിൽ തലവെച്ചുറങ്ങാനും അനുജനോടൊത്തു മോട്ടോർ സൈക്കിളിൽ നീണ്ട സവാരികൾ നടത്താനും ഇനി അവനാവില്ല. ഇഷ്ടപ്പെട്ട ഷെർലക് ഹോംസിന്റെയും അഗതാ ക്രിസ്റ്റിയുടെയും പുസ്തകങ്ങൾ വായിക്കാനും ബോണി എമ്മിന്റെയും ബീറ്റിൽസിന്റെയും മ്യൂസിക് കേൾക്കാനും അവനാവില്ല.

ഇനിയും അമ്പതോ അറുപതോ വർഷങ്ങൾ കൂടി ഉണ്ടാവേണ്ടിയിരുന്ന ജീവിതത്തിൽ മനസ്സിനിണങ്ങിയ ഒരു പെൺകുട്ടിയെ കണ്ടുമുട്ടാനും സ്നേഹിക്കാനും വിവാഹം കഴിക്കാനും കുട്ടികളുമായി ഒന്നിച്ചു ജീവിക്കാനും സ്വന്തമായി ഒരു ഭവനം നിർമ്മിക്കാനും നല്ല കാറുകൾ വാങ്ങുവാനും പല സ്ഥലങ്ങളിൽ കുടുംബസമേതം വിനോദയാത്രകൾ നടത്താനും ഇനി അവനാവില്ല. വർണശബളമായ സ്വപ്നങ്ങളുടെ സ്വർണ വല നെയ്യാനും അവയിൽ പലതും യാഥാർഥ്യമാക്കുവാനും ഇനി അവനാവില്ല. കുട്ടികളെ വിവാഹം കഴിച്ചയക്കാനും പേരക്കുട്ടികളെ താലോലിക്കാനും റിട്ടയർമെന്റിനു ശേഷം കുറേക്കാലം സമാധാനമായി ജീവിക്കാനും ഇനി അവനാവില്ല.

വാർധക്യത്തിൽ ഒരു കപ്പു കാപ്പിയുമായി ചാരുകസേലയിൽ ഇരുന്ന് കഴിഞ്ഞ കാലത്തെപ്പറ്റി ചിന്തിക്കാനും ഓർമ്മകൾ അയവിറക്കാനും ആവനാകില്ല. തന്റെ സ്വപ്നങ്ങളെയും ആഗ്രഹങ്ങളെയും ഒക്കെ ബാക്കിവെച്ചു കൊണ്ട് ഒരു നിമിഷാർദ്ധത്തിൽ അവൻ ഇല്ലാതായി. രാജ്യത്തിന് വേണ്ടി ജീവൻ ബലി കൊടുത്ത അവന്റെ നഷ്ടം വെറും ജീവൻ മാത്രമല്ല, പുരുഷാർത്ഥപ്രദമായ ഒരു പരിപൂർണ ജീവിതം തന്നെയാണ്. ബഹുമാനപൂർവ്വം പുഷ്പചക്രം സമർപ്പിക്കുകയും ആവേശത്തോടെ അമർ രഹേ മുദ്രാവാക്യം വിളിക്കുകയും ചെയ്യുന്ന എത്ര പേർക്ക് അവന്റെ നികത്താനാവാത്ത ഈ നഷ്ടത്തെപ്പറ്റി ശരിയായ ബോധ്യമുണ്ടാകും? ഇങ്ങനെയുള്ള യുവാക്കൾ സ്വന്തം ജീവനും ജീവിതവും ബലി കൊടുത്തു നേടുന്ന രാഷ്ട്രത്തിന്റെ അഖണ്ഡതയും സ്വാതന്ത്ര്യവും ആണ് അവർക്കെല്ലാം ഇന്നുള്ള അഭിവൃദ്ധിക്കും ജീവിത സൗഭാഗ്യങ്ങൾക്കും കാരണം എന്ന ബോധം എത്ര പേർക്കുണ്ടാവും?

സൈനികർക്ക് ഇതിനൊക്കെ നല്ല ശമ്പളവും മറ്റാനുകൂല്യങ്ങളും കിട്ടുന്നില്ലേ എന്നു ചോദിക്കുന്ന ചിലരുണ്ട്. എല്ലാവരും ജോലി ചെയ്യുന്നത്പോലെ സൈനികരും ജോലി ചെയ്യുന്നു. അതിൽ പരിക്കേൽക്കുകയും മരിക്കുകയും ചെയ്യുന്നത് ഒരു പ്രൊഫഷണൽ റിസ്ക് മാത്രമല്ലേ

എന്നതാണ് അവരുടെ വാദമുഖം. എന്നാൽ പറയുന്ന നല്ല ശമ്പളത്തിനും ആനുകൂല്യത്തിനും വേണ്ടി അവരുടെ സ്വന്തം മക്കളെ സേനയിലേക്കയക്കാൻ അത്തരക്കാർ ഒര് ക്കലും തയാറാവുകയും ഇല്ല.

അപകട സാധ്യതയുള്ള അനേകം ജോലികൾ ഉണ്ട്. ആ ജോലിയിൽവന്നു ചേരാവുന്ന ഒരു സാധ്യത മാത്രമാണ് ആ അപകടം. എന്നാൽ ഒരു സൈനികനെ സംബന്ധിച്ചിടത്തോളം ആ അപകടം തന്നെയാണ് അവന്റെ ജോലി. ഒരു സൈനികൻ ജോലിയിൽ ചേരുമ്പോൾ തന്നെ അവനെ കൊല്ലാൻ ശത്രുരാജ്യത്തെ സൈനികർ എല്ലായ്പ്പോഴും തയാറായി നിൽക്കുന്നു എന്ന പൂർണ ബോധം അവനുണ്ട്. ഇന്നല്ലെങ്കിൽ നാളെ ഒരു ദിവസം തന്റെ മരണവുമായി കണ്ടു മുട്ടേണ്ടി വരും എന്നും അന്ന് തിരിഞ്ഞോടുന്നതിനു പകരം തന്റെ മരണത്തിനു നേരെ കുതിച്ചു പാഞ്ഞു സ്വയം തന്റെ കാലന്റെ കാലനായി മാറിയാലേ ജീവനോടെ മടങ്ങി വരാൻ കഴിയൂ എന്നും അവനറിയാം. ഈ ബോധപൂർവമായ സ്വീകരണമാണ് ഒരു സൈനികനെ മറ്റുള്ള ഉദ്യോഗസ്ഥരിൽ നിന്നും വേർതിരിക്കുന്നത്. ഉള്ളിൽ കറകളഞ്ഞ ദേശസ്നേഹവും ആത്മാർത്ഥതയും ത്യാഗമനോഭാവവും ഇല്ലാത്ത ആർക്കും തന്നെ സൈനിക വൃത്തി സാധ്യമല്ല തന്നെ. ചിലർ നവനീതിനെപ്പോലെ ചെറിയ പ്രായത്തിൽ രാജ്യത്തിനായി ജീവിതം ബലി നൽകുന്നു. ഭാഗ്യവാന്മാരായ ചിലർ ദീർഘകാലത്തെ സേവനത്തിനു ശേഷം വലിയ പദവികളിൽ എത്തി വിരമിച്ചു സന്തുഷ്ടരായി ജീവിക്കുന്നു. അത് വെറും ഭാഗ്യം മാത്രം.

ശൂരന്മാർ യുദ്ധത്തിൽ കൊല്ലപ്പെടുന്നു. പണ്ഡിതന്മാർ ദരിദ്രരായി ജീവിക്കുന്നു. എന്നാൽ ചില ഭാഗ്യവാന്മാർ യാതൊരു കഴിവുമില്ലാതെ തന്നെ എല്ലാ സുഖ സൗഭാഗ്യങ്ങളും അനുഭവിച്ചു ജീവിക്കുന്നു. അതാണ് ലോകം. അതാണ് ജീവിതം.

ഭാഗ്യവന്തം പ്രസൂയേഥാഃ
മാ ശൂരം മാ ച പണ്ഡിതം

ശൂരനെയും പണ്ഡിതനെയുമല്ല, ഭാഗ്യവാനെ പ്രസവിക്കുക. ഗർഭിണി ആയ പാഞ്ചാലിക്ക് കുന്തി നൽകിയ അനുഗ്രഹമാണ് ഇത്. എത്രയെത്ര സൈനികരുടെ അമ്മമാർ ഈ അനുഗ്രഹം ആഗ്രഹിച്ചിട്ടുണ്ടാവാം?

പ്രശാന്ത് ഒരു ദീർഘശ്വാസം എടുത്തു കൊണ്ട് വർത്തമാന കാലത്തിലേക്ക് തിരിച്ചു വന്നു. ഒരു നിശ്വാസത്തോടെ വീണ്ടും ഉറക്കത്തിലേക്കു വഴുതി വീണു.

അധ്യായം ആറ്

അവിനാശി തു തദ്വിദ്ധി
യേന സർവമിദം തതം

രാവിലെ തന്നെ ഉണർന്നെഴുന്നേറ്റ പ്രശാന്ത് ധൃതിയിൽ പ്രഭാത കൃത്യങ്ങൾ ചെയ്തു ഭക്ഷണവും കഴിച്ചു ഡോക്ടറുടെ വരവും കാത്തിരിപ്പായി. പ്രശാന്തിന് കേണൽ വിക്രം സിംഗിനെ കാണാൻ ധൃതിയായിരുന്നു. അദ്ദേഹത്തിന്റെ മൊഴി മുത്തുകളുടെ വില അത്രയും വലുതായിരുന്നു.

'ഗുഡ് മോർണിംഗ്, ടൈഗർ' തന്റെ സ്വതസിദ്ധമായ ശബ്ദത്തിൽ ഉറക്കെ അഭിവാദനം ചെയ്തു കൊണ്ട് ഡോക്ടർ കടന്നു വന്നു. പിറകെ ഫയലുമായി പുഞ്ചിരിച്ചു കൊണ്ട് ബെറ്റിയും.

'ഗുഡ് മോർണിംഗ്, സർ' പ്രശാന്ത് ചിരിച്ചുകൊണ്ട് പ്രത്യഭിവാദ്യം ചെയ്തു.

'ഡേ ബൈ ഡേ യു ആർ ബികമിങ് സ്ട്രോങ്ങർ. ഇൻ ദിസ് വേയു വിൽ ബി ഏസ് സ്ട്രോങ്ങ് ഏസ് ഏൻ ഓക്സ് സൂൺ.' പരിശോധനക്ക് ശേഷം ഡോക്ടർ പറഞ്ഞു. 'പ്ളീസ് ഷെഡ്യൂൾ എൻഹാൻസ്ഡ് ഫിസിയോതെറാപ്പി ഫ്രം ടുമോറോ.' ഡോക്ടർ ബെറ്റിയോടായി പറഞ്ഞു.

'യെസ് സർ.' ബെറ്റി ഫയലിൽ കുത്തിക്കുറിച്ചുകൊണ്ടു പറഞ്ഞു.

'സൊ ഹൌ ഈസ് യുവർ ടൈം വിത്ത് ദി ഓൾഡ് വാർ ലോർഡ്?' ഡോക്ടർ ചോദിച്ചു.

'ഹി ഈസ് അമേസിങ് സർ. ഫുൾ ഓഫ് അമേസിങ് സ്റ്റോറീസ്. ഐ റിയലി ലൈക് റ്റു ഹിയർ ദോസ് സ്റ്റോറീസ്.'

'ഐ നോ. ഐ നോ. ഹീ വാസ് ഹിയർ സിക്സ് മന്ത്സ് ബിഫോർ. ഐ സ്പെൻഡ് സം ടൈം വിത്ത് ഹിം ദെൻ. പിറ്റി ഐ ഹാവ് നോ ടൈം റ്റു സ്പെയർ നൗ.' ഡോക്ടർ സങ്കടത്തോടെ തലയാട്ടിക്കൊണ്ടു

പറഞ്ഞു. 'ഐ വുഡ് റിയലി ലൈക് റ്റു ഹിയർ സം ഓഫ് ഹിസ് സ്റ്റോറീസ്. ടേക്ക് കെയർ.' ഡോക്ടർ ബെറ്റിയുമായി പുറത്തേക്കു പോയി.

അവർ ഇപ്പോൾ കേണലിന്റെ റൂമിൽ ആയിരിക്കും. പ്രശാന്ത് അക്ഷമയോടെ മേശപ്പുറത്തിരുന്ന ഫ്ളാസ്ക് കയ്യിൽ എടുത്തു ചൂട് കാപ്പി കപ്പിലേക്കൊഴിച്ചു. അത് മൊത്തിക്കുടിച്ചു കൊണ്ട് ക്ലോക്കിൽ നോക്കി ഇരുന്നു. പതിനഞ്ചു മിനുട്ടു കഴിഞ്ഞപ്പോൾ പ്രശാന്ത് എഴുന്നേറ്റു കേണലിന്റെ മുറിയിലേക്ക് നടന്നു. കോറിഡോറിൽ അങ്ങേയറ്റത്ത് ഡോക്ടറും ബെറ്റിയും നടന്നു നീങ്ങുന്നുണ്ടായിരുന്നു.

'ഗുഡ് മോർണിംഗ് സർ.' തുറന്നിട്ട വാതിലിനു മുന്നിൽ നിന്നും പ്രശാന്ത് പറഞ്ഞു.

'ഗുഡ് മോർണിംഗ് യങ് മാൻ.' കേണൽ അകത്തു നിന്നും പ്രതിവചിച്ചു. 'പ്ലീസ് കമിൻ.'

അകത്തു ചെന്നപ്പോൾ കേണൽ കിടക്കയിൽ തന്നെ കിടക്കുകയായിരുന്നു.

'എന്ത് പറ്റി സർ? എഴുന്നേറ്റില്ലേ?'

'ഇന്ന് മുട്ട്‌വേദന അല്പം അധികമാണ്. കുറച്ച് ആശ്വാസം വന്നതിനുശേഷം മാത്രം നടന്നാൽ മതി എന്ന് ഡോക്ടർ പറഞ്ഞു. പ്ളീസ് ബി സീറ്റഡ്.'

പ്രശാന്ത് ഒരു പ്ലാസ്റ്റിക് കസേര വലിച്ചു കേണലിന്റെ കട്ടിലിനു സമീപം ഇട്ട ശേഷം അതിൽ ഇരുന്നു.

'തന്നോട് ഡോക്ടർ എന്ത് പറഞ്ഞു?'

'വേറൊരു വിധം ഫിസിയോ തെറാപ്പി ചെയ്യാൻ പറഞ്ഞു സർ.' പ്രശാന്ത് പറഞ്ഞു. എന്നാൽ ഉത്തരം പറഞ്ഞതിന് ശേഷമാണു കേണൽ ചോദിച്ചതും താൻ ഉത്തരം പറഞ്ഞതും മലയാളത്തിലാണെന്നു പ്രശാന്ത് മനസ്സിലാക്കിയത്. ഈ സർദാർ ഇത്ര നന്നായി എങ്ങനെ മലയാളം പറഞ്ഞു? അതോ തനിക്കു തോന്നിയതാണോ? താൻ അറിയാതെ മലയാളം പറഞ്ഞപ്പോൾ കേണൽ മലയാളത്തിൽ ചോദിച്ചു എന്ന് തനിക്കു തോന്നിയതാണോ?

'സർ' പ്രശാന്ത് പറയാനാരംഭിച്ചപ്പോഴേക്കും കേണൽ പൊട്ടിച്ചിരിച്ചു. 'പേടിക്കേണ്ട. തനിക്കൊരു സർപ്രൈസ് തന്നതാണ്. ഞാൻ നല്ലൊരു മദ്രാസിയാണ്.' കേണൽ വീണ്ടും മലയാളത്തിൽ പറഞ്ഞു.

'സർ പഞ്ചാബിയാണെന്നാണ് ഞാൻ കരുതിയത്. പക്ഷെ അങ്ങ് ഒരു സർദാർ അല്ലെ?'

'അതെ. ഞാൻ പഞ്ചാബിൽ ജനിച്ചു വളർന്ന സിഖ് മതത്തിൽ പെട്ട

ആളാണ്. എന്നാൽ ഞാൻ മദ്രാസിയാണ്.'

പ്രശാന്ത് ആകെ അമ്പരന്നു. 'സർ, അതെങ്ങനെ?'

'പറയാം.' കേണൽ പച്ച മലയാളത്തിൽ തുടർന്നു.

'ഞാൻ ഇന്ത്യൻ മിലിറ്ററി അക്കാഡമിയിൽ സെക്കൻഡ് ടേമിൽ പരിശീലനം ചെയ്തു കൊണ്ടിരിക്കുമ്പോൾ ഒരു ദിവസം അക്കാദമിയുടെ പുതിയതായി വന്ന ട്രെയിനിങ് ഓഫീസറെക്കുറിച്ചു രണ്ടു പരിശീലകർ പരസ്പരം സംസാരിക്കുന്നത് കേട്ടു.'

'പുതിയ കേണൽ മദ്രാസിയാണ്. ഇനി അദ്ദേഹം എന്തൊക്കെ ഇവിടെ മാറ്റി മറിക്കും എന്നറിഞ്ഞു കൂടാ.'

'മദ്രാസിയല്ലേ, നല്ല പക്വതയോടെ കാര്യങ്ങൾ ചെയ്യുമായിരിക്കും. എന്നാൽ വളരെ അച്ചടക്കം പരിപാലിക്കേണ്ടി വരും. മദ്രാസികൾ അച്ചടക്കം നിഷ്കർഷിക്കുന്നവരാണ് .'

എന്റെ ദക്ഷിണേന്ത്യൻ സുഹൃത്തായ രാമു എന്നറിയപ്പെടുന്ന രാമസുബ്രഹ്മണ്യന് മദ്രാസി കേണൽ ചീഫ് ട്രെയിനറായി വരുന്നു എന്നറിഞ്ഞു സന്തോഷമായി. അദ്ദേഹം മിക്കവാറും അവന്റെ കുടുംബബന്ധങ്ങളിൽ നിന്നുള്ളയാൾ ആയിരിക്കണം എന്ന് അവൻ ന്യായമായും പ്രതീക്ഷിച്ചു. എന്നാൽ ഒരു മതേതര രാഷ്ട്രത്തിന്റെ മഹാസേനയിൽ ഓഫീസർമാരുടെ പ്രാദേശികതയ്ക്കും ജാതിക്കുമൊക്കെ എന്തുകൊണ്ടാണ് ഈ പ്രത്യേക പ്രാധാന്യം നൽകുന്നത് എന്ന് ഞാൻ ചിന്തിച്ചുകൊണ്ടിരുന്നു.

ഒരു ദിവസം, അക്കാദമി ഓഡിറ്റോറിയത്തിൽ ക്ലാസുകൾ നടക്കുമ്പോൾ കേഡറ്റുകളെ അഭിസംബോധന ചെയ്യാനായി തലപ്പാവ് ധരിച്ച പുതിയ ഒരു സിഖ് കേണൽ വേദിയിലേക്ക് ഇറങ്ങുന്നത് ഞാൻ കണ്ടു. എന്റെ അടുത്തുള്ള കേഡറ്റിനോട് ഈ പുതിയ ഓഫിസർ ആരാണ്? എന്ന് ഞാൻ ചോദിച്ചു. ഇതാണ് പുതിയ ചീഫ് ട്രെയിനർ ആയി വന്ന കേണൽ എന്ന് അവൻ പറഞ്ഞു.

'അത് ആവാൻ തരമില്ല, പുതിയ കേണൽ ഒരു മദ്രാസിയാണ്, ഒരു സിഖ് ഉദ്യോഗസ്ഥനല്ല,' ഞാൻ ഉറപ്പിച്ചു പറഞ്ഞു.

'ശരിയാണ്. അദ്ദേഹം മദ്രാസി തന്നെയാണ്. മദ്രാസ് റെജിമെന്റിലെ സിഖ് കേണൽ ആണ്'. അവൻ പറഞ്ഞു.

മദ്രാസി എന്ന വാക്കിന്റെ യഥാർത്ഥ അർത്ഥം മനസ്സിലാക്കിയ ഞാൻ അറിയാതെ പുഞ്ചിരിച്ചു. അന്ന് ഞാൻ ഒരു പാഠം പഠിച്ചു. ഒരു ആർമി ഓഫീസറുടെ മതം, ജാതി, വിശ്വാസം, പ്രാദേശികത എന്നിവ അദ്ദേഹം കമാൻഡ് ചെയ്യുന്ന പട്ടാളക്കാരുടെ മതം, ജാതി, വിശ്വാസം, പ്രാദേശി

കത എന്നിവയാണ്. ഒരു മദ്രാസി ഓഫീസർ പഞ്ചാബിൽ നിന്നുള്ള ഒരു സിഖ് മത വിശ്വാസി ആവാം. ഗൂർഖ ഓഫീസർ എന്ന് പറയുമ്പോൾ അദ്ദേഹം കേരളത്തിൽ നിന്നുള്ള ഒരു ക്രിസ്ത്യാനി ആവാം. സിഖ് ഓഫീസർ ഉത്തർപ്രദേശിൽ നിന്നുള്ള ഒരു മുസ്ലിം ആവാം. 'ബിഹാരി' എന്ന പേരിൽ അറിയപ്പെടുന്ന ഒരു സൈനിക ഓഫീസർ കർണാടകയിൽ നിന്നുള്ള ഒരു ബ്രാഹ്മണനോ കേരളത്തിൽ നിന്നുള്ള ജാതിഭേദങ്ങളിൽ ഒട്ടും വിശ്വാസമില്ലാത്ത ഒരു ഓഫീസറോ ആകാം.

സൈന്യത്തിലെ വിശ്വാസങ്ങൾക്ക് ഭാരതീയ സംസ്കാരത്തിൽ അധിഷ്ഠിതമായ ഉറച്ച വേരുകളുണ്ട്. ജനിച്ച മതവും ജാതിയും ഏതായാലും ഭാരതീയ ദേവന്മാരുടെയും ദേവതകളുടെയും പേരിലുള്ള യുദ്ധാക്രോശങ്ങളോടെ ജീവന് എടുക്കാനും കൊടുക്കാനും തയാറായി സൈനികർ യുദ്ധരംഗത്തേക്കു കുതിക്കുന്ന ഒരു സംസ്കാരമാണ് ഭാരതീയ സേനയുടേത്. ബജ്രംഗ് ബലി കീ ജയ്, ജയ് ഭവാനി ജയ് ശിവാജി, ബദരി വിശാൽ ലാൽ കി ജയ്, ഹർ ഹർ മഹാദേവ്, രാജാ രാമചന്ദ്ര് കീ ജയ്, ബോലേ സോനിഹാൽ സത് ശ്രീ അകാൽ, സ്വാമിയേ ശരണമയ്യപ്പ മുതലായവ പല സേനാദളങ്ങളുടെയും യുദ്ധാക്രോശങ്ങളാണ്.

ഈ ദേവീ ദേവതകളും മൂർത്തികളും മതവിശ്വാസവും പ്രാദേശികതയും ആണ് ഒരു സേനാ വിഭാഗത്തിലെ സൈനികരെ കെട്ടുറപ്പോടെയും ധീരതയോടെയും വിജയം അല്ലെങ്കിൽ മരണം വരെ അടരാടാൻ പ്രചോദിപ്പിക്കുന്ന ആ ദിവ്യ ശക്തി. ഈ വിശ്വാസങ്ങൾ അവരെ ആപത്തിൽ നിന്നും രക്ഷിച്ചു പരിപാലിക്കുമെന്ന് അവർ കരുതുന്നു. ഈ വിശ്വാസമാണ് അപകടങ്ങൾ ഒളിച്ചിരിക്കുന്ന, മരണം വിളയാടുന്ന അടർക്കളങ്ങളിൽ ധീരതയോടെ ഇറങ്ങിച്ചെല്ലാൻ അവരെ പ്രാപ്തരാക്കുന്നത്.

ഒരു ഓഫീസർ ഏതു പശ്ചാത്തലത്തിൽ നിന്നും വന്നു എന്നതിനു വലിയ പ്രാധാന്യം ഇല്ല. അദ്ദേഹം ഏതു റെജിമെന്റിൽ ചേർന്നിരിക്കുന്നു എന്നതാണ് സേനയിലെ അദ്ദേഹത്തിന്റെ ജാതി മത ഗോത്രങ്ങൾ തീരുമാനിക്കുന്നത്. പഹാഡി, പണ്ഡിറ്റ്, തമ്പി, മദ്രാസി, ഡോഗ്ര, ഗഢ്വാളി, ഖാൽസ തുടങ്ങിയ പദങ്ങൾ പല റെജിമെന്റുകളും അഭിമാനത്തോടും അന്തസ്സോടും കൂടി ഉപയോഗിക്കുന്നവയാണ്.

സർവീസിന്റെ തുടക്കത്തിൽത്തന്നെ രാജസ്ഥാൻ മരുഭൂമിയിൽ എന്റെ യൂണിറ്റ് പരിശീലനത്തിന് പോയിരുന്നു. പുറപ്പെടുന്നതിനുമുമ്പ് പൂജയും ആരതിയും നടന്നു. എന്നാൽ ആധുനിക ഭാരതീയ സേനയു

ടെ ഒരു പരിശീലന പരിപാടിയുടെ തുടക്കം അന്ധവിശ്വാസത്തിൽ അധിഷ്ഠിതമായ പൂജകളിലും മന്ത്രങ്ങളിലും തുടങ്ങുന്നതിനോട് ഒരു അജ്ഞേയവാദി എന്ന് സ്വയം ധരിച്ചുവെച്ചിരുന്ന, അതിൽ അല്പം അഭിമാനം കൊണ്ടിരുന്ന എനിക്ക് ഒട്ടും യോജിപ്പ് തോന്നിയില്ല. അതിനാൽ എല്ലാവരും ആരതി ചെയ്യുകയും കീർത്തനങ്ങൾ ഉരുവിടുകയും ചെയ്തപ്പോൾ ഞാൻ ആദരവോടെ, എന്നാൽ ഭക്തിയുടെ ലക്ഷണങ്ങൾ ഒട്ടും കാണിക്കാതെ കൈകൾ മുൻപിൽ കെട്ടി തലകുനിച്ചു നിൽക്കുകയായിരുന്നു.

'ഓം ജയ് ജഗദീഷ് ഹരേ' എന്ന് തുടങ്ങുന്ന ആരതിയിൽ താളത്തിനൊത്തു കൈകൾ കൊട്ടിക്കൊണ്ട് എല്ലാ ഓഫീസർമാരും സൈനികരും പങ്കെടുത്തു. എന്നാൽ ഞാൻ ആ ഗീതത്തിന്റെ ഒരു വരി പോലും ഉച്ചരിക്കാതെ നിശബ്ദനായി നിലകൊണ്ടു. ആരതി അവസാനിക്കുകയും പണ്ഡിറ്റ്ജി പ്രസാദം നൽകുകയും ചെയ്തശേഷം ഞാൻ ദീപം തൊഴാനും കൈയിൽ രക്ഷാസൂത്രം കെട്ടാനും വിസമ്മതിച്ചു.

പൂജക്ക് ശേഷം ആളുകൾ പിരിഞ്ഞപ്പോൾ ഞങ്ങളുടെ സെക്കൻഡ് ഇൻ കമാൻഡ് എന്നെ അദ്ദേഹത്തിന്റെ ഓഫീസിലേക്കു വിളിച്ചു. ഞാൻ ആരതിയിൽ പൂർണ്ണഹൃദയത്തോടെ പങ്കെടുക്കാത്തത് എന്തുകൊണ്ടാണെന്ന് അദ്ദേഹം എന്നോട് ചോദിച്ചു. ഞാൻ ഒരു ബഹുദൈവവിശ്വാസിയല്ലെന്നും മറ്റു മതങ്ങളുടെ ആരാധനാ സമ്പ്രദായങ്ങളിൽ പങ്കെടുക്കാൻ ഉദ്ദേശിക്കുന്നില്ലെന്നും ഞാൻ അദ്ദേഹത്തോട് പറഞ്ഞു.

അദ്ദേഹം ദുരൂഹമായ മുഖഭാവത്തോടെ എന്നെ ദീർഘനേരം തറപ്പിച്ചു നോക്കി. അതിനുശേഷം വളരെ ശാന്തതയോടെ അദ്ദേഹം എന്നോട് പറഞ്ഞു. 'നിങ്ങൾ വിശ്വസിക്കുന്നതും വിശ്വസിക്കാതിരിക്കുന്നതും നിങ്ങളുടെ വ്യക്തിപരമായ പ്രശ്നമാണ്. തന്നോട് ഇത്തരത്തിലുള്ള ആരാധന സമ്പ്രദായങ്ങളിൽ വിശ്വസിക്കണം എന്ന് പറയാൻ എനിക്ക് യാതൊരു അവകാശവുമില്ല.'

'എന്നാൽ യൂണിറ്റിനെ സംബന്ധിച്ചിടത്തോളം ഇത് ഒരു പരേഡാണ്. ദക്ഷിണേന്ത്യക്കാരായ ഈ സൈനികർ ഓം ജയ് ജഗദീഷ് ഹരേ എന്ന ഉത്തരേന്ത്യൻ കീർത്തനം പാടി ഉത്തരേന്ത്യൻ രീതിയിൽ ആരതി ചെയ്യുന്നത് നിങ്ങൾ കാണുന്നില്ലേ? അവരിൽ വിവിധ ജാതിക്കാരും മുസ്ലിങ്ങളും ക്രിസ്ത്യാനികളും പോലും ഉള്ളത് നിങ്ങൾ കാണുന്നില്ലേ? മാർബിൾ കൊണ്ടുണ്ടാക്കിയ ആ രാധാകൃഷ്ണവിഗ്രഹത്തിൽ അവരെല്ലാവരും അവരവരുടെ ദൈവങ്ങളെയും ആരാധനാ മൂർത്തിക

ളെയും ദർശിക്കുന്നത് നിങ്ങൾ കാണുന്നില്ലേ? പുറത്തു സർവ ധർമ സ്ഥൽ എന്നെഴുതിവച്ച വലിയ ബോർഡ് കണ്ടില്ലേ? കാരണം സേന യിൽ ആരാധനക്ക് ഒരു ചിട്ടയുണ്ട്. ഭാരതീയ സംസ്കാരപരമ്പര പ്രകാ രമുള്ള ഇവിടത്തെ ദൈവാരാധന ജാതിമത ഭേദങ്ങൾക്കതീതമായാ ണ് നടത്തുന്നത്.

ഇതിന്റെ പിന്നിൽ ഒരു വലിയ തത്വം ഉണ്ട്. മാത്രമല്ല മന്ദിറിൽ പൂജ നടത്തുന്ന പണ്ഡിറ്റ്ജി ഒരു ധർമഗുരു എന്നതിലുപരി ഈ യൂണിറ്റി ലെ സൈനികർക്ക് ആശ്വാസവും ഉന്മേഷവും മനോധൈര്യവും പക രുന്ന ഒരു സൈക്കോളജിക്കൽ കൗൺസിലർ കൂടിയാണ്. ജാതി മത ഭേദമന്യേ ഓഫീസർമാരും സൈനികരും ഇവിടെ വന്നു മന്ദിർ പരേ ഡിൽ പങ്കെടുക്കണം എന്നത് എഴുതപ്പെടാത്ത ഒരു നിയമമാണ്. അത് യൂണിറ്റ് മാമൂലുകളിൽ പെട്ടതാണ്. ഈ യൂണിറ്റിലെ സൈനികരെ കമാൻഡ് ചെയ്യുന്ന ഒരു ഓഫീസർ എന്ന നിലക്ക് തനിക്ക് ഇവിടെ ഈ പരേഡിൽ പൂർണ മനസ്സോടെ പങ്കെടുക്കുകയും ആരതി ആല പിക്കുകയും പ്രസാദം കഴിക്കുകയും കയ്യിൽ ചരട് കെട്ടുകയും വിളക്ക് തൊഴുകയും ഒക്കെ വേണ്ടി വരും. തനിക്കു ദൈവ വിശ്വാസമുണ്ടോ ഇല്ലയോ എന്നത് ഇവിടെ പ്രശ്നമല്ല. പക്ഷെ ബറ്റാലിയനിലെ ഒരു പരേഡ് എന്ന നിലക്ക് ഇതിൽ പങ്കെടുക്കേണ്ടത് നിർബന്ധമാണ്.' വിസമ്മതം ആർത്തുവിളിക്കുന്ന കടുത്ത മുഖഭാവത്തോടെയും കനത്ത നിശബ്ദതയോടെയും ഞാൻ അത് സമ്മതിക്കുന്നതായി അഭിനയിച്ചു.

'സേനകളിൽ ഇത്തരം പരേഡ് യൂണിറ്റ് ജീവിതത്തിന്റെ അവിഭാജ്യ ഘടകമാണ്. അത് പരിപൂർണ ആത്മാർത്ഥതയോടെതന്നെ ചെയ്യണം. ഇനി മുതൽ ഇത്തരം അലംഭാവം കാണിക്കരുത്.' സെക്കൻഡ് ഇൻ കമാൻഡ് വളരെ കർശനമായി തന്നെ പറഞ്ഞു. കയ്യിൽ പൂജിച്ച ചരടും നെറ്റിയിൽ കുങ്കുമ തിലകവും അണിഞ്ഞ അദ്ദേഹം ഉത്തർ പ്രദേശിൽ നിന്നുള്ള ഒരു മുസ്ലിം നാമധാരി ആയിരുന്നു.

പത്തരമാറ്റിന്റെ നിരീശ്വരവാദിയായ ക്യാപ്റ്റൻ വിനോദ് കുമാർ എന്ന ഒരു ദക്ഷിണേന്ത്യൻ ഓഫീസർ എന്റെ യൂണിറ്റിൽ ഉണ്ടായി രുന്നു. എന്നാൽ അദ്ദേഹം പൂജാദികർമങ്ങളിൽ പങ്കെടുക്കുന്നത് കണ്ടാൽ വളരെ വലിയ വിശ്വാസി ആണെന്ന് തോന്നും. അത് കഴിഞ്ഞു പുറത്തു വന്നാൽ മറ്റുള്ള യുവ ഓഫീസർമാരോട് ഇത്തരം കർമങ്ങ ളുടെ പൊള്ളത്തരത്തെ പറ്റി പറഞ്ഞു ചിരിക്കും. എന്നാൽ ഒരു സേനാ വിഭാഗത്തിൽ ഇത്തരം കാര്യങ്ങൾക്കുള്ള മനഃശാസ്ത്രപരമായ പ്രാധാന്യം അദ്ദേഹം മനസ്സിലാക്കുകയും അംഗീകരിക്കുകയും ചെയ്തി

രുന്നു.

എല്ലാ ചൊവ്വാഴ്ചയും മന്ദിർ പരേഡ് കഴിഞ്ഞ ശേഷം കമാൻഡിങ് ഓഫീസറും മറ്റ് ഓഫീസർമാരും പോയിക്കഴിഞ്ഞാൽ പൂജാരി ചെറുപ്പക്കാരായ ഓഫീസർമാരോട് അല്പം കുശലപ്രശ്നം നടത്തുകയും എല്ലാവർക്കും ഓരോ ചെറിയ പൊതിയിൽ പ്രസാദം നൽകുകയും ചെയ്യുമായിരുന്നു. ലഡ്ഡു ഉണ്ടാക്കാനുപയോഗിക്കുന്ന ബൂന്ദി എന്ന് വിളിക്കപ്പെടുന്ന മധുരമുള്ള ചെറിയ മഞ്ഞ ഉരുളകളാണ് പ്രസാദം ആയി കൊടുക്കുന്നത്.

പൂജാരിയുടെ ആത്മീയ ഭാഷണത്തേക്കാൾ യുവ ഓഫീസർമാരെ ആകർഷിച്ചത് വളരെ സ്വാദിഷ്ടമായ ആ പ്രസാദം ആയിരുന്നു. അതിനു വേണ്ടിയാണു ചെറുപ്പക്കാരായ എല്ലാ ഓഫീസർമാരും പൂജ കഴിഞ്ഞാൽ പൂജാരിയോട് കുശലപ്രശ്നം നടത്താൻ കാത്തിരുന്നത് എന്നത് എല്ലാവർക്കും അറിയാവുന്ന രഹസ്യം ആയിരുന്നു. അതിനുശേഷം നാലഞ്ചു യങ് ഓഫീസർമാർ യൂനിറ്റിനുള്ളിലെ ഒരു ട്രാഫിക് സർക്കിളിനുള്ളിലുള്ള മിനി പാർക്കിന്റെ ബെഞ്ചിൽ ഇരുന്നു സന്ധ്യാനേരത്തെ തണുപ്പും ആകാശത്തിന്റെ വർണ്ണഛായയും ക്ഷേത്രത്തിൽ നിന്നുള്ള കീർത്തനവും ആസ്വദിച്ചു കൊണ്ട് ആ പ്രസാദവും കഴിച്ചു കൊച്ചു വർത്തമാനം പറഞ്ഞിരിക്കുമായിരുന്നു.

ഒരു ദിവസം പതിവുപോലെ പൂജാരി എല്ലാവർക്കും പ്രസാദം കൊടുത്തപ്പോൾ കാപ്റ്റൻ വിനോദ് ചോദിച്ചു. ‘പണ്ഡിറ്റ്ജി, ഈ പ്രസാദം മധുരത്തിന് പകരം അല്പം ഉപ്പുള്ളതാക്കാൻ പറ്റില്ലേ?’

‘അതെന്തിനാണ് സാഹേബ്? മധുരമല്ലേ എല്ലാവർക്കും ഇഷ്ടമുള്ളത്? മാത്രമല്ല, ഭക്തി പൂർവമായ ഒരു ചടങ്ങിന് ശേഷം മധുരം കഴിക്കുന്നതല്ലേ നല്ലത്? അതല്ലേ കൂടുതൽ മാനസിക സന്തോഷം തരിക?’

‘അത് ശരിയാണ്. എന്നാൽ അല്പം ഉപ്പുള്ളതാണെങ്കിൽ വൈകുന്നേരത്തെ വിസ്കിയുടെ കൂടെ കഴിക്കാൻ നല്ല രസമായിരിക്കും’

അന്ന് പണ്ഡിറ്റ്ജി കാപ്റ്റൻ വിനോദിനെ നോക്കിയ നോട്ടം ഞാൻ ഇന്നും മറന്നിട്ടില്ല. പെട്ടെന്ന് മനസ്സാന്നിധ്യം വീണ്ടെടുത്ത പണ്ഡിറ്റ്ജി ഉറക്കെ ചിരിച്ചു. ‘സാബിന് എപ്പോഴും തമാശ പറയൽ തന്നെ. അത് കൊണ്ടാണ് യൂണിറ്റിലെ സൈനികർക്കു സാബിനോട് ഇത്ര സ്നേഹം’. കൂടുതൽ ചർച്ചക്ക് വഴി കൊടുക്കാതെ ജയ് രാംജി കി എന്ന് പറഞ്ഞു കൈകൂപ്പി പണ്ഡിറ്റ്ജി ഉടനെ സ്ഥലം കാലിയാക്കി.

പ്രശാന്ത് പൊട്ടിച്ചിരിച്ചു. ‘ക്യാപ്റ്റന്റെ ലോജിക് ശരിയാണ്’.

‘നമുക്ക് തമാശയായി തോന്നുമെങ്കിലും ചില സമയങ്ങളിൽ ഇത്തരം

വിശ്വാസങ്ങൾ മനോധൈര്യം പകരുന്നതിലുപരി ചില അത്ഭുതങ്ങൾ തന്നെ പ്രവർത്തിക്കാറുണ്ട്. അത്തരം ഒരു അനുഭവ കഥ ഞാൻ പറയാം.'

അഞ്ചു വർഷത്തിനുമേൽ സർവീസുള്ള ഫീൽഡ് ക്യാപ്റ്റൻ ആയിരുന്നപ്പോൾ എനിക്ക് കാശ്മീരിൽ പോസ്റ്റിങ്ങ് കിട്ടി. കുറച്ച് മാസങ്ങൾ അവിടെയുള്ള രണ്ടു പ്രധാന സ്ഥലങ്ങളുടെ ഇടയിലുള്ള കോൺവോയ് കമാൻഡറായിരുന്നു ഞാൻ.

ഈ മേഖലയിൽ 1954 ൽ റോഡ് വീതികൂട്ടുന്ന വേളയിൽ ഉണ്ടായ ഒരു അപകടത്തിൽ മദ്രാസ് സാപ്പേഴ്സിലെ ക്യാപ്റ്റൻ എച്ച് സി വഢേരയുടെ ജീവൻ നഷ്ടപ്പെടുകയുണ്ടായി. അദ്ദേഹം അപകടത്തിൽ ജീവൻ ത്യജിച്ച വളവിനെ ക്യാപ്റ്റൻ മോഡ് അതായത് ക്യാപ്റ്റൻ വളവ് എന്നാണ് വിളിക്കുന്നത്. അവിടെ ക്യാപ്റ്റൻ സാഹിബിന്റെ ഓർമ്മക്കായി ഒരു സ്മാരകം പണിതിരിക്കുന്നു. ഒരു സ്മാരകം എന്നതിലുപരി ഒരു പ്രതിഷ്ഠയുടെ അഥവാ ഒരു ജീവസമാധിയുടെ സ്ഥാനമാണ് ആ സ്മാരകത്തിനുള്ളത്.

അവിടെ എത്തുന്ന എല്ലാ വാഹനങ്ങളും അവിടെ നിർത്തുന്നു. പട്ടാളക്കാർ എല്ലാവരും ഇറങ്ങി വരിവരിയായി പരേഡിലെന്നപോലെ നിൽക്കുന്നു. കൂട്ടത്തിൽ ഏറ്റവും സീനിയർ ആയ ഓഫീസർ പട്ടാളക്കാരെ അറ്റെൻഷൻ ആയി നിർത്തി മാർച്ച് ചെയ്തു കാപ്റ്റന്റെ സ്മാരകത്തിന് മുന്നിലെത്തി സല്യൂട്ട് ചെയ്തു റിപ്പോർട്ട് കൊടുക്കുന്നു. ഇത്ര ഓഫീസർ, ഇത്ര ജെ സി ഓ ഇത്ര ജവാന്മാർ ഇത്ര വാഹനങ്ങൾ മുന്നോട്ടു പോകണം അതിനുള്ള അനുവാദം തരണം എന്ന് അഭ്യർത്ഥിച്ചു വീണ്ടും സല്യൂട്ട് ചെയ്യുന്നു. അതിനുശേഷം മാത്രമേ അവർ യാത്ര തുടരുകയുള്ളു. ഇങ്ങനെ റിപ്പോർട്ട് ചെയ്തവരെ ലക്ഷ്യസ്ഥാനത്തെത്തുന്നതു വരെ ക്യാപ്റ്റൻ അഥവാ ക്യാപ്റ്റന്റെ ആത്മാവ് കാത്തു സൂക്ഷിക്കും എന്നാണ് വിശ്വാസം.

പ്രണാമമർപ്പിക്കാതെ ഒരാൾ പോലും ആ പോയിന്റ് കടന്നാൽ അത് ഒരു മോശം ശകുനമായി കണക്കാക്കപ്പെടുന്നു. ഒരു വ്യക്തി എന്ന നിലയിൽ ഞാൻ ഇത് വിശ്വസിക്കുന്നുണ്ടോ ഇല്ലയോ എന്നത് പ്രസക്തമായിരുന്നില്ല. എന്നാൽ കോൺവോയ് കമാൻഡർ എന്ന നിലയിൽ എനിക്ക് ഈ ചിട്ടകൾ അനുസരിക്കുകയല്ലാതെ വേറെ വഴി ഇല്ലായിരുന്നു.

ആ സമയത്ത് എന്റെ ഡിവിഷൻ ഹെഡ്ക്വാർട്ടേഴ്സിലെ ഉദ്യോഗസ്ഥൻ ആയിരുന്ന കേണൽ ഹൈദർ മുഹമ്മദ് ചൗധരി എന്ന ബംഗാ

ളിൽ നിന്നുള്ള ഒരു ഓഫീസർ തന്റെ അനുഭവം പറഞ്ഞത് ഞാൻ ഓർക്കുന്നു. ദൈവത്തെക്കാൾ മദ്യത്തെ സ്നേഹിച്ച ഒരാൾ ആയിരുന്നു കേണൽ ചൗധരി. ഒരു ദിവസം വൈകുന്നേരം അദ്ദേഹവും മറ്റൊരു ഓഫീസറും സോനാമാർഗിൽനിന്നും ഗുംറി എന്ന സ്ഥലത്തേക്ക് ഡ്രൈവ് ചെയ്തു പോവുകയായിരുന്നു. പെട്ടെന്ന് കാലാവസ്ഥ മോശമാവുകയും കഠിനമായ മഞ്ഞുവീഴ്ച തുടങ്ങുകയും ചെയ്തു. മഞ്ഞു വീഴ്ചയും ഇരുട്ടും കാരണം ഡ്രൈവിംഗ് വളരെ കഠിനമായി. മഞ്ഞിൽ വാഹനം തെന്നുന്നത് വളരെ ഏറെ അപകടകരമാണ്. കാരണം പർവ്വതങ്ങളിലെ റോഡുകളിൽ ഒരു വശം കുന്നും മറുവശം അഗാധമായ ചെങ്കുത്തായ താഴ്ചയും ആയിരിക്കും. തെന്നി താഴോട്ട് പോയാൽ നൂറുകണക്കിന് അടി താഴേക്ക് വീണു വാഹനം തവിടുപൊടിയാവും. ഇങ്ങനെയുള്ള അപകടങ്ങളിൽ വാഹനത്തിലുള്ളവർ രക്ഷപ്പെടുന്നത് വളരെ അപൂർവമാണ്.

കാലാവസ്ഥ വളരെ മോശമായി മുന്നോട്ടേക്കുള്ള പ്രയാണം വളരെ അപകടകരമായപ്പോൾ അവർ വാഹനം ഇടതു വശത്തെ കുന്നിനോട് ചേർത്തിട്ട് ടെയ്ൽ ലൈറ്റുകൾ ഓൺ ചെയ്ത് അതിനുള്ളിൽ തന്നെ ഇരുന്നു. തണുപ്പ് അസഹ്യമായിരുന്നു. അല്പനേരത്തിനകം അവരുടെ വാഹനത്തെ മഞ്ഞു പൂർണമായും മൂടി. തങ്ങളുടെ ജീവൻ ഈ മഞ്ഞു കൊണ്ടുണ്ടാക്കിയ ശവകുടീരത്തിൽ അവസാനിക്കുമോ എന്നവർ ഭയന്നു.

ശരീരത്തിന് അല്പം ചൂട് പകരാൻ കേണൽ ചൗധരി തന്റെ ഹിപ് ഫ്ളാസ്ക് പുറത്തെടുത്തു അതിലുള്ള ബ്രാണ്ടി ഒരു കവിൾ കുടിച്ച ശേഷം തന്റെ സഹയാത്രികന് കൊടുത്തു.

പെട്ടെന്ന് അദ്ദേഹത്തോടൊപ്പം ഉണ്ടായിരുന്ന സഹയാത്രികനായ ഓഫീസർ പറഞ്ഞു.

'സർ, നമ്മൾ ക്യാപ്റ്റൻ മോഡിന് വളരെ അടുത്താണ്. നമുക്ക് ക്യാപ്റ്റനോട് പ്രാർത്ഥിക്കാം. അദ്ദേഹം ഈ ആപത്തിൽ നിന്നും നമ്മെ കാത്തു രക്ഷിക്കും എന്ന് എനിക്കുറപ്പുണ്ട്.'

'മേജർ, ഈ ബ്രാണ്ടി കുടിച്ചു ശരീരത്തിന്റെ ചൂട് നില നിർത്തൂ. പ്രാർത്ഥന കൊണ്ടൊന്നും വലിയ കാര്യമില്ല.'

'സർ, മഞ്ഞു പെയ്തതിനാൽ ഇനി ഈ വഴി മണിക്കൂറുകളോളം ഒരു വാഹനവും വരില്ല. നമുക്ക് ഈ വാഹനത്തിന്റെ പുറത്തിറങ്ങാനും പറ്റില്ല. ഇതിനുള്ളിൽ തന്നെ ഇരുന്നാൽ മഞ്ഞു മൂടി നാം ഇതിൽ ത്തന്നെ തന്നെ അകപ്പെടും. മഞ്ഞു വീഴ്ച കൂടുതലാണെങ്കിൽ ചില

പ്പോൾ ദിവസങ്ങളോളം ഈ പാത അടച്ചിടാറുണ്ട്. മഞ്ഞുവീഴ്ചയുടെ അവസ്ഥ കാണുമ്പോൾ നമ്മുടെ ജീവൻ അപകടത്തിൽ ആണ് എന്നാണ് എനിക്ക് തോന്നുന്നത്. ഒരു അത്ഭുതത്തിനു മാത്രമെ ഇന്നു നമ്മെ രക്ഷിക്കാൻ കഴിയൂ.'

അപ്പൊഴാണ് കേണൽ ചൗധരിക്ക് കാര്യത്തിന്റെ ഗൗരവം മനസ്സിലായത്.

ഇനി എന്ത് ചെയ്യും? കൂടിയാൽ ഒരു മൂന്നു മണിക്കൂർ കൂടി നമുക്ക് പിടിച്ചു നിൽക്കാനാവും. അതിനുശേഷം ഓരോ നിമിഷം ചെല്ലുന്തോറും നാം മരണത്തിനോട് അടുത്ത് കൊണ്ടിരിക്കും. അല്ലെങ്കിൽ മരണം നമ്മോട് അടുത്തുകൊണ്ടിരിക്കും.

'സർ, നമുക്ക് ക്യാപ്റ്റനെ പ്രാർത്ഥിക്കാം.' അല്ലാഹുവിനെ പോലും നേരെചൊവ്വേ പ്രാർത്ഥിക്കാത്ത കേണൽ ചൗധരിക്ക് ക്യാപ്റ്റനെ പ്രാർത്ഥിക്കാം എന്ന് പറഞ്ഞത് അത്ര ദഹിച്ചു കാണില്ല എന്ന് പറയേണ്ടതില്ലല്ലോ. ഏതായാലും ആശയറ്റ സാഹചര്യങ്ങളിൽ ഏതു കച്ചിത്തുരുമ്പിലും പിടിച്ചു കയറാൻ ശ്രമിക്കണം എന്ന തത്വം അനുസരിച്ചു കേണൽ ചൗധരി അതിനു തയാറായി.

രണ്ടു പേരും ക്യാപ്റ്റനെ വിളിച്ചു ഈ ആപത്തിൽ നിന്നും രക്ഷിക്കണേ എന്ന് പ്രാർത്ഥിക്കാൻ തുടങ്ങി. ഏകദേശം ഒരു മണിക്കൂർ കഴിഞ്ഞപ്പോൾ അവ്യക്തമായ എന്തോ ഇരമ്പൽ പോലെയുള്ള ശബ്ദം കേൾക്കാൻ തുടങ്ങി. അതൊരു ആവലാഞ്ചിന്റെയോ മലയിടിച്ചിലിന്റെയോ തുടക്കമാണോ എന്നവർ ഭയപ്പെട്ടു. അങ്ങനെയാണെങ്കിൽ തങ്ങളുടെ മരണത്തിന് ഏതാനും നിമിഷങ്ങൾ മാത്രം കാത്തിരുന്നാൽ മതി.

എന്നാൽ ശക്തമായ ഒരു നീണ്ട ഹോൺ ശബ്ദം പിന്നിൽ നിന്നും വളരെ അടുത്തായി മുഴങ്ങി. യന്ത്രംകൊണ്ട് മഞ്ഞു നീക്കുന്ന ശബ്ദവും അവർക്കു മനസ്സിലാക്കാനായി. പെട്ടെന്ന് വാഹനത്തിന്റെ വാതിലിൽ ആരോ 'ഓപ്പൺ പ്ലീസ്' എന്ന് വിളിച്ചു പറഞ്ഞുകൊണ്ട് ശക്തമായി മുട്ടി. വാതിൽ തുറന്ന കേണൽ ചൗധരി സ്നോ യൂണിഫോം ധരിച്ച ഒരു ക്യാപ്റ്റനെയാണ് മുന്നിൽ കണ്ടത്. അദ്ദേഹത്തിന് പിന്നിൽ അതെ യൂണിഫോം ധരിച്ച കുറച്ചു പട്ടാളക്കാരും ഉണ്ടായിരുന്നു.

കേണൽ ചൗധരിയെ സല്യൂട്ട് ചെയ്തു കൊണ്ട് ക്യാപ്റ്റൻ പറഞ്ഞു.

'സർ, ജീപ്പ് ഇവിടെ വിട്ടു ഞങ്ങളോടൊപ്പം സ്നോ പ്ലോ ട്രക്കിൽ ഞങ്ങളുടെ ക്യാമ്പിലേക്ക് വരൂ. മഞ്ഞു വീഴ്ച തീർന്നതിനുശേഷം നമു

ക്ക് ജീപ്പ് കൊണ്ട് വരാം. ഇതിനുള്ളിൽ കഴിയുന്നതും ഇത് ഇപ്പോൾ ഓടിക്കുന്നതും ആത്മഹത്യാപരമാണ്.'

രണ്ടു ഓഫീസർമാരും പെട്ടെന്ന് തന്നെ സ്നോ ട്രക്കിന്റെ കാബിനിൽ കയറി. മുന്നിൽ ഘടിപ്പിച്ച ബുൾഡോസറിന്റെ കൈപോലെ ഉള്ള ഉപകരണം കൊണ്ട് റോഡിലുള്ള മഞ്ഞു നീക്കി ആ ട്രക്ക് നീങ്ങാൻ തുടങ്ങി.

മൂന്നു കിലോമീറ്റർ ദൂരെയുള്ള എഞ്ചിനീയർ യൂണിറ്റിന്റെ ക്യാമ്പിലാണ് അവർ എത്തിച്ചേർന്നത്. നെരിപ്പോട് കത്തിക്കൊണ്ടിരിക്കുന്ന ചൂടുള്ള മുറിയിൽ ക്യാപ്റ്റൻ നൽകിയ ആവിപറക്കുന്ന ചൂടുള്ള കാപ്പിയും മൊത്തിക്കുടിച്ചിരുന്നപ്പോൾ തങ്ങൾ കുടുങ്ങിക്കിടക്കുന്നത് എങ്ങനെ മനസ്സിലായി എന്ന് കേണൽ ചോദിച്ചു.

'സർ, കനത്ത നിലയിൽ മഞ്ഞു വീണപ്പോൾ ഞങ്ങൾ എല്ലാവരും ജോലി മതിയാക്കി ക്യാമ്പിൽ തിരിച്ചെത്തി. ഞാൻ വായിച്ചു കൊണ്ടിരിക്കുകയായിരുന്നു. എന്റെ ഡ്രൈവർ അനിൽ കുമാർ സിംഗ് കിട്ടിയ സമയം പാഴാക്കാതെ നിലത്തു കമ്പിളി വിരിച്ചു ഉറങ്ങാൻ തുടങ്ങി. അൽപനേരം കഴിഞ്ഞപ്പോൾ പെട്ടെന്ന് അയാൾ നിലവിളിച്ചുകൊണ്ട് ചാടിയെണീറ്റു. ദുസ്വപ്നം കണ്ടതാണെന്നാണ് ഞങ്ങൾ കരുതിയത്. എന്നാൽ സ്വപ്നത്തിൽ ക്യാപ്റ്റന്റെ പ്രതിമയുടെ രൂപമാണ് അയാൾ കണ്ടത്. ക്യാപ്റ്റൻ മോഡിലേക്കുള്ള വഴിയിൽ രണ്ടു പേർ കുടുങ്ങി കിടക്കുന്നു, ഉടനെ പോയി രക്ഷിക്കൂ എന്ന് ക്യാപ്റ്റൻ കൽപ്പിച്ചതായി അയാൾക്ക് തോന്നി. ഇങ്ങനെ പല കഥകളും കേട്ടിരുന്നതിനാൽ അയാൾ ഇത് പറഞ്ഞപ്പോൾ തന്നെ സ്നോ ബ്ലോഡറും ആയി ഞങ്ങൾ ഉടനടി പുറപ്പെട്ടു. നിങ്ങളുടെ ടെയിൽ ലൈറ്റിന്റെ വെളിച്ചം മഞ്ഞിനിടയിലൂടെ അവ്യക്തമായി കണ്ടപ്പോൾ അവിടെ ആണ് വാഹനം കുടുങ്ങി കിടന്നത് എന്ന് ഞങ്ങൾ മനസ്സിലാക്കി. ഉടനെ മഞ്ഞു മാറ്റി നിങ്ങളെ പുറത്തെടുത്തു.'

'ഗോഡ്. ഇറ്റ് ഈസ് എ റിയൽ മിറാക്കിൾ.' കേണൽ ചൗധരി പറഞ്ഞു. അദ്ദേഹത്തിന്റെ കണ്ണുകളിൽ നിന്നും കണ്ണുനീർ ധാരയായി ഒഴുകി. 'താങ്ക് യു ക്യാപ്റ്റൻ സർ, താങ്ക് യു, താങ്ക് യു.' അദ്ദേഹം കൈകൾ കൂപ്പിക്കൊണ്ട് ഗദ്ഗദകണ്ഠനായി ക്യാപ്റ്റന് നന്ദി പറഞ്ഞു.

അടുത്തദിവസം റോഡ് ക്ലിയർ ആക്കി ജീപ്പ് പുറത്തെടുത്തു. പോവുന്നതിനു മുൻപ് രണ്ടു ഓഫീസർമാരും ക്യാപ്റ്റൻ മെമ്മോറിയലിനു മുന്നിൽ പോയി സല്യൂട്ട് ചെയ്തു തങ്ങളുടെ ജീവൻ രക്ഷിച്ചതിനു ക്യാപ്റ്റനോട് നന്ദി പറഞ്ഞു.

ഇത്തരം അനവധി കഥകൾ എന്റെ സേവനകാലത്ത് ഞാൻ കേട്ടിട്ടുണ്ട്. കേട്ടുകേൾവികൾ ഒഴിവാക്കിയാൽ തന്നെ നേരിട്ടനുഭവിച്ചതും അനുഭവിച്ചവരിൽ നിന്നും നേരിട്ട് കേട്ടതുമായ ചില കാര്യങ്ങൾ എന്റെ യുക്തി തേടുന്ന മനസ്സിനെ പിടിച്ചുലക്കാൻ പര്യാപ്തമായിരുന്നു.

സൈന്യത്തെയോ പാരാ മിലിട്ടറിയേയോ പോലെ രാജ്യ സംരക്ഷണത്തിനായി സദാ ജാഗ്രത പുലർത്തുന്നവരും വളരെ കാര്യ ഗൗരവമുള്ളവരുമായ ഉദ്യോഗസ്ഥരിൽ അന്ധവിശ്വാസത്തിന് സ്ഥാനമില്ല. എന്നാൽ പ്രതികൂല സാഹചര്യങ്ങളിൽ ഒരു സേനാ ദളത്തിന്റെ ആത്മവീര്യം നിലനിർത്താനും ഒരു സന്ദിഗ്ധ ഘട്ടത്തിൽ അവരെ ഒരുമിച്ചു നിന്ന് വിജയം അല്ലെങ്കിൽ മരണം വരെ പോരാടാൻ പ്രാപ്തരാക്കുവാനും ഇത്തരം അടിയുറച്ച വിശ്വാസങ്ങളുടെ പ്രാധാന്യം എന്താണെന്ന് ഓരോ ഓഫീസറും കൃത്യമായി മനസ്സിലാക്കിയിട്ടുണ്ട്.

എ സി റൂമുകളിൽ ഇരുന്നു ജോലി ചെയ്യുന്നവരും ഒരു ചെറിയ മഴ വന്നാൽ പോലും പുറത്തിറങ്ങാത്തവരുമായ ആളുകൾക്ക് സുരക്ഷിതമായ അവരുടെ കംഫേർട് സ്പേസുകളിൽ ഇരുന്നു കൊണ്ട് ഇത്തരം വിശ്വാസങ്ങളെ വിമർശിക്കുകയും കളിയാക്കുകയും ചെയ്യാം. എന്നാൽ അഹോരാത്രം പ്രകൃതിയുടെ പാരുഷ്യത്തെയും ശത്രുവിന്റെ ആയുധങ്ങളെയും അപകടങ്ങളെയും അഭിമുഖീകരിച്ചു കൊണ്ട് ജീവൻ പണയപ്പെടുത്തി രാജ്യ രക്ഷ ചെയ്യുന്ന സൈനികന് ഈ കാര്യങ്ങൾ അതീവ പ്രധാനമാണ്.

സിക്കിമിലെ ചൈന അതിർത്തിയിലുള്ള ഹർഭജൻ ബാബയുടെ സ്മാരകം ഇത്തരം വിശ്വാസങ്ങളുടെ ആധികാരികതയ്ക്കുള്ള മറ്റൊരു ഉദാഹരണമാണ്. ബാബാ ഹർഭജൻ സിംഗ് മരണശേഷവും തന്റെ ജോലി പൂർണമായും വിശ്വസ്തതയോടെയും ചെയ്യുന്നു. മരണശേഷവും അദ്ദേഹം സൈന്യത്തിൽ തുടരുന്നു, അദ്ദേഹത്തിന് സമയാസമയം സ്ഥാനക്കയറ്റം ലഭിക്കുന്നു. സാമാന്യ യുക്തിയെ വെല്ലുവിളിക്കുന്ന അത്ഭുതകരമായ കഥയാണിത്.

1946 ഓഗസ്റ്റ് 30 ന് ജനിച്ച ഹർഭജൻ സിംഗ് 1966 ഫെബ്രുവരി 9ന് ഇന്ത്യൻ സൈന്യത്തിലെ പഞ്ചാബ് റെജിമെന്റിൽ ഒരു സൈനികനായി നിയമിക്കപ്പെട്ടു. 1968 ൽ 23ാമത്തെ പഞ്ചാബ് റെജിമെന്റിനൊപ്പം കിഴക്കൻ സിക്കിമിൽ സേവനമനുഷ്ഠിക്കുകയായിരുന്നു.

സിക്കിമിലെ പർവ്വതപ്രദേശങ്ങളിൽ അക്കാലത്തു റോഡുകൾ ഉണ്ടായിരുന്നില്ല. സൈനിക പോസ്റ്റുകളിലേക്കു മലകൾ ചവിട്ടിക്കയറി കാൽനടയായി പോകണമായിരുന്നു. സാധനങ്ങൾ സ്വയം ചുമക്കുകയും ഭാ

രമുള്ള ആയുധങ്ങൾ മുതലായവ കോവർ കഴുതകളെക്കൊണ്ട് ചുമപ്പിക്കുകയും ആയിരുന്നു പതിവ്. പോസ്റ്റിലുള്ള സൈനികർക്ക് ആഹാരം, മരുന്നുകൾ, ആയുധങ്ങൾ, വെടിക്കോപ്പുകൾ എന്നിവ എത്തിച്ചു കൊടുക്കാൻ സേനയിൽ കോവർ കഴുതകളുടെ ഒരു വ്യൂഹം ഉണ്ട്. ഇത്തരം ഒരു വ്യൂഹത്തെ നയിച്ച് പോസ്റ്റുകളിലേക്കു വേണ്ട സാധനങ്ങൾ എത്തിച്ചു കൊടുക്കുകയായിരുന്നു ഹർഭജൻ സിംഗിന്റെ ദൗത്യം.

1968 ഒക്ടോബർ 4ന്, ഭാരം വഹിക്കുന്ന കോവർ കഴുത വിഭാഗത്തെ നയിച്ച് കൊണ്ടിരിക്കെ, കിഴക്കൻ സിക്കിമിലെ നാഥു ലാ പാസിന് സമീപം കാൽ വഴുതി, താഴ്വരയിൽ വീണ് അദ്ദേഹം ചരമം പ്രാപിച്ചു. എന്നാൽ അദ്ദേഹത്തിന്റെ ശരീരം കണ്ടു കിട്ടിയില്ല. കാരണം ശക്തമായ ജലപ്രവാഹം അദ്ദേഹത്തിന്റെ ശരീരം ഒഴുക്കി കളയുകയും രണ്ടു കിലോമീറ്റർ അകലെ കൊണ്ടുപോകുകയും ചെയ്തിരുന്നു.

ഒന്നു രണ്ടു ദിവസങ്ങൾക്കുള്ളിൽ അദ്ദേഹം ഒരു സഹ സൈനികന്റെ സ്വപ്നത്തിൽ പ്രത്യക്ഷപ്പെടുകയും തന്റെ ശരീരം ഇരിക്കുന്ന സ്ഥലം കൃത്യമായി പറഞ്ഞുകൊടുക്കുകയും ചെയ്തു. തന്റെ ശരീരം കണ്ടെടുത്തു സംസ്കരിച്ച ശേഷം തനിക്ക് ഒരു സമാധി പണിയണമെന്നും അദ്ദേഹം അപേക്ഷിച്ചു.

മൂന്ന് ദിവസത്തെ അന്വേഷണത്തിന് ശേഷം ഇന്ത്യൻ സൈന്യം ഹർഭജൻ സിങ്ങിന്റെ മൃതദേഹം സ്വപ്നത്തിൽ പറഞ്ഞ അതേ സ്ഥലത്ത് നിന്ന് തന്നെ കണ്ടെത്തി.

സ്വപ്നത്തിൽ പ്രകടിപ്പിച്ച അദ്ദേഹത്തിന്റെ ആഗ്രഹം അനുസരിച്ച് സൈനികർ അദ്ദേഹത്തിന്റെ ശവകുടീരവും പണിതു. അവിടെ സൈനികർ ആദരവ് പ്രകടിപ്പിക്കാനായി പോവുകയും വിളക്കുകൾ കൊളുത്തി പ്രാർത്ഥിക്കുകയും പതിവായി.

കാലക്രമേണ പ്രദേശ വാസികളും അവിടെ വരാൻ തുടങ്ങി. ആ സമാധി ഇപ്പോൾ ബാബ ഹർഭജൻ ക്ഷേത്രം എന്നറിയപ്പെടുന്നു. എല്ലാ വർഷവും ആയിരക്കണക്കിന് ആളുകൾ ഇവിടെ സന്ദർശിക്കാറുണ്ട്. കുറച്ചു ദിവസത്തേക്ക് ഇവിടെ ഒരു കുപ്പി വെള്ളം സൂക്ഷിച്ചു വച്ചാൽ അതിന് അദ്ഭുതകരമായ ശക്തിയുണ്ടാകുമെന്നും 21 ദിവസം ഇത് കഴിക്കുന്നതിലൂടെ രോഗങ്ങളിൽ നിന്ന് മുക്തരാകുമെന്നും ചില ഭക്തർ വിശ്വസിക്കുന്നു.

മരണാനന്തരം, ബാബാ ഹർഭജൻ സിംഗ് നാഥുലയ്ക്ക് ചുറ്റുമുള്ള ചൈനീസ് സൈന്യത്തിന്റെ പ്രവർത്തനങ്ങളെക്കുറിച്ച് തന്റെ സുഹൃത്തുക്കളെ സ്വപ്നമാർഗം അറിയിച്ചുകൊണ്ടിരുന്നു. ഇങ്ങനെ കിട്ടുന്ന

വിവരങ്ങൾ എല്ലായ്പ്പോഴും ശരിയാണെന്ന് തെളിഞ്ഞു. ഈ വസ്തുതയെ അടിസ്ഥാനമാക്കി, മരണാനന്തരം അദ്ദേഹത്തെ ജീവിച്ചിരിക്കുന്ന ഒരു പട്ടാളക്കാരനു സമം ഇന്ത്യൻ സൈന്യത്തിന്റെ സേവനപട്ടികയിലും ഉൾപ്പെടുത്തിയിരിക്കുന്നതായി പറയപ്പെടുന്നു. അദ്ദേഹം മരിച്ചിട്ട് പതിറ്റാണ്ടുകളായി. എന്നാൽ ഇന്നും ബാബ ഹർഭജൻ സിങ്ങിന്റെ ആത്മാവ് ഇന്ത്യൻ സൈന്യത്തിൽ തന്റെ സേവനം നിർവഹിക്കുന്നതായി വിശ്വസിക്കപ്പെടുന്നു.

ബാബയുടെ ഷൂസും മറ്റ് വസ്തുക്കളും ബാബയുടെ ക്ഷേത്രത്തിൽ സൂക്ഷിച്ചിരിക്കുന്നു. ആർമി ഉദ്യോഗസ്ഥർ ബാബയുടെ ക്ഷേത്രത്തിന് കാവൽ നിൽക്കുന്നു. എല്ലാ ദിവസവും അവർ അദ്ദേഹത്തിന്റെ ഷൂസുകൾ മിനുക്കുകയും യൂണിഫോം വൃത്തിയാക്കുകയും കിടക്ക വിരിക്കുകയും ചെയ്യുന്നു. എന്നാൽ ദിവസേന ഇങ്ങനെ തയാറാക്കി വെച്ച വൃത്തിയാക്കിയ ചെരിപ്പുകളിൽ ചെളി പുരളുകയും കിടക്കയിൽ ചുളിവുകൾ കാണുകയും ചെയ്യുന്നതായി അവിടെ ഉള്ള ചിലർ അവകാശപ്പെടുന്നു. അത് ബാബയുടെ ആത്മാവ് അവിടെ ഇപ്പോഴും ഉള്ളത് കൊണ്ടാണ് എന്നാണ് വിശ്വാസം.

ഇന്ത്യൻ സൈന്യം മാത്രമല്ല, ചൈനയുടെ സേനയും ബാബയുടെ ആത്മാവുമായി ബന്ധപ്പെട്ട കാര്യങ്ങളിൽ വിശ്വസിക്കുകയും ബാബയെ ബഹുമാനിക്കുകയും ചെയ്യുന്നു. അതുകൊണ്ടാണ് ഇരു രാജ്യങ്ങളിലെ സേനകൾ തമ്മിൽ നടക്കുന്ന ഫ്ളാഗ് മീറ്റിങ്ങുകളിൽ ബാബ ഹർഭജന്റെ പേരിൽ ഒരു കസേര ഇപ്പോഴും നീക്കി വെച്ചിരിക്കുന്നത്.

എല്ലാ ഇന്ത്യൻ സൈനികരെയും പോലെ ബാബ ഹർഭജനും പ്രതിമാസ ശമ്പളം നൽകുന്നു. സൈന്യത്തിന്റെ നിയമങ്ങൾ അനുസരിച്ച് ബാബക്ക് സ്ഥാനക്കയറ്റം നൽകുന്നു. ഇപ്പോൾ ബാബ സാധാരണ പട്ടാളക്കാരനിൽ നിന്ന് ഹോണററിക്യാപ്റ്റൻ പദവിയിലെത്തിയിട്ടുണ്ട്. ഒരു പക്ഷെ ഒരു സാധാരണ പട്ടാളക്കാരനായി മരിച്ചശേഷം സേവനം തുടർന്ന് ക്യാപ്റ്റൻ പദവിയിൽ എത്തിച്ചേർന്ന ലോകത്തിലെ ഒരേയൊരു സൈനികൻ ബാബാ ഹർഭജൻ സിംഗ് ആയിരിക്കും.

എല്ലാ വർഷവും സെപ്റ്റംബർ 15 മുതൽ നവംബർ 15 വരെ അദ്ദേഹത്തിന് രണ്ട് മാസത്തെ അവധി നൽകുന്നു. പ്രദേശവാസികളും സൈനികരും ചേർന്ന് അദ്ദേഹത്തിന്റെ യൂണിഫോം, തൊപ്പികൾ, ഷൂസുകൾ, മറ്റു സാധനങ്ങൾ എന്നിവ ഒരു മിലിറ്ററി ട്രങ്ക് പെട്ടിയിൽ പാക്ക് ചെയ്തു ഘോഷയാത്രയായി അദ്ദേഹത്തെ റെയിൽവേ സ്റ്റേഷനിൽ എത്തിക്കുന്നു. അദ്ദേഹത്തിന്റെ ബർത്ത് തീവണ്ടിയിൽ ബുക്ക്

ചെയ്തിരിക്കും. രണ്ടു സൈനികർ ഈ പെട്ടിയുമായി വണ്ടി കയറും. അദ്ദേഹത്തിന്റെ ബർത്ത് വിരിച്ചു കൊടുക്കുക, വസ്ത്രങ്ങളും ചെരിപ്പുകളും തയാറാക്കുക മുതലായവ ഈ സൈനികർ ചെയ്യുന്നു.

ജൽപായ്ഗുരി റെയിൽവേ സ്റ്റേഷനിൽനിന്നും ദിബ്രുഗഡ് അമൃത്സർ എക്സ്പ്രസ് വഴി അദ്ദേഹത്തെ അവർ പഞ്ചാബിലുള്ള ജലന്ധറിലേക്ക് എത്തിക്കും. ഇവിടെനിന്ന് അവർ സൈനിക വാഹനത്തിൽ അദ്ദേഹത്തിന്റെ ഗ്രാമത്തിലേക്ക് പെട്ടിയുമായി പോകും. അദ്ദേഹത്തിന്റെ ആത്മാവ് അവരോടൊപ്പം പോകുന്നു എന്നാണ് വിശ്വാസം. സാധനങ്ങൾ എല്ലാം അവിടെയുള്ള അദ്ദേഹത്തിന്റെ അമ്മയ്ക്ക് കൈമാറി, അവർ മടങ്ങിപ്പോകും. അദ്ദേഹത്തിന്റെ ലീവ് തീരുമ്പോൾ അതേ ട്രെയിനിൽ അതേ വിശ്വാസത്തോടും ബഹുമാനത്തോടും കൂടി അദ്ദേഹത്തെ തിരികെ സമാധി സ്ഥലത്തേക്ക് കൊണ്ടുവരും.

ഇത്തരം വിശ്വാസത്തെ യുക്തി ഉപയോഗിച്ച് ചോദ്യം ചെയ്യുകയും അന്ധവിശ്വാസം എന്ന് വിളിക്കുകയും ചെയ്യാമെങ്കിലും വലിയൊരു ശതമാനം സൈനികർ ഈ കാര്യങ്ങളിൽ അടിയുറച്ചു വിശ്വസിക്കുന്നു എന്നതാണ് വാസ്തവം.

ശാസ്ത്രീയമായി പറയുകയാണെങ്കിൽ ആത്മാവ്, പുനർജ്ജന്മം തുടങ്ങിയവ ഉണ്ടെന്നു തെളിയിക്കപ്പെട്ടിട്ടില്ല. എന്നാൽ തെളിവില്ല എന്നത് കൊണ്ട് മാത്രം അവ ഇല്ലെന്നു പറയാനും വയ്യ. എല്ലാ ദാർശനിക ശാസ്ത്രങ്ങളിലും മരണശേഷം ഉള്ള ഒരു അസ്തിത്വത്തെപറ്റി വിവരിക്കുന്നുണ്ട്. ഉദാഹരണത്തിന് ഭഗവദ് ഗീതയിൽ ഭഗവാൻ കൃഷ്ണൻ അർജുനനോട് പറയുന്നു.

അവിനാശി തു തദ്വിദ്ധി യേന സർവമിദം തതം
വിനാശമവ്യയസ്യാസ്യ ന കശ്ചിത്കർതുമർഹതി

നമ്മുടെ ശരീരത്തിൽ ഉടനീളം വ്യാപിച്ചിരിക്കുന്നതെന്തോ അത് നാശമില്ലാത്തതാണെന്നറിഞ്ഞാലും. അനശ്വരമായ അതിനെ നശിപ്പിക്കാൻ ആരാലും തന്നെ സാധ്യമല്ല. അപ്പോൾ മരണശേഷവും നിലനിൽക്കുന്ന ഒരു ഊർജരൂപം ഉണ്ടെന്നും അതിനു മരിച്ച വ്യക്തിയുടെ സ്വഭാവ സവിശേഷതകൾ ഉണ്ടാവും എന്നും പറയുന്നതിൽ തെറ്റില്ല എന്നു തോന്നുന്നു. ഊർജത്തെ നിർമിക്കാനോ നശിപ്പിക്കാനോ സാധ്യമല്ല എന്ന് ആൽബർട്ട് ഐൻസ്റ്റീൻ സമർത്ഥിച്ചിട്ടുണ്ടല്ലോ. അപ്പോൾ ഊർജരൂപത്തിലുള്ള നമ്മുടെ ചിന്തകളും വികാരവിചാരങ്ങളും ആഗ്രഹങ്ങളും ഒക്കെ ചേർന്ന ഒരു അസ്തിത്വം മരണശേഷം ഉണ്ടാകും എന്ന് തന്നെ പറയാം.

'ശരിയാണ് സർ. മരണം അടുത്തെത്തി എന്നറിഞ്ഞ നിമിഷം എനിക്ക് എന്തെന്നില്ലാത്ത ഒരു ശാന്തതയാണ് അനുഭവപ്പെട്ടത്. ഞാൻ ഇല്ലാതാവും എന്ന ഭയം പൂർണമായും വിട്ടു മാറി. പകരം ഞാൻ എപ്പോഴും ഉണ്ടായിരുന്നു എന്ന ഒരു തോന്നൽ ഉണ്ടായി.'

'ശരിയാണ്. നിങ്ങൾ മരണത്തിന്റെ വാതിൽപ്പടിക്കപ്പുറം വെച്ച കാൽ തിരിച്ചെടുത്തു വന്നതാണല്ലോ. ഇതിനെ പറ്റി എനിക്ക് വിശദമായി സംസാരിക്കണം. എന്നാൽ ഞാൻ മറന്നു പോവുന്നതിനു മുൻപ് ഹർഭജൻ ബാബയെ പോലെ ഉള്ള മറ്റൊരു സൈനികന്റെ കഥ പറയാം. അതിലെ നായകൻ മഹാവീർ ചക്ര ജേതാവായ ലാൻസ് നായക് ജസ്വന്ത് സിംഗ് റാവത് ആണ്.'

'സർ ഞാൻ ഇതിനെപ്പറ്റി കേട്ടിട്ടുണ്ട്. അരുണാചൽ പ്രദേശിൽ അദ്ദേഹത്തിന്റെ പേരിൽ ഒരു ക്ഷേത്രം ഉണ്ടെന്ന് അവിടെ ഉള്ള ഒരു കോഴ്സ് മേറ്റ് പറഞ്ഞിരുന്നു. അതിന്റെ ചരിത്രം പറഞ്ഞു തരാമോ?' പ്രശാന്ത് ആകാംക്ഷാ ഭരിതനായി ചോദിച്ചു.

'പറയാം.' കേണൽ ബെഡ്സൈഡ് ടേബിളിൽ നിന്നും കമഴ്ത്തി വെച്ച ഗ്ലാസ് എടുത്തു. പ്രശാന്ത് ഫ്‌ളാസ്കിൽ നിന്നും ചൂട് വെള്ളം അതിലേക്കു നിറച്ചു. ഒരു നീണ്ട സിപ്പ് എടുത്തു കൊണ്ട് കേണൽ തന്റെ കാൽമുട്ടുകൾ മടക്കുകയും നിവർത്തുകയും ചെയ്തു. 'പക്ഷെ ലഞ്ചിന് സമയം ആയല്ലോ. പത്തു മിനുട്ടിനുള്ളിൽ ലഞ്ച് കൊണ്ട് വരും. അത് കഴിച്ചു വിശ്രമിച്ചതിനുശേഷം നമുക്ക് ഈ ചർച്ച തുടർന്നു കൂടെ?'

അപ്പോഴാണ് പ്രശാന്ത് തനിക്കു നന്നായി വിശക്കുന്നുണ്ട് എന്ന വസ്തുതയെപ്പറ്റി ബോധവാനായത്. മനസ്സില്ലാ മനസ്സോടെയെങ്കിലും ഒരു പുഞ്ചിരിയോടെ പ്രശാന്ത് എഴുന്നേറ്റു. 'സർ ഞാൻ നാലുമണിക്ക് വരാം.'

'ഓക്കേ ക്യാപ്റ്റൻ. സീ യു സൂൺ.' കേണൽ പുഞ്ചിരിയോടെ തലയാട്ടി. ശ്രദ്ധയോടെ ശബ്ദം ഉണ്ടാക്കാതെ വാതിൽ അടച്ച പ്രശാന്ത് റൂമിലേക്ക് തിരിച്ചു നടന്നു.

അധ്യായം ഏഴ്

അന്ധം തമ പ്രവിശന്തിയേ അവിദ്യാമുപാസ്യതേ

പത്തു മിനിറ്റിനുള്ളിൽ ഭക്ഷണം വന്നു. വെജിറ്റബിൾ ബിരിയാണിയും സലാഡും തൈരും അച്ചാറും അടങ്ങിയ ലളിതമെങ്കിലും അതീവ രുചികരമായ ഭക്ഷണം. ബിരിയാണി കഴിച്ചിട്ട് മാസങ്ങൾ ആയതിനാൽ പ്രശാന്ത് സാവധാനം ആസ്വദിച്ച് കൊണ്ടാണ് അത് കഴിച്ചു തീർത്തത്.

കിടക്കയിൽ വന്നു കിടന്നപ്പോൾ കണ്ണടഞ്ഞതും ഉറങ്ങിയതും എപ്പോഴാണെന്ന് അറിഞ്ഞില്ല. മൂന്നേമുക്കാൽ മണിക്ക് അലാറം അടിച്ചപ്പോൾ ആണ് പ്രശാന്ത് ഞെട്ടി ഉണർന്നത്.

വളരെക്കാലത്തിനു ശേഷം നല്ല ഭക്ഷണം കഴിച്ചപ്പോൾ ആരോഗ്യകരമായ ആഴത്തിലുള്ള ഉറക്കം എല്ലാ പിരിമുറുക്കങ്ങളും കുറച്ചു നല്ല ഉന്മേഷം നൽകിയതായി പ്രശാന്തിന് അനുഭവപ്പെട്ടു. തിടുക്കത്തിൽ എഴുന്നേറ്റ പ്രശാന്ത് കാലും മുഖവും കഴുകി ഡ്രസ്സ് മാറി നാലു മണിയാവാൻ കാത്തിരുന്നു. കൃത്യം നാലു മണിക്ക് തന്നെ കേണൽ വിക്രംസിംഗിന്റെ റൂമിന്റെ വാതിലിൽ മുട്ടി.

'കം ഇൻ ക്യാപ്റ്റൻ.' ഉള്ളിൽ നിന്നും കേണലിന്റെ ഘനഗംഭീരമായ ശബ്ദം മുഴങ്ങി.

'ഹൌ ഈസ് യുവർ നീ സർ?' വാതിൽ തുറന്ന ഉടനെ പ്രശാന്ത് ചോദിച്ചു.

'ഇന്ന് മുഴുവൻ കിടക്കയിൽ തന്നെ കഴിച്ചു കൂട്ടാനാണ് തീരുമാനം. വരൂ, ഇരിക്കൂ. ഇന്ന് നല്ല ഭക്ഷണം ആയിരുന്നു. അല്ലേ?'

'അതെ സർ. ഞാൻ ബിരിയാണി കഴിച്ചിട്ട് യുഗങ്ങൾ ആയി എന്ന് തോന്നുന്നു. എന്തായാലും നന്നായി ആസ്വദിച്ചു.'

'ബിരിയാണി ഒരു കാലത്തെ പ്രധാന സൈനിക ഭക്ഷണമായിരുന്നു എന്ന് തനിക്കറിയാമോ?'

'ഇല്ല സർ. അങ്ങനെ ഒരു സൈനിക ഭക്ഷണം ഉണ്ടെന്ന് എനിക്കറിയില്ലായിരുന്നു.'

'ശരി. യൂണിറ്റ് റേഷനിൽ ചിലപ്പോൾ വരുന്ന ലൈവ് മട്ടന് എന്താണ് രേഖകളിലെ നാമം?'

'എം ഓ എച്ച്, സർ'

'അതിന്റെ പൂർണ്ണ രൂപം എന്താണ്?'

'മീറ്റ് ഓൺ ഹൂഫ്. കുളമ്പിനു മേലുള്ള മാംസം.'

'അത് പദാനുപദ തർജ്ജിമയാണ്. നടക്കുന്ന മാംസം എന്ന് പറയാം. ഈ പേര് എങ്ങനെ വന്നു എന്നറിയാമോ?'

'ഇല്ല സർ.' മറ്റൊരു നല്ല കഥ പ്രതീക്ഷിച്ചുകൊണ്ട് പ്രശാന്ത് മുന്നോട്ടു ചാഞ്ഞിരുന്നു.

പണ്ട് കാലത്തു സൈനിക മുന്നേറ്റങ്ങൾ സാധാരണമായിരുന്നല്ലോ. ഒരു രാജാവ് അല്ലെങ്കിൽ സൈന്യാധിപൻ തന്റെ പടനയിച്ചുകൊണ്ട് മാസങ്ങളോളം മുന്നേറിക്കൊണ്ടിരിക്കും. ആക്രമണസന്നദ്ധരായ സൈനികദളത്തിന്റെ പിന്നിലായി ഭക്ഷണസാധനങ്ങളും മരുന്നുകളും അത്യാവശ്യസാധനങ്ങളും വൈദ്യന്മാരും കുശിനിക്കാരും ക്ഷുരകന്മാരും സേവകരും ചിലപ്പോൾ സേനാധിപതികളുടെ ഭാര്യമാരും ഒക്കെ അടങ്ങിയ കാരവൻ സഞ്ചരിക്കും. സൈനികർ താവളമടിക്കുമ്പോൾ ഈ വിഭാഗമാണ് ടെന്റുകൾ ഉണ്ടാക്കുന്നതും ഭക്ഷണം പാകം ചെയ്യുന്നതും വിളമ്പുന്നതും ഒക്കെ. ഇത് സൈനിക മുന്നേറ്റം എത്ര മെല്ലെ ആക്കിത്തീർക്കും എന്ന് പറയേണ്ടതില്ലല്ലോ.

സൈനിക മുന്നേറ്റം വൈകുന്നതനുസരിച്ചു പ്രതിരോധിക്കുന്നവർ കൂടുതൽ തയാറെടുപ്പ് നടത്തുകയും ഇടയ്ക്കിടെ സഹായക കാരവാന് മേലെ മിന്നൽ ആക്രമണം നടത്തുകയും ഭക്ഷണം നശിപ്പിക്കുകയും ഒക്കെ ചെയ്യും. മുന്നേറ്റം നടക്കാനിടയുള്ള പ്രദേശങ്ങളിൽ നിന്ന് ആളുകളെ ഒഴിപ്പിക്കുന്നതും വിളകൾ തീവച്ചു നശിപ്പിക്കുന്നതും വിഷം കലർത്തിയോ മൃഗങ്ങളുടെ മൃതശരീരങ്ങൾ നിക്ഷേപിച്ചോ ജലാശയങ്ങൾ ഉപയോഗശൂന്യമാക്കുന്നതും ഒക്കെ സർവ്വസാധാരണമായിരുന്നു. ആക്രമണകാരികൾക്കു ഭക്ഷണം, വെള്ളം ഇവ നിഷേധിച്ചും അവരുടെ മുന്നേറ്റത്തെ തടഞ്ഞും സാവധാനപ്പെടുത്തിയും അവരുടെ സൈനികരുടെ മനോവീര്യം കെടുത്തിയാൽ അവരെ പ്രതിരോധിച്ചു തോൽപ്പിക്കാൻ എളുപ്പമാവുമല്ലോ.

എന്നാൽ പേർഷ്യയിലെ ആക്രമണസേനകൾ ഈ വാസ്തവം മുൻപേ തന്നെ മനസ്സിലാക്കിയിരുന്നു. അവർ സഹായക കാരവാനും

യുദ്ധം ചെയ്യാത്ത ആളുകളെയും പരമാവധി ഒഴിവാക്കി. ഓരോ സൈനിക ദളത്തിന്റെയുംകൂടെ ഒട്ടകങ്ങളുടെ പുറത്തു ഭക്ഷണത്തിനുള്ള അരി, വ്യഞ്ജനങ്ങൾ എന്നിവ കയറ്റുന്നു. കൂടെ ഇറച്ചിക്കായി ആട്ടിൻ പറ്റങ്ങളും ചിലപ്പോൾ ഉണ്ടാവും. അവർ രാത്രി മുഴുവൻ സഞ്ചരിച്ചു രാവിലെ താവളമടിക്കുമ്പോൾ കുറച്ച് ആടുകളെ കശാപ്പു ചെയ്തു ചെറിയ കഷണങ്ങൾ ആക്കി അരിയും പലവ്യഞ്ജനങ്ങളും ഇട്ടു തീ കൂട്ടി വലിയ പാത്രങ്ങളിൽ വേവിച്ചെടുക്കുന്നു. ആടുകൾ തീർന്നാൽ ഒട്ടകങ്ങളെ കശാപ്പു ചെയ്യാൻ തുടങ്ങും.

അങ്ങനെ വലിയ പാത്രങ്ങളിൽ വേവിച്ചെടുത്ത ഭക്ഷണം എല്ലാവരും വട്ടമിട്ടിരുന്ന് അതെ പാത്രത്തിൽ നിന്നും തന്നെ വാരി കഴിക്കുന്നു. പിന്നെ വൈകുന്നേരം വരെ ഉറക്കമാണ്. വൈകുന്നേരമായാൽ വീണ്ടും യാത്ര ആരംഭിക്കുന്നു. അതിനു ശേഷം ഭക്ഷണം കഴിക്കുന്നത് മിക്കവാറും അടുത്ത ദിവസം രാവിലെ ആയിരിക്കും. ഇങ്ങനെ സൈനിക മുന്നേറ്റത്തിന്റെ വേഗതയും ക്ഷമതയും വർധിപ്പിക്കാനും കൂടുതൽ വിജയങ്ങൾ നേടാനും അവർക്കു കഴിഞ്ഞു. പേർഷ്യയിൽ അരിക്ക് ബിരിഞ്ച് എന്ന് പറയുന്നു. അതിനാൽ ഈ വിഭവത്തിനു ബിരിയാണി എന്ന് പേർ വന്നു. എന്നാൽ ഫ്രൈ ചെയ്യുക എന്നർത്ഥമുള്ള ബിരിയാൻ എന്ന പേർഷ്യൻ പദത്തിൽ നിന്നുമാണ് ബിരിയാണി എന്ന പദം ഉണ്ടായത് എന്നൊരു പക്ഷവും ഉണ്ട്. രണ്ടായാലും ഇതിന്റെ ഉത്ഭവം പേർഷ്യയിൽ നിന്നാണ് എന്നതിന് സംശയമില്ല.

മാംസത്തിനുപയോഗിക്കുന്ന മൃഗങ്ങളെ നടത്തി കൊണ്ട് വരുന്നതിനാൽ അതിനെ മീറ്റ് ഓൺ ഹൂഫ് എന്ന് വിളിക്കുന്നു. ഈ വാക്ക് പിന്നീട് ബ്രിട്ടീഷുകാർ ഉപയോഗിച്ചു വന്നു. അങ്ങനെ നമ്മുടെ സേനയിൽ ഇന്നും മീറ്റ് ഓൺ ഹൂഫ് എന്ന പദം ഉപയോഗിക്കപ്പെടുന്നു.

ഈ രീതി വളരെ ഫലപ്രദമായിരുന്നതിനാൽ മാംസഭുക്കുകളായ മുസ്ലിം സേനകളാൽ അതിവേഗം സ്വീകരിക്കപ്പെട്ടു. പേർഷ്യ, അഫ്ഗാനിസ്ഥാൻ മുതലായ സ്ഥലങ്ങളിൽ നിന്നും വന്ന ആക്രമണ സേനകളിലൂടെ ഈ ഭക്ഷണം ഇന്ത്യയിലും എത്തി. പിന്നീട് മുഗളർ ഡൽഹി ഭരിക്കുമ്പോഴാണ് ഇതേ ഭക്ഷണം അതീവ രുചികരമായി പലവിധത്തിലും ഉണ്ടാക്കി മുഗൾ ദർബാറിൽ വിളമ്പാൻ തുടങ്ങുന്നത്. വളരെക്കാലത്തോളം ഇത് മുസ്ലിങ്ങളുടെ മാത്രം വിശിഷ്ടഭോജ്യമായിരുന്നു. എന്നാൽ ഇന്ന് ഭാരതത്തിൽ എല്ലാവരും പലവിധത്തിലുള്ള ബിരിയാണികൾ കഴിക്കുന്നു. മാംസം കഴിക്കാത്തവർക്കു മുട്ട, മൽസ്യം, പച്ചക്കറി, പനീർ, ടോഫു എന്നിവയൊക്കെ കൊണ്ടുണ്ടാക്കുന്ന ബിരിയാണികൾ എവിടെ

യും കിട്ടുമല്ലോ.

എന്നാൽ ഇന്നും മുസ്ലിങ്ങളാണ് സദ്യകളിൽ ബിരിയാണിക്ക് ഉയർന്ന സ്ഥാനം നൽകുന്നത്. മാത്രമല്ല, ഡൽഹി, ലക്നൗ, ഹൈദരാബാദ്, മുഗളായി, പേർഷ്യൻ, അഫ്ഗാനി, സിന്ധി മുതലായ വ്യത്യസ്തങ്ങളായ ബിരിയാണികൾ ആ പ്രദേശങ്ങളിൽ നിലനിന്നിരുന്ന മുസ്ലിം സംസ്കാരത്തിന്റെ ബാക്കിപത്രങ്ങളാണ്. ഇന്നും സദ്യകളിൽ ഒരു വലിയ പാത്രത്തിന് ചുറ്റും അനേകം ആളുകൾ വട്ടമിട്ടിരുന്നു പാത്രത്തിൽ നിന്നും കൈകൾ കൊണ്ട് വാരി കഴിക്കുന്ന സമ്പ്രദായം പണ്ടത്തെ പേർഷ്യൻ സൈനികരെ അനുസ്മരിപ്പിക്കുന്നു.

'സർ, ഞാൻ ആദ്യമായാണ് ഈ കാര്യം കേൾക്കുന്നത്. ബിരിയാണി എന്നാൽ മുസ്ലിങ്ങൾ പ്രാധാന്യം കൊടുക്കുന്ന ഒരു ഭക്ഷണം എന്നല്ലാതെ അതിന് ഇത്തരം ചരിത്രമോ സൈനികമായ പ്രാധാന്യമോ ഉണ്ടെന്ന് എനിക്കറിയില്ലായിരുന്നു.'

'ഇപ്പോൾ മനസ്സിലായല്ലോ. നാം സാധാരണ കാര്യമായി തള്ളുന്ന ചിലതൊക്കെ നാം ഒരിക്കലും ചിന്തിക്കാത്ത അത്രയും ഗഹനങ്ങൾ ആണെന്ന്.'

'ശരിയാണ് സർ.'

'ഏതായാലും നമുക്ക് നേരത്തെ പറഞ്ഞുനിർത്തിയ ജസ്വന്ത് സിംഗ് റാവത്തിന്റെ കഥ തുടരാം.' കേണൽ പറഞ്ഞു.

1962ലെ ഇന്തോചൈന യുദ്ധം നടന്ന കാലത്തുള്ള കഥയാണിത്. ചൈന അവകാശവാദം ഉന്നയിക്കുന്ന അരുണാചൽ പ്രദേശിലെ തവാങ് ജില്ലയിൽ ആണ് കഥ നടക്കുന്നത്. ഭൂട്ടാനും ഇന്ത്യയും അതിർത്തി പങ്കിടുന്ന തന്ത്രപ്രധാനസ്ഥലമാണ് തവാങ് ബോർഡർ. അവിടെ വിന്യസിച്ചിരുന്ന ഗഢ്വാൾ റൈഫിൾസിന്റെ നാലാം ബറ്റാലിയനിൽ ആയിരുന്നു റൈഫിൾമാൻ ജസ്വന്ത് സിംഗ് റാവത് തന്റെ ട്രെയിനിങ്ങിനുശേഷം ചേർന്നത്. 1962 നവംബർ പതിനേഴാം തീയതി ചൈനയുടെ അതിശക്തമായ ആക്രമണം ചെറുത്തു നിൽക്കുകയായിരുന്നു നാലാം ബറ്റാലിയൻ. നൂറനാങ് എന്ന സ്ഥലത്താണ് ജസ്വന്ത് സിംഗിന്റെ പോസ്റ്റ്. രണ്ട് ശക്തമായ ആക്രമണങ്ങളെ വിജയകരമായി ചെറുത്തു പരാജയപ്പെടുത്തിയ ശേഷം മൂന്നാമത്തെ ആക്രമണം നേരിടുകയായിരുന്നു ആ പോസ്റ്റിലെ നമ്മുടെ സൈനികർ.

മൂന്നാമത്തെ ആക്രമണത്തിൽ ഒരു ചൈനീസ് മീഡിയം മെഷീൻ ഗൺ തന്ത്രപ്രധാനമായ ഒരു സ്ഥലത്തുനിന്നും നമ്മുടെ പോസ്റ്റുകളിൽ കനത്ത വെടിയുണ്ട വർഷം നടത്തുകയായിരുന്നു. ആ മെഷീൻ ഗൺ

കാരണം നമ്മുടെ സൈനികർക്കു ഫലപ്രദമായി പ്രത്യാക്രമണം നടത്താൻ സാധിക്കുന്നുണ്ടായിരുന്നില്ല. അങ്ങനെയുള്ള സ്തംഭനാവസ്ഥയിൽ റൈഫിൾമാൻ ജസ്വന്ത് സിങ്ങും സഹപോരാളികളായ റൈഫിൾമാൻ ഗോപാൽ സിംഗ് ഗുസായിൻ, ലാൻസ് നായക് ത്രിലോക് സിംഗ് നേഗി എന്നിവരും ആ മെഷീൻ ഗൺ നശിപ്പിക്കാൻ സന്നദ്ധരായി മുന്നോട്ടു വന്നു. അപകടകരമായ ആ ദൗത്യത്തിന് അവരെ അയക്കാൻ ആദ്യം മടിച്ചെങ്കിലും സാഹചര്യത്തിന്റെ ഗൗരവം കണക്കിലെടുത്ത് അവരുടെ കമാൻഡർ അനുവാദം നൽകി.

മരണം വിതച്ചുകൊണ്ടു തലയ്ക്കു മീതെ ചീറിപ്പാഞ്ഞു കൊണ്ടിരുന്ന വെടിയുണ്ടകളുടെ ഇടയിലൂടെ യുദ്ധഭൂമിയിലൂടെ ഇഴഞ്ഞു നീങ്ങിയ ആ ധീര സൈനികർ ആ മെഷീൻ ഗൺ ഡിറ്റാച്ച്മെന്റിലെ അഞ്ചു ചൈനീസ് സൈനികരെ ഏറ്റുമുട്ടലിൽ വധിക്കുകയും ആ മെഷീൻ ഗൺ പിടിച്ചെടുക്കുകയും ചെയ്തു. മടങ്ങി സ്വന്തം പോസ്റ്റിലേക്ക് വരുമ്പോൾ നേഗിയും ഗുസായിനും കൊല്ലപ്പെടുകയും ജസ്വന്ത് സിങ്ങിന് വെടിയേൽക്കുകയും ചെയ്തു. ഗുരുതരമായി പരിക്കേറ്റിട്ടും പിടിച്ചെടുത്ത മെഷിൻ ഗണ്ണുമായി ജസ്വന്ത്സിങ് സ്വന്തം പോസ്റ്റിൽ മടങ്ങിയെത്തി. എന്നാൽ അല്പസമയത്തിനുള്ളിൽ ആ യുദ്ധവീരൻ മരണത്തിനു കീഴടങ്ങി.

ഈ ദിവസത്തെ യുദ്ധത്തിൽ നാലാം ഗഡ്‌വാൾ ബറ്റാലിയൻ മുന്നൂറിനുമേലെ ചൈനീസ് ആക്രമണകാരികളെ കൊന്നൊടുക്കി. അവരുടെ മൂന്നു സൈനികർ രക്തസാക്ഷികൾ ആവുകയും എട്ടുപേർക്ക് പരിക്കേൽക്കുകയും ചെയ്തു. യുദ്ധഭൂമിയിൽ കാണിച്ച അതീവ ധീരതക്കും ശൗര്യത്തിനും റൈഫിൾമാൻ ജസ്വന്ത്സിംഗിന് മഹാവീർ ചക്ര അവാർഡ് നൽകപ്പെട്ടു. അദ്ദേഹത്തിന് വേണ്ടി ഒരു സ്മാരകം ഉണ്ടാക്കപ്പെട്ടു. നാലാം ഗഡ്‌വാൾ ബറ്റാലിയന് നൂറനാങ് എന്ന ബാറ്റിൽ ഹോണർ, അഥവാ യുദ്ധബഹുമതി നൽകപ്പെട്ടു.

ജസ്വന്ത് സിംഗ് തന്റെ അവസാനത്തെ യുദ്ധം നടത്തിയ പോസ്റ്റിന്റെ പേര് ഇപ്പോൾ ജസ്വന്ത് ഗഢ് എന്നാണ്. ബാബാ ജസ്വന്ത് സിംഗ് റാവത്ത് എന്നാണ് റൈഫിൾമാൻ ജസ്വന്ത് ഇന്ന് അറിയപ്പെടുന്നത്. അദ്ദേഹത്തിന്റെ സ്വകാര്യ വസ്തുക്കൾ ഇന്നും ജസ്വന്ത് ഗഢിൽ സുരക്ഷിതമായി സൂക്ഷിച്ചിരിക്കുന്നു.

ജസ്വന്ത് സിംഗിന്റെ മുറിയുടെ സംരക്ഷണത്തിനായി അഞ്ച് സൈനികരെ പ്രത്യേകം നിയോഗിച്ചിട്ടുണ്ട്. മുറി ശൂന്യമാണെങ്കിലും, സൈനികർ രാവിലെ നാലര മണിക്കു ബെഡ് ടീ നൽകുന്നു, രാവിലെ ഒൻപതു മണിക്ക് പ്രഭാതഭക്ഷണവും രാത്രി ഏഴു മണിക്ക് അത്താഴവും ത

യ്യാറാക്കുന്നു. വിശ്വാസികൾ അവകാശപ്പെടുന്നത് പ്രകാരം അദ്ദേഹത്തിന്റെ മുറിയിലെ ബെഡ് ഷീറ്റുകൾ ഉപയോഗിക്കപ്പെട്ട നിലയിലും വസ്ത്രങ്ങൾ മുറിയിൽ ധരിച്ചതിന് ശേഷം അഴിച്ചു വെച്ച രീതിയിലും കണ്ടെത്താറുണ്ട്.

റൈഫിൾമാൻ ജസ്വന്ത് സിംഗ് റാവത്ത് ഇപ്പോഴും ഒരു ആത്മാവായി പോസ്റ്റ് കാക്കുന്നുവെന്നും സ്വപ്നങ്ങളിൽ ഇന്ത്യൻ സൈനികരെ നയിക്കുന്നുണ്ടെന്നും സൈന്യത്തിലെ ആളുകൾ ഇപ്പോഴും വിശ്വസിക്കുന്നു. അദ്ദേഹത്തിനെ സേനയിൽ നിന്നും ഒരിക്കലും പെൻഷൻ നൽകി അയച്ചിട്ടില്ല. അദ്ദേഹം ജീവിച്ചിരിക്കുന്നു എന്ന രീതിയിൽ ശമ്പളം ആണ് നൽകുന്നത്. സമയാസമയങ്ങളിൽ പ്രൊമോഷനും നൽകുന്നു. മരണ ശേഷം മേജർ ജനറലായി സ്ഥാനക്കയറ്റം ലഭിക്കുന്ന ഒരേയൊരു സൈനികൻ ജസ്വന്ത് സിംഗ് ആണ്. അദ്ദേഹത്തിന്റെ ശമ്പളം എല്ലാ മാസവും കൃത്യമായി ക്രെഡിറ്റ് ചെയ്യപ്പെടുന്നു എന്ന് മാത്രമല്ല, അദ്ദേഹത്തിന് ഔദ്യോഗിക അവധികൾ പോലും അനുവദിച്ചിട്ടുണ്ട്. എന്നാൽ ശമ്പളത്തിന്റെയും പ്രൊമോഷന്റെയും കാര്യം നിരവധി ആളുകൾ വിശ്വസിക്കുന്നുണ്ടെങ്കിലും അധികാരികൾ ഔദ്യോഗികമായി സ്ഥിരീകരിച്ചിട്ടില്ല.

'സർ ഇതിനെപ്പറ്റി ഞാൻ കുറച്ചു ചില കാര്യങ്ങൾ കേട്ടിരുന്നു. എന്നാൽ അന്ധവിശ്വാസ ജടിലമായ ഒരു കിംവദന്തിയായി മാത്രമേ ഞാൻ അതിനെപ്പറ്റി വിചാരിച്ചിരുന്നുള്ളൂ. എന്നാൽ ഇന്ന് കഥ മുഴുവനായും കേൾക്കാൻ പറ്റി.' പ്രശാന്ത് പറഞ്ഞു.

'കാശ്മീരിൽ ഉണ്ടായിരുന്നപ്പോൾ അവിടെ ഡ്രൈവർമാർ മെക്കാനിക്കൽ ട്രാൻസ്പോർട്ട് സെക്ഷന്റെ ഗേറ്റിനു മുന്നിൽ എല്ലാ വ്യാഴാഴ്ചയും പീർ ബാബയ്ക്ക് വേണ്ടി വിളക്ക് തെളിക്കുമായിരുന്നു.' ഒരു പഴയ തകരപ്പാട്ടയിൽ അല്പം ഉപയോഗം കഴിഞ്ഞ തുണിക്കഷണങ്ങൾ ഇട്ട് അതിൽ പഴയ ഗ്രീസും എൻജിൻ ഓയിലും ഒഴിച്ച് കത്തിക്കുന്നതാണ് ഈ പീർ ബാബ വിളക്ക്.

വ്യാഴാഴ്ച ദിവസം ഒരു മെസ്സിലും നോൺ വെജിറ്റേറിയൻ ഭക്ഷണം പാചകം ചെയ്യാറില്ല. മാത്രമല്ല, ഓഫീസർ മെസ്സിലും ജെ സി ഓ മെസ്സിലും അദർ റാങ്ക് മെസ്സിലും ആരും മദ്യപിക്കാറുമില്ല. പട്ടാളക്കാർക്ക് മദ്യം ഇഷ്യൂ ചെയ്യാത്ത ദിവസങ്ങളിൽ പോലും ഒളിഞ്ഞിരുന്നു മദ്യപിക്കുന്ന ചില വിരുതന്മാർ പോലും വ്യാഴാഴ്ച ദിവസങ്ങളിൽ മദ്യം കഴിക്കുന്നതിനെപ്പറ്റി ചിന്തിക്കാറില്ല. അന്ന് മദ്യപിച്ചാൽ അനർത്ഥങ്ങൾ വന്നു ചേരുമെന്നാണ് വിശ്വാസം.'

'ശരിയാണ്. പീർ ബാബക്ക് ദൈവിക ശക്തികൾ ഉണ്ടെന്നാണ് വിശ്വാസം.'

'സർ, ഈ പീർ ബാബ എന്ന് വിളിക്കുന്നത് യഥാർത്ഥത്തിൽ ആരെയാണ്?'

'അഞ്ഞൂറ് വർഷങ്ങൾക്കു മേൽ ജീവിച്ചിരുന്നു എന്ന് വിശ്വസിക്കപ്പെടുന്ന പീർ ബുധാൻ അലി ഷാ എന്ന സിദ്ധൻ ആണ് പീർ ബാബ എന്നറിയപ്പെടുന്നത്. അദ്ദേഹത്തിന്റെ സമാധി ജമ്മുവിനടുത്തു സ്ഥിതി ചെയ്യുന്നു. പത്താമത്തെ സിഖ് ഗുരുവായ ഗുരു ഗോവിന്ദ് സിംഗിന്റെ സുഹൃത്തായിരുന്നു അദ്ദേഹം. തന്റെ അഞ്ഞൂറ് വർഷത്തെ ജീവിത കാലം മുഴുവൻ വെറും പാൽ മാത്രമാണ് അദ്ദേഹം കഴിച്ചിരുന്നത് എന്ന് പറയപ്പെടുന്നു. അദ്ദേഹത്തിന്റെ സമാധിയിൽ മുസ്ലിങ്ങളേക്കാൾ കൂടുതൽ സന്ദർശനം നടത്തുന്നത് ഹിന്ദു, സിഖ് മതവിഭാഗങ്ങളിൽ പെട്ടവരാണ്. ജാതി മത ഭേദമന്യെ പീർ ബാബ തങ്ങളുടെ ധർമ്മഗുരുവും രക്ഷകനും ആണെന്ന് ജമ്മുവിലും പരിസരത്തും ഉള്ളവർ വിശ്വസിക്കുന്നു. മിക്കവരും വ്യാഴാഴ്ചകളിൽ മദ്യം, മാംസം മുതലായവ ഒഴിവാക്കുകയും വൈകുന്നേരങ്ങളിൽ പീർബാബക്ക് വേണ്ടി വിളക്ക് കൊളുത്തുകയും ചെയ്യുന്നു. പീർബാബയുടെ അനുഗ്രഹത്താൽ ആപത്തുകൾ ഒഴിഞ്ഞു പോകുമെന്നും ജീവിതത്തിൽ ഐശ്വര്യവും ശാന്തിയും സമാധാനവും ഉണ്ടാകുമെന്നും ആളുകൾ വിശ്വസിക്കുന്നു.'

'വർഷങ്ങൾക്കു മുൻപേ മരിച്ചു പോയവർ ഇപ്പോഴും പല കാര്യങ്ങളും ചെയ്യുന്നു എന്ന് പറയുന്നതിലെ യുക്തി എന്താണ്? അത് അസാധ്യമായ കാര്യമല്ലേ?' പ്രശാന്തിന്റെ ശാസ്ത്രബോധത്തിന് പറഞ്ഞതിൽ മിക്ക കാര്യങ്ങളും ഉൾക്കൊള്ളാനായില്ല.

'ശരിയാണ്. എന്നാൽ നമ്മുടെ ചിന്തകൾ കൊണ്ട് നമുക്ക് ഒരു ശക്തിയെ സൃഷ്ടിച്ചെടുക്കാനാകും എന്ന് ടിബറ്റിലെ വജ്രയാന ബുദ്ധമതത്തിൽ വിശ്വസിക്കുന്നവർ മുതൽ കേരളത്തിലെ മന്ത്രവാദികൾ വരെ ഉറപ്പ് പറയുന്നു. ഉദാഹരണത്തിന് മരിച്ചുപോയ ഒരാളുടെ ആത്മാവ് അവിടെ ഉണ്ടെന്നും അതിനു തങ്ങളെ സഹായിക്കാൻ കഴിയുമെന്നും കുറച്ചു പേർ വിശ്വസിക്കുന്നു എന്ന് കരുതുക. അവർ ആ ആത്മാവിനെ പ്രാർത്ഥിക്കുകയും പൂജിക്കുകയും അതിനോട് കാര്യങ്ങൾ ആവശ്യപ്പെടുകയും ചെയ്യുന്നു. കാലക്രമേണ അവരുടെ ചിന്താവീചികളിൽ നിന്നും ഒരു അദൃശ്യശക്തി രൂപമെടുക്കുന്നു. ആ ശക്തി ഒരു മൂർത്തിയെപ്പോലെ ആയിത്തീരുന്നു. അത് സങ്കല്പിച്ച് ഉണ്ടാക്കിയവർ മനസ്സിൽ കണ്ട ഗുണങ്ങൾ ആയിരിക്കും ആ ശക്തിക്ക് ഉണ്ടാവുക. അത് ക്രമേ

ണ്ണ ഭക്തർക്ക് ചില കാര്യങ്ങൾ നേടിക്കൊടുക്കുന്നു. ഭക്തരുടെ എണ്ണ വും വിശ്വാസവും കൂടുന്നതനുസരിച്ച് ആ മൂർത്തിയുടെ ശക്തിയും വർ ധിക്കുന്നു.'

'ഉത്തരകേരളത്തിലെ ഗ്രാമങ്ങളിൽ കണ്ടു വരുന്ന തെയ്യങ്ങൾ ഇങ്ങ നെയുള്ള മൂർത്തികളാണ്. ഏതോ കാലത്തു ജീവിച്ചു മരിച്ച യുദ്ധവീര ന്മാരും തറവാട്ട് കാരണവന്മാരും പ്രമാണിമാരും മന്ത്രവാദികളും കളരിഗു രുക്കന്മാരും തമ്പുരാട്ടിമാരും ഒക്കെ ഇങ്ങനെ ദൈവക്കരുക്കളായി തീരു ന്നു. അവരുടെ തറവാടുകളിൽ തുടങ്ങുന്ന വെച്ചാരാധന ആ ശക്തികൾ ക്ക് ഒരു സൂക്ഷ്മ രൂപം കൊടുക്കുന്നു. കൊല്ലങ്ങളായി ആരാധന നടക്കു കയും ഭക്തരുടെ എണ്ണം കൂടുകയും ചെയ്യുന്നതനുസരിച്ച് ആ മൂർത്തിയു ടെ ശക്തി വർധിക്കുന്നു. ഒരു കാലത്തു ജീവിച്ചിരുന്ന ആ യഥാർത്ഥ വ്യ ക്തിയുടെ സ്വഭാവം ആയിരിക്കും ആ മൂർത്തിക്കും. മദ്യവും മാംസവും മ ത്സ്യവും കഴിക്കുന്ന ദൈവങ്ങളും നാടൻ മദ്യവും അരിമുറുക്കും കടലപ്പു ഴുക്കും നിവേദ്യമായി സ്വീകരിക്കുന്നവരും കാട്ടിൽ പോയി പള്ളിവേട്ട നട ത്തുന്ന ദൈവങ്ങളും ഉപകാരത്തിന്നു പകരം കൃത്യമായി പണം ചോദിച്ചു വാങ്ങുന്ന ദൈവങ്ങളും ഒക്കെ ഇക്കൂട്ടത്തിൽ കാണും.'

'ടിബറ്റിലെ വജ്രയാനബുദ്ധമത വിശ്വാസികളായ ചില ലാമമാർ സ്വ ന്തം മനഃശക്തി കൊണ്ട് ഇത്തരം മൂർത്തികളെ സൃഷ്ടിക്കുന്നതായി പറ യപ്പെടുന്നു. ഇത്തരം പാരമ്പര്യം കാശ്മീരിലും ബംഗാളിലും കേരളത്തി ലും ധാരാളമായുണ്ട്.'

'ഇങ്ങനെ മൂർത്തിയെ സൃഷ്ടിച്ച ആൾ മരണപ്പെട്ടു കഴിഞ്ഞാൽ ആ മൂർത്തി സ്വതന്ത്രമാവുന്നു. അപ്പോൾ മറ്റു ചില മാന്ത്രികർ വന്ന് അവയെ ആവാഹിച്ചു കൊണ്ടുപോകുന്നു. അങ്ങനെ അനേകം മൂർത്തികളെ പ്ര തിഷ്ഠിച്ച മാന്ത്രിക കുടുംബങ്ങൾ കേരളത്തിൽ ഉണ്ടായിരുന്നു. ഐതി ഹ്യമാല പോലുള്ള പുസ്തകങ്ങളിൽ അത്തരം കഥകൾ കാണാം.'

'ഇങ്ങനെയുള്ള മൂർത്തികൾക്ക് പരമ്പരാഗതമായി തറവാടുകളിൽ വെച്ചാരാധന നടത്തുന്നു. എന്റെ ഭാര്യയുടെ അച്ഛന്റെ തറവാട്ടിൽ ഇങ്ങ നെയുള്ള ഒരു ബ്രഹ്മരക്ഷസ്സ് ഉണ്ടായിരുന്നു. പുതിയ തലമുറയ്ക്ക് ഇക്കാ ര്യങ്ങളിൽ വിശ്വാസം കുറവായതിനാൽ അവർ പൂജകളിൽ അലംഭാവം കാട്ടുന്നു. അപ്പോൾ ഈ മൂർത്തികൾ ആ തറവാട്ടിൽ പലവിധ ഉപദ്രവ ങ്ങളും ഉണ്ടാക്കുന്നു. ചിലപ്പോൾ അവകാശികളില്ലാതെ അന്യം നിൽ ക്കുന്ന തറവാടുകളിൽ മൂർത്തികൾ സ്വതന്ത്രരായി ആളുകൾക്ക് ഉപദ്ര വം ഉണ്ടാക്കുന്നു. എന്നാൽ കൂടുതൽ കാലം അവഗണിക്കപ്പെട്ടാൽ അ വയുടെ ശക്തി ശോഷിച്ചു വന്ന് അവ ഇല്ലാതെയായിത്തീരുന്നു.'

'സർ, താങ്കൾ ഇത്തരം കാര്യങ്ങളിൽ ശരിക്കും വിശ്വസിക്കുന്നുണ്ടോ?'

'അനുഭവങ്ങളാണല്ലോ ഗുരു. സത്യത്തിനു വിശ്വാസത്തിന്റെ പിൻബലം ആവശ്യമില്ല. ഇന്ത്യയൊട്ടാകെയും തിബത്തിലും ലോകത്തിന്റെ പലഭാഗങ്ങളിലും സഞ്ചരിച്ചതിനാൽ എനിക്ക് ഒരുപാട് അനുഭവങ്ങൾ ഉണ്ടായിട്ടുണ്ട്. ഞാൻ ഈ വക കാര്യങ്ങളെപ്പറ്റി ധാരാളം വായിച്ചു പഠിച്ചിട്ടും ചിന്തിച്ചിട്ടുമുണ്ട്. അങ്ങനെയുള്ള സൂക്ഷ്മശക്തികൾ ഉണ്ട് എന്നു തന്നെയാണ് എന്റെ ഉറച്ച വിശ്വാസം. പ്രശസ്ത തിയോസഫിസ്റ്റ് ആയിരുന്ന ആനി ബസന്റ് അവരുടെ ചിന്താരൂപങ്ങൾ എന്ന പുസ്തകത്തിൽ ഇത്തരം ശക്തികളെപ്പറ്റി പറയുന്നുണ്ട്.'

'അദൃശ്യശക്തികൾ അനുസരിക്കാഞ്ഞാൽ ഉപദ്രവം ചെയ്യും എന്ന് അങ്ങ് പറഞ്ഞപ്പോൾ ആണ് ഞാൻ ഒരു കാര്യം ഓർത്തത്. ഞാൻ ഒരിക്കൽ ട്രെയിനിൽ വെച്ച് ഒരു ചെറുപ്പക്കാരനായ മേജറെ കണ്ടുമുട്ടിയിരുന്നു. മലയാളിയായ അദ്ദേഹം വലിയ നിരീശ്വര വാദിയായിരുന്നു. അദ്ദേഹം യുദ്ധസമയത്ത് പൂഞ്ച് മേഖലയിൽ ഉള്ള അതിർത്തിയിൽ സിഗ്നൽ യൂണിറ്റ് കമാൻഡർ ആയിരുന്നു. അദ്ദേഹം ഇത്തരം ഒരു അനുഭവം പറഞ്ഞിരുന്നു.'

'പറയൂ, കേൾക്കട്ടെ.' കേണൽ വിക്രം സിംഗ് പറഞ്ഞു.

ഒരു ദിവസം വളരെ അധികം തണുപ്പായിരുന്നു. അദ്ദേഹത്തിന്റെ ബങ്കറിന് എതിർ വശത്തുള്ള ബങ്കറിൽ പ്രായമേറിയ ആൾ ആണെങ്കിലും അദ്ദേഹത്തിന്റെ അടുത്ത സുഹൃത്തായ ലെഫ്റ്റനന്റ് കേണൽ റാണ എന്ന ഓഫീസർ താമസിച്ചിരുന്നു. രണ്ടു ദിവസമായി തുടർന്നു വന്ന മഴ കാരണം ആ പ്രദേശം തന്നെ സ്തംഭനാവസ്ഥയിൽ ആയിരുന്നു. മാത്രമല്ല, കുത്തി തുളയ്ക്കുന്ന തണുപ്പും. ഇരുന്നു ബോറടിച്ചപ്പോൾ അദ്ദേഹം കേണൽ റാണയുടെ ബങ്കറിലേക്കു പോയി.

ഉള്ളിൽ കേണൽ റാണ നെരിപ്പോട് കത്തിച്ചു അതിനു മുൻപിൽ ഒരു മങ്കി കാപ്പും കമ്പിളി വസ്ത്രങ്ങളും ധരിച്ചു തണുപ്പിനാൽ ചൂളിക്കൂടി ഇരിക്കുകയായിരുന്നു. അദ്ദേഹം കൈയിൽ ഉണ്ടായിരുന്ന ഒരു ഗ്ലോബ്ലെറ്റിൽനിന്നും ബ്രാണ്ടിയും ചൂടുവെള്ളവും ചേർന്ന മിശ്രിതം മൊത്തിക്കുടിക്കുകയായിരുന്നു.

കേണൽ റാണയെ അഭിവാദ്യം ചെയ്ത ശേഷം മേജർ ചോദിച്ചു. 'സർ ഇന്ന് പീർ ബാബയുടെ ദിവസമായ വ്യാഴാഴ്ച്ചയല്ലേ? അങ്ങ് മദ്യപിക്കുകയാണല്ലോ? അപ്പോൾ തണുപ്പ് കൂടി വരുമ്പോൾ വിശ്വാസം മാറി നിൽക്കും അല്ലെ?' ദൈവവിശ്വാസത്തെ പരിഹസിക്കാനുള്ള ഒരു അവസരവും നമ്മുടെ മേജർ പാഴാക്കാറില്ല.

'അരെ ഭായി, ഠണ്ട് സെ മർ രഹാ ഹൂം. ബുഡ്ഢ ആദ്മി ഹൂം. പീർ ബാബാ മുജേ മാഫ് കർ ദേഗാ'. സുഹൃത്തേ, പ്രായമുള്ള ആളാണ് ഞാൻ. തണുപ്പ് കൊണ്ട് മരിക്കുകയാണ്. പീർ ബാബ എനിക്ക് മാപ്പു തരും. കേണൽ പറഞ്ഞു. 'ലേ തും ഭി ലോ ഏക് ഡ്രിങ്ക്. അബ് യെഹ് തോ ദാരു നഹി ദവായി ഹൈ.' താനും ഒരു ഡ്രിങ്ക് കഴിച്ചോളൂ. ഇപ്പോൾ ഇത് മദ്യമല്ല, മരുന്നാണ്.

'ഞാൻ മദ്യം തൊടാത്ത ആളാണെന്നു താങ്കൾക്കറിഞ്ഞു കൂടെ?' മേജർ പറഞ്ഞു. അവർ കുറെ നേരം സംസാരിച്ചിരുന്നു. ഒരു ഡ്രിങ്ക് കഴിക്കാൻ കേണൽ പിന്നെയും പിന്നെയും നിർബന്ധിച്ചു. എന്നാൽ മേജർ വിസമ്മതിച്ചു. ഒടുവിൽ എന്ത് പറഞ്ഞാലും തനിക്കു പീർ ബാബയെ പേടി ഉണ്ട് അതാണ് കഴിക്കാത്തത് എന്ന് കേണൽ പറഞ്ഞപ്പോൾ പരമ നിരീശ്വര വാദിയായ മേജർ തന്റെ മദ്യവിരുദ്ധ പ്രതിജ്ഞ മറന്നു ഒരു ഡ്രിങ്ക് കൈയിൽ എടുത്തു. ഇത്തരം മൂഢ വിശ്വാസങ്ങളെ എതിർക്കാൻ ഒരു ഗ്ലാസ് ബ്രാണ്ടി കഴിക്കുന്നതിൽ തെറ്റില്ല എന്ന് അദ്ദേഹത്തിന് തോന്നി.

അപ്പോഴേക്കും കേണലിന്റെ ബാറ്റ്മാൻ കുറച്ചു ചൂടുള്ള ഉള്ളി പക്കോടകളും ചിപ്സും ഒക്കെയായി വന്നു. രണ്ടുപേരും ആസ്വദിച്ച് കഴിക്കുകയും ചെയ്തു. ഡിന്നർ റൂമിൽ തന്നെ വരുത്തിച്ചു അതും കഴിച്ച ശേഷം ഗുഡ്നൈറ്റ് പറഞ്ഞു പിരിഞ്ഞ മേജർ തന്റെ ബങ്കറിൽ കയറി ഉറക്കമായി.

രാവിലെ തന്നെ ഉറക്കമുണർന്ന മേജർ തന്റെ ബാറ്റ്മാൻ കൊണ്ടുവരുന്ന ചൂടുള്ള ബെഡ് ടീ കാത്തു കമ്പിളിക്കുള്ളിൽ തന്നെ കിടക്കുകയായിരുന്നു. എന്നാൽ സമയം കഴിഞ്ഞിട്ടും ബാറ്റ്മാൻ വരാഞ്ഞപ്പോൾ മേജർ ഫോൺ എടുത്തു അയാളുടെ താമസ സ്ഥലത്തേക്ക് വിളിക്കാൻ തുനിഞ്ഞു. എന്നാൽ ഫോൺ ഡെഡ് ആയിരുന്നു.

മേജർ എഴുന്നേറ്റു പുറത്തേക്കുള്ള വാതിൽ തുറക്കാൻ ശ്രമിച്ചു. എന്നാൽ വാതിൽ തള്ളിത്തുറക്കാൻ കഴിഞ്ഞില്ല. ജനാലക്കരികിലേക്കു പോയ മേജർ ഞെട്ടലോടെ ആ കാര്യം മനസ്സിലാക്കി. രാത്രിയുണ്ടായ കനത്ത മഞ്ഞു വീഴ്ചയിൽ തന്റെ ബങ്കർ മഞ്ഞിനടിയിൽ മൂടപ്പെട്ടിരിക്കുന്നു.

അൽപനേരം കഴിഞ്ഞപ്പോൾ പുറത്തുനിന്ന് ചില ശബ്ദങ്ങൾ കേട്ടു. തന്റെ ബാറ്റ്മാൻ ലാൻസ് നായിക് പഠാഡെയുടെ ആശങ്കയിൽ കുതിർന്ന ശബ്ദം ഏറ്റവും മേലെയായി മുഴങ്ങി. 'സാബ്, ആപ് ഠീക് ഹോ?' സർ താങ്കൾ സുരക്ഷിതനല്ലേ?

'ബിൽകുൽ ഠീക് ഹൂം പഠാഡെ.' ആശ്വാസത്തോടെ മേജർ പ്രതിവചിച്ചു. ഞാൻ തികച്ചും സുരക്ഷിതനാണ്.

ബാറ്റുമാനും ഒട്ടേറെ മറ്റു പട്ടാളക്കാരും ചേർന്ന് ബങ്കറിന്റെ ചുറ്റുമുള്ള മഞ്ഞു മാറ്റി വാതിൽ തുറന്നു മേജറെ രക്ഷിച്ചു. തണുത്തു വിറച്ചുകൊണ്ട് മേജർ പുറത്തു വന്നപ്പോൾ കഠിനാദ്ധ്വാനം ചെയ്ത പട്ടാളക്കാരെല്ലാം മഞ്ഞിൽ വിയർത്തു കുളിച്ചു നിൽക്കുകയായിരുന്നു. ആശ്വാസത്തോടെ പുറത്തു വന്ന മേജറുടെ സന്തോഷം അല്പം നിമിഷങ്ങളെ നീണ്ടു നിന്നുള്ളൂ.

'ജയ് ഹിന്ദ് സാഹബ്. തീനോം ബറ്റാലിയൻ കെ കമ്മ്യൂണിക്കേഷൻ ലൈൻസ് ഔട്ട് ഹൈ.' ലൈൻ എഞ്ചിനീയർ കൂടിയായ കമ്പനി ഹവിൽദാർ മേജർ പറഞ്ഞു. ബോർഡറിൽ ശത്രുക്കളുമായി കണ്ണോടു കണ്ണ് നോക്കിയിരിക്കുന്ന ബറ്റാലിയനുകളുടെ കമ്മ്യൂണിക്കേഷൻ തകർന്നിരിക്കുന്നു. പഴയ മോഡലിലുള്ള ടെലിഫോൺ കമ്പികൾ മഞ്ഞിന്റെ ഭാരം താങ്ങാനാവാതെ പൊട്ടി വീണ പൈൻ മരച്ചില്ലകളാൽ ഒരുപാടു സ്ഥലങ്ങളിൽ വിച്ഛേദിക്കപ്പെട്ടിരിക്കാം.

നിമിഷങ്ങൾക്കുള്ളിൽ കോംബാറ്റ് യൂണിഫോമിലേക്കു മാറിയ മേജർ പ്രാതൽ പോലും കഴിക്കാതെ തന്റെ യൂണിറ്റിലെ മുഴുവൻ പട്ടാളക്കാരെയും ടീമുകളായി തിരിച്ചു ഓരോ കമ്മ്യൂണിക്കേഷൻ ലൈനിനും പിന്നാലെ അയച്ചു. അവർക്കു ചൂടുള്ള ചായയും പക്കോടകളും ഇടയ്ക്കിടെ വിതരണം ചെയ്യാൻ മറ്റൊരു ടീമിനെ ചുമതലപ്പെടുത്തി. സ്വയം മഞ്ഞിൽ ചവിട്ടി നടന്നു ഓരോ ടീമിന്റെയും ഒപ്പം പോയി അവരുടെ മനോധൈര്യം വർധിപ്പിച്ചു. ബോർഡറിലെ പ്രധാന ലൈനുകൾ രണ്ടു മണിക്കൂറിനുള്ളിൽ പുനഃസ്ഥാപിക്കപ്പെട്ടു. നാലു മണിക്കൂറിനുള്ളിൽ എല്ലാ കമ്മ്യൂണിക്കേഷൻ ലൈനുകളും പുനഃസ്ഥാപിച്ചു. അതിനു ശേഷമാണു മേജർ ഭക്ഷണം കഴിച്ചത് തന്നെ.

മടങ്ങിയെത്തിയപ്പോൾ അദ്ദേഹത്തിന് ലഘുവായി ഫ്രോസ്റ്റ് ബൈറ്റ് ഏറ്റതിനാൽ വിരലുകൾ നീല നിറമായി മാറിയിരുന്നു.

എന്നാൽ നിരീശ്വര വാദിയായ അദ്ദേഹം തനിക്കുണ്ടായ ഈ കഷ്ടപ്പാടുകൾക്ക് കാരണം തലേന്ന് രാത്രി കഴിച്ച ഒരു ഗ്ലാസ് ബ്രാണ്ടി അല്ലേ എന്ന് ന്യായമായും സംശയിച്ചു.

'അപ്പോൾ അദ്ദേഹത്തെ ബ്രാണ്ടി കഴിക്കാൻ പ്രേരിപ്പിക്കുകയും സ്വയം കഴിക്കുകയും ചെയ്ത കേണൽ റാണയ്ക്ക് എന്തെങ്കിലും പറ്റിയോ?'

'അത് ഞാൻ ചോദിച്ചു. അദ്ദേഹത്തിന്റെയും ബങ്കർ മഞ്ഞിനടിയിൽ മൂടിപ്പോയിരുന്നു. മേജർ രക്ഷപ്പെട്ടതിനു ശേഷം വീണ്ടും ഒരു മണിക്കൂർ

കഴിഞ്ഞാണ് അദ്ദേഹത്തെ രക്ഷപ്പെടുത്തിയത്. എന്തായാലും പീർ ബാബയുടെ ദിനമായ വ്യാഴാഴ്ച ചട്ടങ്ങൾക്കെതിരായി മദ്യപിച്ചതാണ് ഈ ദുര്യോഗത്തിനു കാരണം എന്നാണ് മേജർ വിശ്വസിക്കുന്നത്.'

'അങ്ങനെയാണെങ്കിൽ അദ്ദേഹത്തിന്റെ നൂറുകണക്കിന് പട്ടാളക്കാർക്ക് എന്തിനു പീർ ബാബ ശിക്ഷ കൊടുത്തു? അവരാണല്ലോ മണിക്കൂറുകൾ ചെലവിട്ടു കമ്മ്യൂണിക്കേഷൻ ലൈനുകൾ നന്നാക്കിയത്?' കേണൽ ചോദിച്ചു.

'അതും ഞാൻ ചോദിച്ചു. മഞ്ഞു വീഴൽ എന്ന പ്രതിഭാസം ഒരു പ്രകൃതിക പ്രതിഭാസമാണെന്നും എന്നാൽ തങ്ങളുടെ ബങ്കർ മഞ്ഞിൽ മൂടിയത് ഒരു വിശദീകരിക്കാനാകാത്ത സംഭവം ആണെന്നുമാണ് മേജർ പറഞ്ഞത്. ഈ രണ്ടു ബങ്കറുകൾ ഒഴികെ മറ്റു ഓഫീസർമാരുടെയോ പട്ടാളക്കാരുടെയോ ബങ്കറുകൾ ഒന്ന് പോലും മഞ്ഞിൽ മൂടപ്പെട്ടില്ല.'

'ഇതിനു യാദൃച്ഛികത എന്ന പേരിടുന്നതല്ലേ നല്ലത്?' കേണൽ ചിരിച്ചു കൊണ്ട് ചോദിച്ചു.

'സർ, ഞാനും ഇത് തന്നെയാണ് മേജറോട് ചോദിച്ചത്. എന്നാൽ അതിനുശേഷവും അദ്ദേഹത്തിനു പുതിയ അനുഭവങ്ങൾ ഉണ്ടായി. അതും അദ്ദേഹം വിവരിച്ചിരുന്നു.'

'ഓഹോ, പറയൂ, കേൾക്കട്ടെ.' കേണൽ വിക്രം സിംഗ് ഉത്സാഹത്തോടെ നിവർന്നിരുന്നു.

ഒരുദിവസം മേജറുടെ യൂണിറ്റിലെ ഒരു സൈനിക ട്രക്ക് റിപ്പെയറിനായി ഏതാനും കിലോമീറ്ററുകൾ അകലെയുള്ള സൈനിക വർക്ക് ഷോപ്പിലേക്ക് പോയി. ഒരു ലാൻസ് നായക് ആയിരുന്നു ഡ്രൈവർ. ഫീൽഡിലെ നിയമം അനുസരിച്ച് ഒരു റൈഫിളും മുപ്പതു വെടിയുണ്ടകൾ വീതം നിറച്ച രണ്ടു മാഗസിനുകളും ഡ്രൈവറുടെ കൈയിൽ ഉണ്ടായിരുന്നു. വണ്ടിക്കു കൂടുതൽ റിപ്പയർ ആവശ്യമായതിനാൽ വർക്ക് ഷോപ്പിൽ തന്നെ താമസിക്കുവാൻ ഡ്രൈവർക്കു ഉത്തരവ് കൊടുത്തിരുന്നു.

അടുത്ത ദിവസം വർക്ക് ഷോപ്പിലെ സീനിയർ ജെ സി ഓ ആയ സുബേദാർ ഹരിസിംഗ് നമ്മുടെ മേജറുടെ യൂണിറ്റിലെ സുബേദാർ കാശ്മീർ സിംഗിനെ ഫോണിൽ വിളിച്ചു. ഡ്രൈവറുടെ കയ്യിൽനിന്നും മുപ്പതു വെടിയുണ്ടകൾ വീതം അടങ്ങിയ രണ്ടു മാഗസിനുകൾ നഷ്ടപ്പെട്ടിരിക്കുന്നു എന്ന് അറിയിച്ചു. വെടിയുണ്ടകൾ നഷ്ടപ്പെടുന്നത് കോർട്ട് മാർഷൽ ചെയ്യപ്പെടാവുന്ന കുറ്റമാണ്.

മേജറും സുബേദാറും ഉടനെ വർക് ഷോപ്പിലേക്ക് തിരിച്ചു. അവർ ഉടനെ തന്നെ ലാൻസ് നായിക് ഗുപ്ത എന്ന ആ ഡ്രൈവറെ വിളിച്ചു

ചോദ്യം ചെയ്തു.

'സാഹേബ്, ഞാൻ ഉറങ്ങാൻ കിടക്കുമ്പോൾ എന്റെ തോക്ക് എന്റെ കൂടെ ബെഡിൽ വെക്കുകയും വെടിയുണ്ട നിറച്ച മാഗസിനുകൾ എന്റെ ആർമി ബാക്ക്പാക്കിനുള്ളിൽ വെച്ച് അത് തലയ്ക്കു സമീപം വെക്കുകയും ചെയ്തതാണ്. എന്നാൽ രാവിലെ ഉണർന്നയുടൻ ഞാൻ തോക്കും മാഗസിനുകളും പരിശോധിക്കാൻ തുടങ്ങിയപ്പോൾ മാഗസിനുകൾ ബാക്ക് പാക്കിൽ നിന്നും നഷ്ടപ്പെട്ടതായി കണ്ടു. ഉടനെ തന്നെ ഞാൻ സീനിയർ സുബേദാർ സാബിന് റിപ്പോർട്ട് ചെയ്തു. എങ്ങനെ അവ നഷ്ടമായി എന്ന് യാതൊരു സൂചനയും ഇല്ല. എന്നാൽ ആരെങ്കിലും എന്റെ ബാക് പാക്ക് തുറന്ന് അവ എടുക്കാതെ അവ നഷ്ടമാകുകയില്ല. ആരോ കരുതിക്കൂട്ടി മോഷ്ടിച്ചതാണ് എന്നത് നൂറു ശതമാനം ഉറപ്പാണ്.'

'ഈ റൂമിൽ ആരൊക്കെ ഉണ്ടായിരുന്നു?'

'എന്നെക്കൂടാതെ മറ്റൊരു യൂണിറ്റിലെ രണ്ടു സൈനികർ മാത്രമേ ഉണ്ടായിരുന്നുള്ളു. ഞാൻ വരുമ്പോൾ അവർ ഉറക്കമായിരുന്നു. ഞാൻ ഉണർന്നപ്പോഴും അവർ ഉറക്കമായിരുന്നു. ഞാൻ അവരെ ഉണർത്തി വിവരം പറഞ്ഞപ്പോൾ വേറെ ആരും വരുന്നത് തങ്ങൾ ഉറക്കത്തിൽ അറിഞ്ഞു കാണില്ല എന്നാണ് അവർ രണ്ടു പേരും പറഞ്ഞത്.'

മേജർ ആ സൈനികരെ വരുത്തി അവരോടു ചോദിച്ചു. എന്നാൽ തങ്ങൾ ലാൻസ് നായിക് വന്നതും ഉറങ്ങിയതും മാഗസിനുകൾ കാണാതെ പോയതും ഒന്നും അറിഞ്ഞില്ല എന്നും ലാൻസ് നായിക് തങ്ങളെ ഉണർത്തി വിവരം പറഞ്ഞപ്പോൾ ആണ് അദ്ദേഹം അവിടെ വന്നു ഉറങ്ങിയതുതന്നെ തങ്ങൾ അറിഞ്ഞത് എന്നും അവർ രണ്ടുപേരും പറഞ്ഞു.

മേജർ രണ്ടു സുബേദാർമാരോടും കഴിയുന്നത്ര ആളുകളെ കൂട്ടി അവിടെയൊക്കെ വിശദമായി പരിശോധിക്കാൻ ആവശ്യപ്പെട്ടു. അതിനുശേഷം അദ്ദേഹം വർക്ക് ഷോപ്പിന്റെ കമാൻഡിങ് ഓഫീസറുടെ മുറിയിലേക്ക് പോയി അദ്ദേഹവുമായി ചർച്ചയിൽ ഏർപ്പെട്ടു. അദ്ദേഹത്തിന്റെ ബാറ്റ്മാൻ കൊണ്ട് വന്ന ചൂട് കാപ്പി ആശ്വാസത്തോടെ കുടിച്ചുകൊണ്ടിരിക്കുമ്പോൾ വാതിലിൽ ആരോ മുട്ടി.

'ജയ് ഹിന്ദ് സാഹബ്.' തന്റെ കൂടെ വന്ന സുബേദാർ കാശ്മീർ സിംഗ് ആയിരുന്നു മുട്ടിയത്.

'എന്ത് പറ്റി സുബേദാർ സാഹബ്?' മേജർ ചോദിച്ചു.

'സാഹേബ് ഒന്ന് പുറത്തേക്കു വരാമോ? ഒരു കാര്യം പറയാനുണ്ട്.' സുബേദാർ പറഞ്ഞു.

മേജർ പുറത്തേക്കു പോയി. 'സാഹേബ് ഇവിടെ അടുത്ത് ഒരു പീർ

ബാബ ഉണ്ട്. എന്ന് വെച്ചാൽ ആൾ ഒരു മധ്യവയസ്കനായ സർദാർജി ആണ്. അദ്ദേഹത്തിൽ പീർ ബാബ പ്രവേശിക്കും. ഞാൻ അവിടെ പോയി അദ്ദേഹത്തോട് ആ മാഗസിനുകൾ ആരാണ് എടുത്തത് എന്ന് ചോദിക്കട്ടെ?' സുബേദാർ ചോദിച്ചു.

ആ അവസ്ഥയിലും മേജർ പൊട്ടിച്ചിരിച്ചു. 'സുബേദാർ സാഹേബ്, ഇങ്ങനെയാണെങ്കിൽ പട്ടാളത്തിൽ കോർട്ട് ഓഫ് ഇൻക്വ്യുയറിയും കോർട്ട് മാർഷലും ഒന്നും വേണ്ടല്ലോ? എല്ലാം പീർ ബാബയോടു ചോദിച്ചാൽ പോരെ? ഞാൻ ഇവിടെ അന്വേഷണ സംഘത്തെ നിയോഗിക്കുന്നതിനെക്കുറിച്ച് ഇവിടെയുള്ള ഓഫീസറോട് സംസാരിച്ചു കൊണ്ടിരിക്കുകയായിരുന്നു.'

'സാഹേബ്, അങ്ങ് എൻജിനീയറിങ് ഡിഗ്രി ഉള്ള ഓഫീസർ ആണെന്നും പഠിപ്പും വിവരവും ഏറ്റവും കൂടുതലുള്ള സംസ്ഥാനത്തുനിന്നും വരുന്ന ആളാണെന്നും ഇത്തരം കാര്യങ്ങളിൽ വിശ്വാസം ഉണ്ടാവില്ലെന്നും എനിക്കറിയാം. എന്നാലും ഞാൻ ലാൻസ് നായക്കിനെയും കൂട്ടി അവിടം വരെ ഒന്ന് പോയി വരട്ടെ? ഇവിടെനിന്നും വെറും മൂന്നു കിലോമീറ്റർ ദൂരമേ ഉള്ളു. സാഹേബ് അതിനുള്ള അനുവാദം തരുമോ?' കാശ്മീർ സിംഗ് വിടാനുള്ള ഭാവമില്ലായിരുന്നു. അദ്ദേഹത്തിന്റെ ആത്മാർത്ഥതയിലും കഴിവിലും പ്രത്യുല്പന്നമതിത്വത്തിലും പൂർണവിശ്വാസമുണ്ടായിരുന്ന മേജർ തന്റെ യുക്തി ചിന്തകളെ അൽപനേരം അടക്കി നിർത്തി അദ്ദേഹത്തിന് അനുമതി നൽകി.

അര മണിക്കൂറിനുള്ളിൽ തന്നെ അവർ തിരിച്ചെത്തി. 'പോയിട്ട് എന്തായി? കള്ളനെ പിടിച്ചോ?' ഉള്ളിൽ ഏറെ ആകാംക്ഷ ഉണ്ടായിരുന്നെങ്കിലും അതിനെ കൗതുകവും പരിഹാസവും കലർന്ന മുഖഭാവം കൊണ്ട് മറച്ചു പിടിച്ച മേജർ ചിരിച്ചുകൊണ്ട് ചോദിച്ചു.

'ജീ സാഹേബ്.' സുബേദാർ കാശ്മീർ സിംഗ് പറഞ്ഞു. 'ഞങ്ങൾ പീർ ബാബയോടു കാര്യങ്ങൾ പറഞ്ഞു. അപ്പോൾ അദ്ദേഹം പറഞ്ഞത് ഇപ്രകാരമാണ്. ലാൻസ് നായക് കിടന്ന മുറിയിൽ അഞ്ചു ചാർപ്പായികൾ ഉണ്ട്. അതിൽ അന്ന് രാത്രി ഇദ്ദേഹം അടക്കം നാല് പേർ ഉറങ്ങിയിരുന്നു. അതിലൊരാളാണ് മാഗസിനുകൾ മോഷ്ടിച്ചത്. അവരെ എല്ലാവരെയും വിളിച്ച്, അവരിൽ ഒരാളാണ് മോഷ്ടിച്ചതെന്നു പീർ ബാബ പറഞ്ഞു എന്നും അത് മടക്കി കൊടുക്കണം എന്നും പറയുക. മോഷ്ടിച്ചയാൾ അത് മടക്കി തരും. അഥവാ വ്യാഴാഴ്ച വരെ മടക്കി തന്നില്ലെങ്കിൽ വ്യാഴാഴ്ച ദിവസം നിങ്ങൾ എന്റെ അടുത്ത് വരിക. അയാളുടെ പേര് മാത്രമല്ല, അയാൾ ചെയ്ത മറ്റു ചില വൃത്തികേടുകളും ഞാൻ പ

റഞ്ഞു തരാം. പിന്നെ അയാളുടെ മാനാഭിമാനങ്ങൾ ഞാൻ നോക്കുകയില്ല.'

ആദ്യം നമുക്ക് ആ മുറിയിലൊന്നു പോയി നോക്കാം മേജർ പറഞ്ഞു. അവർ എല്ലാവരും ആ മുറിയിലേക്ക് പോയി. ആദ്യം തന്നെ മേജർ ചാർപ്പായികൾ എണ്ണി നോക്കി. കൃത്യം അഞ്ചു ചാർപ്പായികൾ ഉണ്ട്.

'ചാർപ്പായികൾ അഞ്ചു കൃത്യം. എന്നാൽ ലാൻസ് നായിക് പറഞ്ഞതനുസരിച്ചു മൂന്നുപേർ ഇവിടെ ഉണ്ടായിരുന്നു. അപ്പോൾ പീർബാബ പറഞ്ഞ നാലാമൻ ആരാണ്?'

എല്ലാവരും ലാൻസ് നായക്കിന്റെ നേരെ നോക്കി. അവൻ എന്തോ ആലോചിക്കുകയായിരുന്നു.

'സാഹേബ്, എനിക്ക് ഇപ്പോഴാണ് ഓർമ്മ വന്നത്. അർധരാത്രിക്കുശേഷം ഞാൻ എന്തോ ഒച്ച കേട്ട് എഴുന്നേറ്റപ്പോൾ ഒരു തടിയൻ ഹവിൽദാർ തന്റെ തോക്കും ബാക്ക്പാക്കും അതാ ആ ചാർപായിയുടെ സമീപത്തു നിന്ന് ഊരി മാറ്റുന്നുണ്ടായിരുന്നു. അദ്ദേഹം അവിടെ ഉറങ്ങിയിരിക്കാം. എന്തായാലും ഞാൻ രാവിലെ ഉണർന്നപ്പോൾ ആൾ ഉണ്ടായിരുന്നില്ല. വെറും രണ്ടു മൂന്ന് സെക്കന്റ് മാത്രമേ ഞാൻ അയാളെ നോക്കിയുള്ളൂ. ക്ഷീണം കാരണം ഉടനെ കണ്ണടച്ച് ഉറങ്ങുകയും ചെയ്തു. അതായിരിക്കാം ആദ്യം ഞാൻ അയാളെപ്പറ്റി ഓർക്കാതിരിക്കാൻ കാരണം.'

'അപ്പോൾ അതും പീർബാബ പറഞ്ഞത് പോലെ തന്നെ ആയി'. മേജറുടെ ചിരിയിൽ പരിഹാസത്തിന്റെ അംശം അല്പം അധികരിച്ചു. 'അപ്പോൾ എൻക്വയറി വേണോ പീർ ബാബ വേണോ?'

'സാഹേബ്, ദയവായി വ്യാഴാഴ്ചവരെ കാത്തിരിക്കുക. ഞാൻ അങ്ങേക്ക് ഉറപ്പു തരുന്നു. വ്യാഴാഴ്ചക്കുള്ളിൽ ഈ കേസ് പരിഹരിക്കപ്പെടും. എന്റെ വിശ്വാസവും അഭിമാനവും സാക്ഷിയാക്കി ഞാൻ അങ്ങേക്ക് ഉറപ്പു തരുന്നു. താങ്കൾ എൻക്വയറി ഓർഡർ ചെയ്താൽ യൂണിറ്റിന് നാണക്കേടാവും എന്ന് മാത്രമല്ല, ഈ ലാൻസ് നായക്കിന് ഒരു കുറ്റവും ചെയ്യാതെ കനത്ത ശിക്ഷയും കിട്ടും.' സുബേദാർ കാശ്മീർ സിംഗ് പറഞ്ഞു.

'ശരി. എനിക്ക് പീർ ബാബയിൽ വിശ്വാസമില്ല എന്ന് താങ്കൾക്കറിയാമല്ലോ. എന്നാൽ താങ്കളിലുള്ള പൂർണ വിശ്വാസം കാരണം മാത്രം ഞാൻ സമ്മതിക്കാം. എന്നാൽ വ്യാഴാഴ്ചക്കുള്ളിൽ ഏതു വിധേനയും ഇതിനു സമാധാനം കണ്ടെത്തേണ്ടത് താങ്കളുടെ ചുമതലയാണ്.'

'ധന്യവാദ് സാഹേബ്. അങ്ങേക്ക് എന്നിലുള്ള വിശ്വാസത്തിനു കോട്ടം

വരാതെ ഞാൻ നോക്കിക്കൊള്ളാം.'

സുബേദാർ കാശ്മീർ സിംഗിന്റെ അപേക്ഷപ്രകാരം അദ്ദേഹത്തെ അവിടെ തന്നെ വിട്ടു മേജർ സ്വന്തം യൂണിറ്റിലേക്ക് തിരിച്ചു പോയി. അവിടെ മറ്റു വിധത്തിലുള്ള അനൗദ്യോഗിക അന്വേഷണത്തിന് ആളുകളെ ചുമതലപ്പെടുത്തി സുബേദാർ കാശ്മീർ സിംഗ് വൈകുന്നേരത്തോടെ മടങ്ങി എത്തി.

അന്നൊരു തിങ്കളാഴ്ചയായിരുന്നു. എന്തായാലും വ്യാഴാഴ്ച വരെ കാത്തുനിൽക്കുക തന്നെ എന്ന് മേജറും തീരുമാനിച്ചു.

ബുധനാഴ്ച രാത്രി എട്ടു മണിയോടെ സുബേദാർ കശ്മീർ സിംഗിന്റെ കാൾ വന്നു.

'ജയ് ഹിന്ദ് സാഹേബ്, അൽപ നിമിഷങ്ങൾക്ക് മുൻപ് വർക്ഷോപ്പിലെ സുബേദാർ സാഹിബിന്റെ കാൾ വന്നിരുന്നു. ആ മുറിയിൽ ഉറങ്ങിയ ഒരേ യൂണിറ്റിലെ രണ്ടു പേരിൽ ഒരുവനാണ് ആ മാഗസിനുകൾ മോഷ്ടിച്ചത്. മറ്റെയാൾ പോലും ഇത് അറിഞ്ഞിരുന്നില്ല. അയാൾ അവ തിരിച്ചു കൊടുത്തു മാപ്പപേക്ഷിച്ചു കരയുകയാണ്. അയാൾ സുബേദാറിന്റെ ഓഫീസിൽ തന്നെ ഉണ്ട്. മാപ്പു കൊടുത്തു പ്രശ്നം തീർക്കണോ അതോ അയാളുടെ യൂണിറ്റിൽ റിപ്പോർട്ട് ചെയ്തു അന്വേഷണ നടപടികൾ തുടങ്ങണമോ എന്നാണ് സുബേദാർ സാഹബ് ചോദിക്കുന്നത്. അങ്ങയുടെ ഓർഡർ എന്താണെന്നു ചോദിച്ചു പറയാം എന്ന് ഞാൻ പറഞ്ഞു.'

'എന്തിനാണ് അവൻ മോഷ്ടിച്ചത്?'

'രണ്ടു ദിവസങ്ങൾക്കു മുൻപ് ഒരു ആംബുഷ് ഓപ്പറേഷനിൽ പങ്കെടുത്തപ്പോൾ അവന്റെ രണ്ടു മാഗസിനുകൾ നഷ്ടപ്പെട്ടു. തനിക്ക് ശിക്ഷ കിട്ടുമെന്ന ഭയം കാരണം അവൻ അത് റിപ്പോർട്ട് ചെയ്തില്ല. അതിനിടയിൽ അവനെ ഇവിടെ ഡ്യൂട്ടിക്ക് അയക്കുകയും ആദ്യം കിട്ടിയ തക്കത്തിൽ തന്നെ അവൻ മോഷണം നടത്തുകയും ചെയ്തു.'

'ശരി. ഏതായാലും അവൻ മോഷ്ടിച്ച കാര്യം ഞാൻ റിപ്പോർട്ട് ചെയ്യുന്നില്ല. എന്നാൽ മാഗസിൻ നഷ്ടപ്പെട്ട കാര്യം ഇന്ന് തന്നെ അവന്റെ യൂണിറ്റിൽ റിപ്പോർട്ട് ചെയ്യാൻ അവനോടു പറയണം. അല്ലെങ്കിൽ അവൻ വേറെ ആരുടെയെങ്കിലും മാഗസിൻ വീണ്ടും മോഷ്ടിക്കും. അടുത്ത ഒരു മണിക്കൂറിനുള്ളിൽ അവൻ യൂണിറ്റിൽ റിപ്പോർട്ട് ചെയ്തില്ലെങ്കിൽ ഞാൻ തന്നെ അവന്റെ കമാൻഡിങ് ഓഫീസറെ വിളിച്ചു എല്ലാ കാര്യങ്ങളും പറയും എന്ന് അവനെ അറിയിക്കുക.'

'ജീ സാഹബ്.'

അങ്ങനെ ആ കേസ് ശുഭകരമായി പര്യവസാനിച്ചു. എന്നാൽ അതിൽ പീർ ബാബ ചെയ്തത് ഒരു മനഃശാസ്ത്രപരമായ സമീപനം ആണ് എന്നതാണ് മേജറുടെ അഭിപ്രായം. എന്നാൽ ദൈവിക ദൃഷ്ടിയിൽ എല്ലാം കണ്ടറിഞ്ഞ പീർ ബാബ ആ പാവം പട്ടാളക്കാരന് സ്വയം തെറ്റ് തിരുത്താനുള്ള ഒരു അവസരം നൽകിയതാണ് എന്നും വ്യാഴാഴ്ചക്കകം പട്ടാളക്കാരൻ കുറ്റം ഏറ്റു പറഞ്ഞിരുന്നില്ലെങ്കിൽ പീർബാബ എല്ലാ കാര്യങ്ങളും വെളിപ്പെടുത്തുമായിരുന്നു എന്നും സുബേദാർ കാശ്മീർ സിങ്ങും യൂണിറ്റിലെ മറ്റെല്ലാവരും, ഏറ്റവും അധികമായി കഥാനായകനായ ലാൻസ് നായക്കും വിശ്വസിക്കുന്നു. മേജറും സുബേദാറും ഇപ്പോഴും ഈ വിഷയത്തിൽ വാദപ്രതിവാദങ്ങളിൽ ഏർപ്പെടാറുണ്ട്.

'തികച്ചും അത്ഭുതകരം.' കേണൽ പറഞ്ഞു. 'മനഃശാസ്ത്രപരമായ സമീപനം അല്ല എന്ന് തീർത്തു പറയാൻ സാധ്യമല്ല. ഇത്തരം ആളുകൾ മിക്കവാറും ഇത്തരം ടെക്നിക്കുകൾ ഉപയോഗിക്കാറുണ്ട്. ഇന്ന് നമ്മൾ മെന്റലിസം എന്ന് വിളിക്കുന്ന ടെക്നിക്കുകൾ പഴയ കാലങ്ങളിൽ ഒറാക്കിൾ എന്നറിയപ്പെട്ടിരുന്ന ദൈവത്തിന്റെ സന്ദേശവാഹകർ എന്നവകാശപ്പെട്ടിരുന്ന ആളുകൾ വളരെ കാര്യക്ഷമമായി ഉപയോഗിച്ച് വന്നവയാണ്. പൂജാരികൾ, പുരോഹിതർ, ഷാമാന്മാർ എന്നറിയപ്പെടുന്ന തിബത്തൻ പുരോഹിതർ, വിച്ച് ഡോക്ടർസ് എന്നറിയപ്പെടുന്ന ആഫ്രിക്കൻ മന്ത്രവാദികൾ എന്നിവരൊക്കെ ഇത്തരം ടെക്നിക്കുകൾ ധാരാളമായി ഉപയോഗിച്ചിരുന്നു. ജനങ്ങൾക്ക് അവരിലുള്ള വിശ്വാസം വളർത്താൻ ഇത് വളരെയധികം സഹായിച്ചിരുന്നു.'

'പക്ഷെ നമ്മുടെ യുക്തിവാദി മേജർ സാബ് പിന്നീട് തന്റെ യുക്തിവാദത്തെ അടിമുടി പിടിച്ചുകുലുക്കിയ ഒരു സംഭവം ഇതിനുശേഷം ഇതേ പീർബാബയുമായി ഉണ്ടായതായി പറഞ്ഞിരുന്നു.' പ്രശാന്ത് പറഞ്ഞു.

'ഓഹോ, അങ്ങനെയും ഉണ്ടായോ?' കേണൽ നിവർന്നിരുന്നു.

'റൈഫിൾ ബഹാദൂർ, കോഫീ ലെക്കേ ആയാ ഹേ ക്യാ?' കേണൽ പെട്ടെന്നു വാതിൽക്കലേക്കു നോക്കി ചോദിച്ചു.

'ജീ ഷാഹെബ്' ഒരു നേപ്പാളി ചെറുപ്പക്കാരൻ കുറച്ചു സഞ്ചികളും ആയി ഉള്ളിലേക്ക് കടന്നു വന്നു.

റൈഫിൾ ബഹാദൂർ സഞ്ചി തുറന്നു തെർമോസ് ഫ്ളാസ്ക് എടുത്തു രണ്ടു കപ്പുകളിലേക്ക് കാപ്പി പകർന്നു. കപ്പുകളിൽനിന്നും പൊങ്ങിയ ആവിക്കൊപ്പം കാപ്പിയുടെ ആസ്വാദ്യകരമായ ഗന്ധം റൂമിലെങ്ങും വ്യാപിച്ചു. ആ ഗന്ധം അനുഭവിച്ചപ്പോൾ തന്നെ പ്രശാന്ത് ഉന്മേഷവാനായി.

ഒരു ട്രേയിൽ കപ്പുകൾ വച്ച് റൈഫിൾ ബഹാദൂർ പ്രശാന്തിന് നേരെ

നീട്ടി.

'താങ്ക്യൂ.' പ്രശാന്ത് ഒരു പുഞ്ചിരിയോടെ നന്ദി പറഞ്ഞു. കേണലും തലയാട്ടി ചിരിച്ചു കൊണ്ട് തന്റെ കപ്പ് കയ്യിലെടുത്തു.

'വെൽക്കം സർ.' നേപ്പാളി ചിരിച്ചു കൊണ്ട് പ്രതിവചിച്ചു.

കാപ്പിയുടെ മണം എത്ര ആകർഷകമായിരുന്നുവോ, അതിലും പതിന്മടങ്ങ് രുചികരമായിരുന്നു അത് കുടിച്ചു നോക്കിയപ്പോൾ.

'സർ, ഈ റൈഫിൾ ബഹാദൂർ എന്നത് അയാളുടെ ശരിയായ പേര് ആണോ?' നേപ്പാളി യുവാവ് പുറത്തു പോയി എന്നുറപ്പു വരുത്തിയതിനു ശേഷം പ്രശാന്ത് ചോദിച്ചു.

'റൈഫിൾ ബഹാദൂർ ഗുരുങ് എന്നാണ് മുഴുവൻ പേര്.' കേണൽ പറഞ്ഞു. 'ഞാൻ റെജിമെന്റിനു പുറത്തുള്ള പോസ്റ്റിങ്ങ് ആയി സ്റ്റാഫ് കോളേജിൽ ഇൻസ്ട്രക്ടർ ആയി പോയപ്പോൾ അവിടെ ഉണ്ടായിരുന്ന ഹവിൽദാർ ഷംഷേർ ബഹാദൂർ ഗുരുങ്ങിന്റെ മരുമകനാണ് റൈഫിൾ ബഹാദൂർ. ഇന്ത്യൻ ആർമിയിൽ ചേരണം എന്ന സ്വപ്നം കണ്ടു നടന്ന അവന്റെ അച്ഛൻ ലാൽ ബഹാദൂർ ഗുരുങ്ങിനു ജീവിത സാഹചര്യങ്ങൾ കാരണം ഒരു സൈക്കിൾ മെക്കാനിക് ആയി ജീവിക്കേണ്ടി വന്നു.'

'സ്വന്തം മകന് റൈഫിൾ ബഹാദൂർ എന്ന് പേരിടാൻ കാരണം അവനെ കരസേനയിൽ റൈഫിൾമാൻ ആയി ചേർക്കണമെന്നുള്ള അദമ്യമായ ആഗ്രഹമായിരുന്നു. എന്നാൽ അവനു മെറിറ്റ് ലിസ്റ്റിൽ ആവശ്യമായ റാങ്കിങ്ങിൽ എത്താൻ കഴിഞ്ഞില്ല. അങ്ങനെ അച്ഛനും മകനും നിരാശരായിരിക്കുമ്പോഴാണ് ഹവിൽദാർ ഗുരുങ് റിട്ടയർമെന്റിനു ശേഷം ഇവിടെ സെറ്റിൽ ആയ എന്നെ യാദൃച്ഛികമായി കാണുന്നതും ഈ കഥകൾ എന്നോട് പറയുന്നതും. അവന്റെ ഉൾഗ്രാമത്തിൽ ഉപരിപഠനസൗകര്യം ഉണ്ടായിരുന്നില്ല. ദൂരെ വലിയ യൂണിവേഴ്സിറ്റികളിൽ അയച്ചു പഠിപ്പിക്കാനുള്ള സാമ്പത്തികശേഷി അവന്റെ കുടുംബത്തിനും ഉണ്ടായിരുന്നില്ല. പത്താം ക്ലാസ്സുവരെ നല്ല നിലയിൽ പഠിച്ച അവനെ അങ്ങനെ ഞാൻ എന്റെ വീട്ടിൽ നിർത്തുകയും പ്ലസ്ടുവിനു ശേഷം ഇപ്പോൾ ബിബിഎക്കു പഠിപ്പിക്കുകയും ചെയ്യുന്നു. കുറച്ചു കമ്പ്യൂട്ടർ കോഴ്സുകളും ഞാൻ ചെയ്യിച്ചു. നല്ല ബുദ്ധിയും ആത്മാർത്ഥതയും ചുറുചുറുക്കും ഉള്ള പയ്യനാണ്. ഇവനെ പഠിപ്പിച്ചു ജോലി ആയതിനു ശേഷം കല്യാണം കഴിപ്പിച്ചാൽ മാത്രമേ എന്റെ കടമ പൂർണമായതായി ഞാൻ കരുതുകയുള്ളു.'

'സർ താങ്കൾ ഒരു മഹത്തായ കാര്യമാണ് ചെയ്യുന്നത്.' പ്രശാന്ത് പറഞ്ഞു.

'നമുക്കാവുന്നതുപോലെ നമ്മൾ മറ്റുള്ളവരെ സഹായിക്കണം. കേണൽ പറഞ്ഞു, എന്നാൽ ഇവിടെ എന്റെ സ്വാർത്ഥതയും ഉണ്ടെന്നു കൂട്ടിക്കോളൂ. എന്റെ ഭാര്യ ജീവിച്ചിരിപ്പില്ല. മക്കൾ കുടുംബസമേതം അമേരിക്കയിൽ ആണ്, ഞാൻ ഇവിടെ ഒറ്റയ്ക്ക് താമസിക്കുന്നു. റൈഫിൾ ബഹാദൂർ വന്നതിനുശേഷം എനിക്ക് ഒരു മകനെ കിട്ടിയത് പോലെ ആണ്. അവനും എന്നെ സ്വന്തം പിതാവിനെപ്പോലെ കരുതി പരിചരിക്കുന്നു. പഴയ വഴികൾ അടയുമ്പോൾ ദൈവം പുതിയ വഴികൾ തുറക്കുന്നു.'

'അത്പോകട്ടെ. നമ്മൾ നമ്മുടെ യുക്തിവാദി മേജർ സാബിന്റെ മറ്റൊരു കഥ പറയുകയായിരുന്നു. റൈഫിൾ ബഹാദൂർ വന്നപ്പോൾ വിഷയം മാറിപ്പോയി. കുടിച്ചു തീർത്ത കപ്പ് ബെഡ്സൈഡ് ടേബിളിൽ വെച്ച് കൊണ്ട് കേണൽ പറഞ്ഞു.'

'ശരിയാണ് സർ.' പ്രശാന്തും കപ്പ് ടീപോയിൽ വെച്ചു. നമ്മുടെ മേജർ അദ്ദേഹത്തിന്റെ സുഹൃത്തുക്കളോട് മേല്പറഞ്ഞ സംഭവം ഏതൊക്കെയോ പാർട്ടികളിൽ വച്ച് വിവരിച്ചിരുന്നു. സുബേദാർ കാശ്മീർ സിംഗിന്റെ മുന്നിൽ പരിപൂർണ യുക്തിവാദി ആയി പെരുമാറുമെങ്കിലും ഓഫീസർമാരുടെ പാർട്ടികളിൽ ഈ സംഭവം ഒരു വലിയ മിസ്റ്ററി കഥ പോലെയാണ് മേജർ വിവരിക്കാറുണ്ടായിരുന്നത്. ഒരു ദിവസം രാത്രി അദ്ദേഹത്തിന്റെ സുഹൃത്തായ ഒരു ലെഫ്റ്റനന്റ് കേണൽ ഫോൺ മുഖാന്തിരം അദ്ദേഹത്തെ ബന്ധപ്പെട്ടു.

തന്റെ യൂണിറ്റിലെ ആയുധശാലയിൽ നിന്നും ഇരുപതു വെടിയുണ്ടകൾ വീതം അടങ്ങിയ മൂന്നു മാഗസിനുകൾ നഷ്ടപ്പെട്ടിരിക്കുന്നു എന്ന ഞെട്ടിക്കുന്ന വാർത്ത അദ്ദേഹം മേജറെ അറിയിച്ചു. കൂടെ പീർ ബാബയുടെ അടുത്ത് ആരെയെങ്കിലും അയച്ചു വിവരങ്ങൾ അറിയണമെന്നും ചട്ടം കെട്ടി. മേല്പറഞ്ഞ വെടിക്കോപ്പുകൾ എങ്ങനെ നഷ്ടപ്പെട്ടു എന്ന് ആയുധപ്പുര സൂക്ഷിപ്പുകാരനായ ഹവിൽദാർക്കും അതിന്റെ ചുമതലയുള്ള സുബേദാർക്കും മറ്റാർക്കും തന്നെ വിശദീകരിക്കാൻ സാധിച്ചില്ല. ആയുധപ്പുര സൂക്ഷിപ്പുകാരനെ അടുത്തദിവസം രാവിലെ തന്നെ തന്റെ അടുത്തേക്കയക്കാൻ മേജർ പറഞ്ഞു. കാരണം സംഭവവുമായി നേരിട്ട് ബന്ധമുള്ള ആരെങ്കിലും ഉണ്ടായാൽ മാത്രമേ പീർ ബാബ ഉത്തരം പറയുകയുള്ളൂ.

അടുത്ത ദിവസം സുബേദാർ കാശ്മീർ സിംഗ് തന്നെ ആ ഹവിൽദാരെയും കൂട്ടി പീർബാബയെ കാണാൻ പോയി. മേജർ വളരെ ആകാംക്ഷയോടെ കാത്തിരുന്നു. അവർ മടങ്ങി വന്നപ്പോൾ നേരെ മേജറുടെ

ഓഫീസിലേക്കാണ് പോയത്.

'ബാബാജി എന്ത് പറഞ്ഞു?' ആകാംഷ ഉള്ളിലൊതുക്കി അല്പം പരിഹാസം കലർന്ന സ്വരത്തിൽ മേജർ ചോദിച്ചു.

'സാഹേബ്, ബാബ പറഞ്ഞത് ആ വെടിക്കോപ്പുകൾ മോഷ്ടിക്കപ്പെട്ടതല്ല, ഒരു തെറ്റ് കാരണം തൽക്കാലത്തേക്ക് കാണാതെ പോയതാണ് എന്നാണ്. അവ ഇതിനകം ആയിരക്കണക്കിന് കിലോമീറ്റർ ദൂരം സഞ്ചരിച്ചിരിക്കുന്നു എന്നും നാൽപ്പതു ദിവസങ്ങൾക്കുള്ളിൽ സുരക്ഷിതമായി മടങ്ങി എത്തും എന്നും പീർബാബ പറഞ്ഞു.'

'തിരിച്ചു വരും എന്ന് നിശ്ചയമായും പറഞ്ഞോ?'

'തീർച്ചയായും തിരിച്ചു വരും സാഹേബ്. പീർബാബയല്ലേ പറഞ്ഞത്.'

'നമുക്ക് നോക്കാം. എന്തായാലും ഞാൻ കേണൽ സാബിനെ വിളിച്ചു പറയാം.'

കൃത്യം മുപ്പത്തിയാറാം ദിവസം മേജറിന് ലെഫ്റ്റനന്റ് കേണലിന്റെ ഫോൺ വന്നു.

'നിങ്ങളുടെ പീർ ബാബ പറഞ്ഞ പ്രകാരം ഇന്ന് രാവിലെ വെടിക്കോപ്പുകൾ എല്ലാം സുരക്ഷിതമായി മടങ്ങി എത്തിയിരിക്കുന്നു.'

'അതെങ്ങനെ? എന്താണ് സംഭവിച്ചത്?' മേജർ ചോദിച്ചു.

രാത്രിയിൽ ഡ്യൂട്ടിയിൽ ഉണ്ടായിരുന്ന ഒരു പട്ടാളക്കാരൻ അതിരാവിലെ ലീവിൽ പുറപ്പെടുകയായിരുന്നു. അവൻ അബദ്ധവശാൽ തോക്ക് ആയുധശാലയിൽ തിരിച്ചു ഡെപ്പോസിറ്റ് ചെയ്തപ്പോൾ വെടിയുണ്ടകൾ കൊടുക്കാൻ മറന്നു പോയി. ഉറക്കച്ചടവിൽ സൂക്ഷിപ്പുകാരനും അബദ്ധം പറ്റി. അബദ്ധത്തിൽ മാഗസിനും വെടിയുണ്ടകളും കൊണ്ടു പോയ പട്ടാളക്കാരനു തമിഴ്നാട്ടിലെ തന്റെ വീട്ടിൽ എത്തിയപ്പോഴാണ് ഈ അബദ്ധം മനസ്സിലായത്.

അയാൾ തന്റെ ഏക സഹോദരിയുടെ കല്യാണം നടത്താൻ വന്നതായിരുന്നു. ഇപ്പോൾ ഫോൺ വിളിച്ചു യൂണിറ്റിൽ അറിയിച്ചാൽ തന്നെ ഉടൻ തിരിച്ചു വിളിക്കും എന്നും അച്ഛനില്ലാത്ത തന്റെ സഹോദരിയുടെ വിവാഹം മുടങ്ങിപ്പോകും എന്നും ഭയന്ന അയാൾ യൂണിറ്റിൽ അറിയിച്ചില്ല. സഹോദരിയുടെ കല്യാണം നടക്കട്ടെ, അതിനുശേഷം ഇതിന്റെ പേരിൽ ശിക്ഷ കിട്ടിയാലും കുഴപ്പമില്ല എന്നായിരുന്നു അയാളുടെ വിചാരം. കുറ്റബോധത്തിന്റെയും ഭയത്തിന്റെയും മുൾ മുനയിൽ നിന്ന് വിവാഹകർമങ്ങൾ എല്ലാം തന്നെ നടത്തിയ അയാൾ തന്റെ ബാധ്യതകൾ നിറവേറ്റിയ ശേഷം ലീവ് തീരാൻ കാത്തു നിൽക്കാതെ അടുത്ത ദിവസം തന്നെ യൂണിറ്റിലേക്ക് വണ്ടി കയറി.

യൂണിറ്റിലെത്തിയ ഉടൻ അയാൾ കേണലിന്റെ ഓഫീസിൽ ചെന്ന് തന്റെ സാഹചര്യങ്ങൾ വിവരിച്ചു, കുറ്റം ഏറ്റു പറഞ്ഞു എന്ത് ശിക്ഷയും സ്വീകരിക്കാൻ താൻ തയാറാണെന്നു പറഞ്ഞപ്പോൾ കേണൽ അയാളെ ശിക്ഷയൊന്നും കൊടുക്കാതെ ഭാവിയിൽ ഇങ്ങനെയുള്ള അശ്രദ്ധ ഉണ്ടാവരുത് എന്ന് മാത്രം പറഞ്ഞു വിട്ടു.

മേജർ ഇത് കേട്ടയുടനെ സുബേദാർ കാശ്മീർ സിംഗിനെ വിളിപ്പിച്ചു കാര്യങ്ങൾ പറഞ്ഞു.

'ഞാൻ പറഞ്ഞില്ലേ സാഹബ്, പീർ ബാബ പറഞ്ഞാൽ അത് നടക്കും. ഞങ്ങൾ പഹാഡികൾ ആണ്. ഞങ്ങളുടെ നാട്ടിൽ ഇത്തരം പല കാര്യങ്ങളും സംഭവിക്കുന്നുണ്ട്. താങ്കളെപ്പോലെ പഠിപ്പും വിവരവും ഉള്ളവർക്ക് കണ്മുന്നിൽ കാണുന്ന സത്യം വിശ്വസിക്കുവാൻ പ്രയാസമാണ്.' കാശ്മീർ സിംഗ് പറഞ്ഞു. മേജർ സാബിന് ഉത്തരം മുട്ടി. സുബേദാർ കാശ്മീർ സിംഗ് പറഞ്ഞത് ശരിയാണ്. കണ്മുന്നിൽ താൻ രണ്ടുവട്ടം കണ്ട കാര്യം തനിക്കു വിശ്വസിക്കാനാകുന്നില്ലെങ്കിൽ തന്റെ ഉയർന്ന വിദ്യാഭ്യാസം തന്നെയല്ലേ അതിനു കാരണം?

താൻ പുസ്തകങ്ങളിലൂടെയും ക്ളാസ്സുമുറികളിലൂടെയും ആർജിച്ചെടുത്ത ജ്ഞാനം യഥാർത്ഥ ജീവിതത്തിലുണ്ടായ ഒരു യഥാർത്ഥ അനുഭവത്തെ അംഗീകരിക്കുന്നതിൽ നിന്നും തന്റെ മനസ്സിനെ തടയുകയല്ലേ ചെയ്യുന്നത്? ജീവിതയാത്രക്ക് ഉപയുക്തമാകാനായിട്ടാണ് നാം ജ്ഞാനം ആർജിക്കുന്നത്. എന്നാൽ അത് കാലക്രമത്തിൽ ഒരു വിശ്വാസം പോലെ ആയി മാറി യഥാർത്ഥ അനുഭവത്തെ നിഷേധിക്കുന്നു. ജ്ഞാനം സത്യദർശിത്വത്തെ തടയുന്നു എന്ന് ചില ജ്ഞാനികൾ പറയുന്നത് ഇത് കൊണ്ടാവാം. ഒരു അന്ധവിശ്വാസി യാഥാർഥ്യത്തെ അംഗീകരിക്കാതെ തന്റെ അന്ധവിശ്വാസം എങ്ങനെ മുറുകെ പിടിക്കുന്നുവോ, ഏതാണ്ട് അതുപോലെ തന്നെയാണ് താൻ ശാസ്ത്രബോധം മുറുകെ പിടിച്ചു യാഥാർഥ്യത്തെ അംഗീകരിക്കാൻ മടി കാട്ടുന്നത്. മേജർക്ക് അൽപം ലജ്ജ തോന്നി.

ഈശാവാസ്യ ഉപനിഷത്തിൽ ഒരു ശ്ലോകം ഉണ്ട്.

അന്ധം തമ പ്രവിശന്തിയേ അവിദ്യാമുപാസ്യതേ
തതോ ഭൂയഃ ഇവ തേ തമോ യ ഉ വിദ്യായാം രത

അവിദ്യയെ ഉപാസിക്കുന്നവൻ തമസ്സിലേക്ക് പ്രവേശിക്കുന്നു. എന്നാൽ വിദ്യയിൽ രമിക്കുന്നവൻ അതിനേക്കാൾ ഭയാനകമായ തമസ്സിലേക്ക് പ്രവേശിക്കുന്നു.

ജ്ഞാനസമ്പാദനം നടത്താതെ അവിദ്യയെ സ്വായത്തമാക്കുന്ന ആളു

കൾക്ക് ജ്ഞാനം ഇല്ലാതെ അന്ധത ഉണ്ടാവും എന്നതിന് സംശയമില്ല. വിദ്യയില്ലാത്ത കർമം അന്ധതാദായകമാണ്. എന്നാൽ വിദ്യയിൽ രമിക്കുന്ന, അഥവാ ഭൗതിക ശാസ്ത്രപരമായി ജ്ഞാനരംഗത്ത് അറിവുള്ളവർ കൂടുതൽ തമസ്സിലേക്ക് എങ്ങനെ പ്രവേശിക്കുന്നു? ഭൗതികമായ ജ്ഞാനസമ്പാദനത്തിൽ ശ്രദ്ധചെലുത്തുന്നവർ യാഥാർഥ്യത്തിന്റെ ഒരു മുഖം മാത്രമേ കാണുന്നുള്ളൂ എന്നതാണ് വാസ്തവം. വിവിധങ്ങളായ ഭൗതിക ജ്ഞാനഭാഗങ്ങളെ കൂട്ടിയിണക്കുന്ന ആത്മീയവും താത്വികവും ആയ ഭാഗങ്ങൾ അവർ അവഗണിക്കുന്നു. ജ്ഞാനികളായിട്ടും കഴിവുണ്ടായിട്ടും യാഥാർഥ്യത്തിന്റെ ഒരു മുഖം മാത്രം കാണുന്ന ഇവർ അജ്ഞാനികളെക്കാൾ കൂടുതൽ തമസ്സിലാണ് ജീവിക്കുന്നത് എന്ന് പറയേണ്ടതില്ലല്ലോ.

'ശരിയാണ് ക്യാപ്റ്റൻ പ്രശാന്ത്. ഞാൻ ഒരു കാര്യം പറയട്ടെ? ഈ പ്രായത്തിൽ തന്നെ നിങ്ങൾക്ക് വളരെ ആഴത്തിലുള്ള ആത്മീയമായ അവബോധവും പക്വതയും ഉണ്ട് എന്നാണ് ഞാൻ ഈ ചുരുങ്ങിയ സമയത്തിനുള്ളിൽ മനസ്സിലാക്കിയത്. നിങ്ങളുടെ മാതാപിതാക്കൾ ആത്മീയതയിൽ താല്പര്യം ഉള്ളവരാണോ?' കഥ കേട്ടുകൊണ്ടിരുന്ന കേണൽ വിക്രംസിംഗ് ഒരു സ്വപ്നത്തിലെന്നോണം വിദൂരതയിൽ മിഴി നട്ടു കൊണ്ട് പറഞ്ഞു.

'അമ്മ അത്യാവശ്യം പ്രാർത്ഥന ഒക്കെ ചെയ്യുമെങ്കിലും അച്ഛന് അത്ര വിശ്വാസം ഉള്ളതായി തോന്നിയിട്ടില്ല. ശബരിമലയ്ക്കു പോകുന്ന സ്വാമിമാരെ കളിയാക്കി പാരഡി ശരണം വിളിച്ചു ചിരിക്കുന്നത് കണ്ടിട്ടുണ്ട്.' പ്രശാന്ത് ചിരിയോടെ പറഞ്ഞു.

'ശബരിമല ശ്രീ അയ്യപ്പൻ. ഞാൻ ഒരു പ്രാവശ്യം വ്രതനിഷ്ഠയോടെ അവിടെ ദർശനം നടത്തിയിട്ടുണ്ട്. എന്റെ ഭാര്യയുടെ അച്ഛൻ ഒരു യാഥാസ്ഥിതിക ഹിന്ദു ആയിരുന്നു. എന്റെ ഭാര്യ അവളുടെ അമ്മയെപ്പോലെ ക്രിസ്ത്യാനി ആയിരുന്നെങ്കിലും അവളുടെ അനിയനെ ഹിന്ദു ആയിട്ടാണ് വളർത്തിയത്. അവന്റെ കൂടെ ആണ് ഞാൻ പോയത്.' കേണൽ പറഞ്ഞു.

പ്രശാന്ത് അത്ഭുതത്തോടെ കേണലിനെ നോക്കി. 'സിഖ് മതത്തിൽ പെട്ട താങ്കളുടെ ഭാര്യയും അവരുടെ അമ്മയും ക്രിസ്ത്യാനികൾ. അവരുടെ അച്ഛനും അനിയനും ഹിന്ദുക്കൾ. അപ്പോൾ താങ്കളുടെ മക്കളോ?'

'മൂത്ത മകൻ തലപ്പാവുവെക്കുന്ന സിഖ് മത വിശ്വാസി. അമേരിക്കയിൽ ഒരു കൗണ്ടി ഷെരിഫ് ആയി ജോലി ചെയ്യുന്നു. അവിടെ തന്നെ ഡോക്ടർ ആയ ഒരു ആഫ്രോ അമേരിക്കൻ പെൺകുട്ടിയെ കല്യാണം

കഴിച്ചു ജീവിക്കുന്നു. അവളും രണ്ടു മക്കളും മതമില്ലാത്തവർ ആയാണ് ജീവിക്കുന്നത്. എന്നാൽ അവന്റെ കൂടെ ഗുരുദ്വാരയിൽ പോകാനും ഗുരുദ്വാര ലങ്കറിൽ ഭക്ഷണം കഴിക്കാനും ഒക്കെ അവർക്കു വലിയ താല്പര്യം ആണ്. ക്രിസ്ത്യാനിയായി വളർന്ന എന്റെ മകൾ കല്യാണം കഴിച്ചത് ജോർദാനിൽ വേരുകളുള്ള ഒരു അമേരിക്കൻ മുസ്ലിമിനെ ആണ്. രണ്ടു പേരും അമേരിക്കൻ സൈന്യത്തിൽ ഓഫീസർമാരാണ്. തൽക്കാലം കുട്ടികൾ വേണ്ട എന്നാണ് അവരുടെ തീരുമാനം.'

'വൗ! റിയലി എ ട്രൂ കോസ്മോപോളിറ്റൻ ഫാമിലി.' പ്രശാന്ത് പറഞ്ഞു.

'ഇന്ത്യൻസേന എന്ന മഹത്തായ പ്രസ്ഥാനത്തിന്റെ ഭാഗമാകുകയാൽ എനിക്ക് ജീവിതത്തിൽ കൈവന്ന പല സൗഭാഗ്യങ്ങളിൽ ഒന്നു മാത്രമാണിത്.' കേണൽ മച്ചിലേക്കു നോക്കിക്കൊണ്ടു ചിന്താമഗ്നനായി പറഞ്ഞു.

'മുപ്പത്തിയഞ്ചു വർഷത്തെ സേവനകാലം മുപ്പത്തിയഞ്ചു ജീവിതകാലങ്ങൾ തന്നെ ആയിരുന്നു. മിക്ക ആളുകളും ഒരു വർഷത്തിൽ ഒരേ ദിവസം തന്നെ മുന്നൂറ്റിയറുപത്തഞ്ചു പ്രാവശ്യം ജീവിക്കുമ്പോൾ ഒരു വർഷത്തിൽ മുന്നൂറ്റി അറുപത്തഞ്ചു ദിവസവും തികച്ചും വേറെ വേറെ അനുഭവങ്ങളും ആയി ജീവിക്കാൻ കഴിയുന്ന ഭാഗ്യവാന്മാർ ആണ് സൈനികർ. ദിനംപ്രതി മാറുന്ന സാഹചര്യങ്ങളും പുതിയ വെല്ലുവിളികളും ഒരു സൈനികനെ ഒരു വൈദ്യുത ശലാക പോലെ ചാർജ് ചെയ്തു നില നിർത്തുന്നു. ജീവിതത്തിന്റെ പുതുമ ഒരിക്കലും നഷ്ടപ്പെടുന്നില്ല. വിരമിച്ചതിനു ശേഷവും പുതിയ പുതിയ വെല്ലുവിളികൾ ഏറ്റടുക്കാനും പല കാര്യങ്ങൾ ചെയ്യുവാനും സേനയിലെ പരിശീലനം സഹായിക്കുന്നു.'

'ശരിയാണ് സർ.' പ്രശാന്ത് പറഞ്ഞു. 'ഈ കുറഞ്ഞ ദിവസങ്ങൾക്കുള്ളിൽ എനിക്ക് തന്നെ എന്തൊക്കെ അനുഭവങ്ങൾ ഉണ്ടായി. ഇത് എനിക്ക് ഒരു പുനർജ്ജന്മം തന്നെ ആണ്.'

'തന്റെ കുടുംബം എവിടെ?'

'സർ അവർ ഓഫീസർ മെസ്സിൽ താമസിക്കുന്നുണ്ട്. ഞാൻ ഒരു പ്രാവശ്യമേ കണ്ടുള്ളു. എന്നെ വന്നു കാണേണ്ടതായിരുന്നു, എന്നാൽ യാത്ര കാരണം ആയിരിക്കാം, ഭാര്യക്കും മകൾക്കും അമ്മയ്ക്കും പനിയും ജലദോഷവും വന്നതിനാൽ ഇപ്പോൾ എന്നെ വന്നു കാണാൻ ഡോക്ടർ സമ്മതിക്കുന്നില്ല. റിസപ്ഷനിലെ ഇന്റർകോമിൽ ഇടയ്ക്കിടെ വിളിക്കും. ഞാൻ സാറിന്റെ അടുത്തുണ്ടാവുമ്പോൾ വിളിക്കരുത് എന്ന് പറഞ്ഞിട്ടുണ്ട്.' പ്രശാന്ത് ചിരിച്ചു കൊണ്ട് പറഞ്ഞു.

'ഓ ദാറ്റ് ഈസ് സോ ബാഡ്. ഇപ്പോൾ തന്നെ നേരം വൈകി. ഇനി നിങ്ങൾ റിസപ്ഷനിൽ ചെന്ന് അവരോടു സംസാരിക്കൂ.' കേണൽ പറഞ്ഞു. 'നമുക്കു നാളെ രാവിലെ ഈ സംഭാഷണം തുടരാം. എന്റെ മക്കളുടെ കോളുകളും വരാൻ സമയം ആയി.'

'ഓക്കേ സർ. സീ യു ടുമോറോ.' പ്രശാന്ത് എഴുന്നേറ്റു.

ഓഫീസർ മെസ്സിലേക്കു വിളിച്ചു തന്റെ കുടുംബത്തോട് സംസാരിച്ചപ്പോൾ എല്ലാവർക്കും പനി കുറവുണ്ട്. ഡോക്ടർ അവർക്കു വേണ്ട മരുന്നുകൾ കൊടുത്തയച്ചിരുന്നു. അവർക്കും കുഞ്ഞിനും ആവശ്യമായ ഭക്ഷണം കൃത്യമായി മെസ്സിൽ നിന്നും എത്തിക്കുന്നുണ്ട് എന്ന് മനസ്സിലായപ്പോൾ ആശ്വാസം തോന്നി. ഇതാണ് സേനയുടെ പ്രത്യേകത. എല്ലാ കാര്യങ്ങളും കൃത്യമായി നടക്കുന്ന ഒരു ചട്ടക്കൂടാണ് ഒരു സൈനിക കേന്ദ്രം. എല്ലാവരും അവരവരുടെ ജോലിയിൽ ശ്രദ്ധ കേന്ദ്രീകരിക്കുമ്പോൾ കാര്യങ്ങൾ തന്നെത്താൻ നടക്കുന്നു.

ഒരു തേനീച്ച തേൻ ശേഖരിക്കുന്നത് അതിന്റെയും അതിന്റെ കൂട്ടിലെ മറ്റു തേനീച്ചകളുടെയും വിശപ്പ് മാറ്റാൻ വേണ്ടിയാണ്. എന്നാൽ അതിന്റെ കൂടെ അത് പൂമ്പൊടികൾ വഹിച്ചു ചെടികളിൽ പരാഗണം നടത്തുന്നു. അതു കാരണമാണ് നമുക്ക് കാർഷികവിളകൾ ലഭിക്കുന്നത്. തേനീച്ചകളെ മുഴുവൻ കൊന്നൊടുക്കിയാൽ ഏതാനും മാസങ്ങൾക്കുള്ളിൽ മറ്റു ജീവികൾ നാമാവശേഷമാവും എന്ന് കേട്ടിട്ടുണ്ട്. എന്നാൽ തേനീച്ചകൾക്ക് ഇതറിയില്ല. അവർ നിർബാധം തേൻ ശേഖരിച്ചു കൊണ്ടിരിക്കുമ്പോൾത്തന്നെ മറ്റു ജീവജാലങ്ങളുടെ നിലനിൽപിന് കാരണമാകുകയും ചെയ്യുന്നു. ഓരോ മനുഷ്യനും ഒരു തേനീച്ചയെപ്പോലെ ജീവിക്കണം. സ്വന്തം കർമ്മം കൃത്യമായി ചെയ്യുക. അപ്പോൾ സമൂഹത്തിനു വേണ്ടത് സ്വയം ലഭിക്കും.

ഭക്ഷണം കഴിച്ച പ്രശാന്ത് അന്നത്തെ സംഭാഷണം ഓർത്തുകൊണ്ട് കിടന്നപ്പോൾ ഉറങ്ങിപ്പോയതറിഞ്ഞില്ല. സുഖകരമായ ഉറക്കത്തിൽ കണ്ട സ്വപ്നത്തിൽ പട്ടാള യൂണിഫോമണിഞ്ഞ കുറെ തേനീച്ചകൾ ഓടി നടക്കുന്നുണ്ടായിരുന്നു. അവർ തങ്ങളുടെ കൂടിനെ സംരക്ഷിക്കാൻ ഒറ്റക്കെട്ടായി പോരാടുന്നത് പ്രശാന്ത് കണ്ടു. അനേകം പേർ മരിച്ചു വീണിട്ടും അവർ പോരാട്ടം തുടർന്നുകൊണ്ടേയിരുന്നു.

അധ്യായം ഏഴ്

കാ തേ കാന്താ കസ്തേ പുത്രഃ സംസാരോ ƒയമതീവ വിചിത്രഃ

മൂന്നുനാലു ദിവസങ്ങൾ രാവിലെയും വൈകുന്നേരവും ഉള്ള ഫിസിയോതെറാപ്പിയുമായി കഴിഞ്ഞു പോയി. ഇന്ന് ഫിസിയോതെറാപ്പി ഇല്ലെങ്കിലും രാവിലെ തന്നെ ഉറക്കമുണർന്നു പ്രഭാതകൃത്യങ്ങൾ ചെയ്തശേഷം പ്രഭാത ഭക്ഷണം പെട്ടെന്ന് തന്നെ കഴിച്ചു പ്രശാന്ത് സോഫയിൽ ഇരുന്നു. ഡോക്ടർ റൗണ്ടിന് വന്നതിനു ശേഷം വേണം കേണലിന്റെ റൂമിൽ പോയി കുറച്ചു ദിവസങ്ങളായി മുടങ്ങിയ ചർച്ച തുടരാൻ.

'ഗുഡ് മോർണിംഗ് ക്യാപ്റ്റൻ', പതിവുപോലെ തന്റെ ഉത്സാഹവും ഉന്മേഷവും തുളുമ്പുന്ന ശബ്ദത്തിൽ ഉറക്കെ അഭിവാദ്യം ചെയ്തുകൊണ്ട് ഡോക്ടർ കേണൽ ശർമ്മ കടന്നു വന്നു.

'ഗുഡ് മോർണിങ്ങ് സർ.' പ്രശാന്ത് പുഞ്ചിരിയോടെ പ്രത്യഭിവാദ്യം ചെയ്തു. ഈ മനുഷ്യന്റെ സാന്നിധ്യം എത്ര പെട്ടെന്നാണ് തന്നെ സന്തോഷവാനാക്കുന്നത്.

ഡോക്ടർ പ്രശാന്തിനെ പരിശോധിച്ചതിനുശേഷം കേസ് ഷീറ്റിൽ എന്തൊക്കെയോ കുത്തിക്കുറിച്ചു.

'യു ആർ റിക്കവറിങ്ങ് അറ്റ് ആൻ അമേസിംഗ് സ്പീഡ് ക്യാപ്റ്റൻ.' ഡോക്ടർ പറഞ്ഞു. 'നൗ നോ മെഡിസിൻസ് ആർ റിക്വയേഡ്. ഒൺലി മൾട്ടി വിറ്റമിൻസ്, ഫിസിയോതെറാപ്പി, ഗുഡ് ഫുഡ് ആൻഡ് റസ്റ്റ്.'

'താങ്ക് യു, സർ.' പ്രശാന്ത് ആശ്വാസത്തോടെ പറഞ്ഞു.

'ആസ് എ റിവാർഡ് ഓഫ് ബീയിങ്ങ് എ ഗ്രേറ്റ് പേഷ്യന്റ്, ഐ ഹാവ് ഗോട്ട് യു എ ഗിഫ്റ്റ് ടുഡേ.' കേണൽ ശർമ്മ ചിരിച്ചു കൊണ്ട് പറഞ്ഞു.

'ദാറ്റ് ഈസ് ഗ്രേറ്റ് സർ.' പ്രശാന്ത് പുഞ്ചിരിയോടെ പറഞ്ഞു. 'ലെറ്റ് അസ് സീ ഇറ്റ്.'

'ബിഹോൾഡ് മൈ യങ്ങ് സർ, ഹിയർ ഈസ് മൈ ഗിഫ്റ്റ്.' ഡോക്ടർ

നാടകീയമായി കൈകൾ നിവർത്തി മാജിക്കുകാർ കാണിക്കുന്നത്പോലെ ആംഗ്യം കാട്ടി.

വാതിലിലൂടെ പ്രശാന്തിന്റെ ഭാര്യയും അച്ഛനും അമ്മയും കടന്നു വന്നു. മുറിയിലേക്കു കുതിച്ചു വന്ന ദീപ്തി കുഞ്ഞിനെ പ്രശാന്തിന്റെ കൈകളിൽ കൊടുത്തു. പ്രശാന്ത് തന്റെ മകളെ ആദ്യമായി വാരിപ്പുണർന്നു കൊണ്ടിരിക്കുമ്പോൾ അമ്മയും അച്ഛനും പ്രശാന്തിനെ ചേർത്ത് പിടിച്ചു തലയിൽ തലോടിക്കൊണ്ടിരിക്കുകയായിരുന്നു.

കണ്ണീരോടെ തല ഉയർത്തിയ പ്രശാന്ത് കണ്ണട മാറ്റി കർച്ചീഫുകൊണ്ടു കണ്ണ് തുടക്കുന്ന ഡോക്ടറെയും പിന്നിൽ കണ്ണീരൊലിപ്പിച്ചു കൊണ്ട് ചിരിയോ കരച്ചിലോ എന്ന് മനസ്സിലാകാത്ത മുഖഭാവവുമായി വിതുമ്മുന്ന ബെറ്റിയെയും ആണ് കണ്ടത്.

'ഇത് ഡോക്ടർ കേണൽ ശർമ്മ. പ്രശാന്ത് അവർക്കു ഡോക്ടറെ പരിചയപ്പെടുത്തി. ഞാൻ ജീവിതത്തിലേക്ക് തിരിച്ചു വന്നപ്പോൾ ആദ്യമായി കണ്ട മുഖം ഇദ്ദേഹത്തിന്റേതാണ്. ആദ്യം കണ്ടപ്പോൾ കണ്ണട വെച്ച ഒരു മാലാഖ ആണെന്നാണ് ഞാൻ കരുതിയത്.'

ഡോക്ടർ അച്ഛനുമായി ഹസ്തദാനം ചെയ്തു. 'എന്റെ ജോലി ഞാൻ ചെയ്തു. എന്നാൽ വീരനായ ഈ ഓഫീസറുടെ മനഃശക്തിയും ധൈര്യവും അന്തഃശക്തിയും ദൈവാനുഗ്രഹവും പിന്നെ നിങ്ങൾ എല്ലാവരുടെയും പ്രാർത്ഥനയും മാത്രമാണ് ഇയാളെ ജീവിതത്തിലേക്ക് മടക്കി കൊണ്ട് വന്നത്.'

'ആദ്യത്തെ മൂന്ന് ആഴ്ചകളോളം അബോധാവസ്ഥയിൽ ആയിരുന്ന ഇയാളെ നിരന്തരം ശുശ്രൂഷിക്കുകയും തന്റെ ഡ്യൂട്ടി സമയം കഴിഞ്ഞാൽപോലും കൂടെ നിന്ന് എല്ലാ മരുന്നുകളും ചികിത്സയും കൃത്യമായി കിട്ടുന്നുണ്ടെന്ന് ഉറപ്പു വരുത്തുകയും ചെയ്ത ഈ നിൽക്കുന്ന ലെഫ്റ്റനന്റ് ബെറ്റി തോമസ് ആയിരുന്നു ഇയാളുടെ യഥാർത്ഥ മാലാഖ. ബെറ്റി ഒരേ ഒരാൾ കാരണമാണ് ആദ്യത്തെ ആഴ്ചയിലെ രണ്ടു സീരിയസ് കാർഡിയാക് ഇവെന്റ്സ് പ്രശാന്ത് അതിജീവിച്ചത്.' ഡോക്ടർ ചിരിച്ചു കൊണ്ട് ബെറ്റിയെ നോക്കി പറഞ്ഞു.

'താങ്ക് യു, മാം' ദീപ്തി കണ്ണീരോടെ ബെറ്റിയെ ആലിംഗനം ചെയ്തു. എന്റെ ഭർത്താവിനെ ജീവിതത്തിലേക്ക് കൊണ്ട് വന്നതിനു നന്ദി.

'എന്റെ മൂത്ത സഹോദരൻ ക്യാപ്റ്റൻ ടോം തോമസ് പാരച്യൂട്ട് കമാൻഡോ റെജിമെന്റിലെ ഒരു ഓഫീസർ ആയിരുന്നു. വർഷങ്ങൾക്ക് മുൻപ് ഒരു കമാൻഡോ ഓപ്പറേഷനിൽ ഗുരുതരമായി മുറിവേറ്റ അദ്ദേഹം മരണത്തിനു കീഴടങ്ങുകയായിരുന്നു. ആ ദിവസമാണ് ഞാൻ മിലിറ്ററി മെഡിക്കൽ സർവിസിൽ ചേരാൻ തീരുമാനം എടുത്തത്. ഡോക്ടർ

ആവണമെന്നായിരുന്നു ആഗ്രഹം. എന്നാൽ മെറിറ്റിൽ കിട്ടിയില്ല. അതിനാൽ നഴ്സിംഗ് കിട്ടിയപ്പോൾ അത് സ്വീകരിച്ചു. മുറിവേറ്റ് ബോധരഹിതനായി കിടക്കുന്ന ഇദ്ദേഹത്തിൽ ഞാൻ എന്റെ സഹോദരനെയാണ് കണ്ടത്. എങ്ങനെയും ഇദ്ദേഹത്തെ രക്ഷിച്ചെടുക്കണമെന്ന് ആദ്യം കണ്ടപ്പോൾ തന്നെ ഞാൻ തീരുമാനിച്ചിരുന്നു.' ബെറ്റി വിതുമ്മലോടെ പറഞ്ഞു.

ബെറ്റി തന്നെ നോക്കുമ്പോൾ അവളുടെ കണ്ണുകളിൽ ഉണ്ടാവാറുള്ള പ്രത്യേക തിളക്കത്തിന്റെയും തന്നോട് കാണിക്കുന്ന ഒരുതരം പ്രത്യേക അടുപ്പത്തിന്റെയും പൊരുൾ ഇപ്പോഴാണ് പ്രശാന്തിന് മനസ്സിലായത്. കുട്ടിയെ അമ്മയുടെ കയ്യിൽ കൊടുത്ത പ്രശാന്ത് ബെറ്റിയെ ആലിംഗനം ചെയ്തു നെറ്റിയിൽ ചുംബിച്ചു.

'നന്ദി സഹോദരി, നന്ദി.'

പ്രശാന്തിനെ കെട്ടിപ്പിടിച്ച ബെറ്റി പെട്ടെന്ന് പൊട്ടിക്കരഞ്ഞു. അവളുടെ സഹോദരസ്നേഹവും ഉള്ളിലെ സങ്കടവും പേമാരിയായി പെയ്തു. പ്രശാന്തിനോടൊപ്പം ദീപ്തിയും അവളെ ചേർത്ത് പിടിച്ചു.

'ബെറ്റി, നിന്നെ ആദ്യമായി കണ്ടപ്പോൾ നഴ്സുമാരെ വിളിക്കുന്ന ചട്ടപ്രകാരം സിസ്റ്റർ എന്നാണ് ഞാൻ വിളിച്ചത്. എന്നാൽ ഇന്നു മുതൽ ഞാൻ നിനക്കു സ്വന്തം സഹോദരൻ തന്നെയാണ്.' പ്രശാന്ത് പറഞ്ഞു.

ദീപ്തിയുടെ കണ്ണുകളും നിറഞ്ഞൊഴുകുന്നുണ്ടായിരുന്നു. അച്ഛനും അമ്മയും ബെറ്റിയെ ആലിംഗനം ചെയ്തു നന്ദി പറഞ്ഞു. വികാരനിർഭരമായ ആ നിമിഷങ്ങൾ നോക്കി പ്രശാന്തിന്റെ മകൾ പല്ലില്ലാത്ത മോണ കാട്ടി പുഞ്ചിരിക്കുന്നുണ്ടായിരുന്നു.

ബെറ്റി പ്രശാന്തിന്റെ മകളെ കയ്യിലെടുത്തു. കണ്ണീരിനിടയിലൂടെ കൊഞ്ചിച്ചു.

'എന്താണ് മോളുടെ പേര്?'

'ഇതുവരെ തീരുമാനിച്ചിരുന്നില്ല. എന്നാൽ ഇപ്പോൾ ബെറ്റി എന്ന് തന്നെ ഇടാൻ തീരുമാനിച്ചു. ചിരിച്ചു കൊണ്ട് ദീപ്തി പറഞ്ഞു. എന്റെ മകൾക്ക് അവളുടെ അച്ഛനെ നിരന്തരം പരിചരിച്ചു ജീവിതത്തിലേക്ക് തിരിച്ചുകൊണ്ടുവന്ന ഈ സഹോദരിയുടെ പേരിനേക്കാൾ യോജിക്കുന്ന പേര് വേറെ എന്തുണ്ട്?'

എല്ലാവരും തലകുലുക്കി സമ്മതിച്ചു. ഡോക്ടർ പുഞ്ചിരിച്ചു. ബെറ്റിയുടെ കണ്ണുകൾ വീണ്ടും ഈറനായി.

'സർ, അങ്ങ് കുട്ടിക്ക് പേര് വിളിക്കുമോ?' പ്രശാന്തിന്റെ അമ്മ ഡോക്ടറോട് അപേക്ഷിച്ചു.

ബെറ്റി കുട്ടിയെ ഡോക്ടറുടെ നേരെ നീട്ടി. അനേകായിരം ജീവനു

കൾ രക്ഷിച്ച, ദൈവാനുഗ്രഹം കിട്ടിയ ആ കൈകളിൽ ഡോക്ടർ കുട്ടിയെ താങ്ങിയെടുത്തു. കണ്ണടച്ച് ശാന്തി മന്ത്രം ചൊല്ലിയ ശേഷം കുട്ടിയുടെ ചെവിയിൽ ബെറ്റി എന്ന് മൂന്നുപ്രാവശ്യം വിളിച്ചു. കുട്ടിയെ ബെറ്റിയുടെ നേരെ നീട്ടി. ബെറ്റിയും കുട്ടിയുടെ ചെവിയിൽ മൂന്നു പ്രാവശ്യം പേരുവിളിച്ചു. ശേഷം ഓരോരുത്തരായി കുട്ടിയെ കൈയിലെടുത്തു പേരു വിളിച്ചു. അങ്ങനെ ഒരു ധീരസേനാനിയുടെ മകളുടെ നാമകരണം സൈനിക ആശുപത്രിയിൽ മംഗളമായി നടന്നു.

'ഇനി നമ്മുടെ ബെറ്റിയെ ബെറ്റി സീനിയർ എന്ന് വിളിക്കേണ്ടി വരും.' ഡോക്ടറുടെ നർമ്മബോധം ഒരു ഇടവേളയ്ക്കു ശേഷം വീണ്ടും തല പൊക്കി. എല്ലാവരും ചിരിച്ചു.

'ശരി. നിങ്ങൾ എല്ലാവരും ഇവിടെ ഇരുന്നു സംസാരിക്കൂ. ഒരുപാടു കാര്യങ്ങൾ സംസാരിക്കാനുണ്ടാവും. ഞങ്ങൾ റൗണ്ട്സ് പൂർത്തിയാക്കട്ടെ. നിങ്ങൾ ബിസിയാണെന്നു കേണൽ വിക്രം സിംഗിനോട് ഞാൻ പറഞ്ഞേക്കാം.' ഡോക്ടറും ബെറ്റിയും എല്ലാവരെയും നോക്കി തലയാട്ടി പുറത്തേക്കു നടന്നു.

എല്ലാവരും പ്രശാന്തിന്റെ ചുറ്റും ഇരുന്നു. പ്രശാന്ത് ആദ്യം മുതൽ തനിക്ക് ഓർമ്മയുള്ളതു പോലെ കഥകൾ എല്ലാം വിവരിച്ചു പറഞ്ഞു. എല്ലാവരും ഉൾക്കിടിലത്തോടെ കഥകൾ കേട്ടുകൊണ്ടിരുന്നു. ബെറ്റി ജൂനിയർ മാത്രം നിഷ്കളങ്കമായി ഇടയ്ക്കിടെ പുഞ്ചിരി തൂകിക്കൊണ്ടിരുന്നു.

'പ്രശാന്തേട്ടാ ഒരു കാര്യം പറയാനുണ്ട്.' കഥാകഥനം കഴിഞ്ഞപ്പോൾ ദീപ്തി പറഞ്ഞു. 'ഞാൻ സിവിൽ സർവീസ് പരീക്ഷ എഴുതിയിരുന്നത് പാസ്സായി. ഇനി മെയിൻ പരീക്ഷക്ക് തയാറെടുക്കണം. അതിന്റെ കോച്ചിങ്ങിന് ഒരു നല്ല കോച്ചിങ് സെന്ററിൽ നിന്നും ഓഫർ വന്നിട്ടുണ്ട്.'

'ഓ ഗ്രേറ്റ്, വൗ, അടിപൊളി.' പ്രശാന്തിന്റെ ഏറ്റവും വലിയ ആഗ്രഹമായിരുന്നു തന്റെ ഭാര്യ ഒരു സിവിൽ സർവീസ് ഓഫീസർ ആകണം എന്നത്. അവളുടെ വിവിധതരമായ കഴിവുകൾ ഉപയോഗിച്ച് വിജയിക്കാൻ പറ്റിയ ഏറ്റവും നല്ല രംഗമാണ് അത്.

'പക്ഷെ ഇങ്ങനെ ഒരവസരത്തിൽ എനിക്ക് പോകാൻ താല്പര്യമില്ല. നമുക്ക് അടുത്തത് നോക്കാം.' ദീപ്തി പറഞ്ഞു.

'ഇതൊന്നും നോക്കാനില്ല. ഇവിടെ രണ്ടു മൂന്നാഴ്ചകൾക്കു ശേഷം എന്നെ മെഡിക്കൽ ലീവോടെ ഡിസ്ചാർജ് ചെയ്യും. ഞാൻ രണ്ടു മാസമെങ്കിലും വീട്ടിലുണ്ടാകും. അതുകൊണ്ട് എത്രയും വേഗം നാട്ടിലെത്തി ജോയിൻ ചെയ്യുക. ഈ അവസരം നഷ്ടപ്പെടുത്തരുത്.'

ഒരു നീണ്ട വാഗ്വാദത്തിനൊടുവിൽ അന്ന് ഉച്ചക്ക് ശേഷമുള്ള ഫ്ളൈ

റ്റിൽ നാട്ടിലേക്കു തിരിക്കാനും അടുത്ത ദിവസം തന്നെ കോച്ചിങ് സെന്ററിൽ ജോയിൻ ചെയ്യാനും പ്രശാന്ത് എല്ലാവരെയും സമ്മതിപ്പിച്ചു.

ലഞ്ചിന് പോകുന്നതിനു മുൻപ് പ്രശാന്ത് എല്ലാവരെയും കേണൽ വിക്രം സിങിന്റെ മുറിയിലേക്ക് കൊണ്ടുപോയി കേണലിനു പരിചയപ്പെടുത്തി.

'ഈ കുട്ടിയുടെ ഭാഗ്യം കൊണ്ടുകൂടിയാണ് നമ്മുടെ ക്യാപ്റ്റൻ ജീവിതത്തിലേക്ക് തിരിച്ചു വന്നത്. ജൂനിയർ ബെറ്റിയെ താലോലിച്ചു കൊണ്ട് കേണൽ പറഞ്ഞു. അപ്പോൾ ജീവിതത്തിലേക്ക് തിരിച്ചു വരാൻ സഹായിച്ച ബെറ്റിയുടെ പേര് ഈ ശിശുവിന് ഇട്ടതു വളരെ നന്നായി. സീനിയർ ബെറ്റി എന്റെ ഭാര്യയുടെ ഒരു കസിന്റെ മകളുടെ മകളാണ്. അറിയാമോ?' കേണൽ പറഞ്ഞു.

പ്രശാന്തിന് അതൊരു പുതിയ അറിവായിരുന്നു.

ഫ്ളൈറ്റ് പിടിക്കാൻ പോകേണ്ടതിനാൽ സന്ദർശനം കുറച്ചു നേരമാക്കി ചുരുക്കി, നാട്ടിൽ വന്നാൽ തീർച്ചയായും സന്ദർശിക്കാം എന്ന വാഗ്ദാനം കേണലിൽ നിന്നും വാങ്ങി എല്ലാവരും മടങ്ങി.

ലഞ്ചും കഴിഞ്ഞ് ഒന്നുറങ്ങി എഴുന്നേറ്റ പ്രശാന്തിന് നാലുമണിക്ക് ചായ കഴിച്ചു പുറത്തിറങ്ങിയപ്പോൾ ഒരു ഉന്മേഷക്കുറവ് ഉണ്ടായിരുന്നു. എന്നാൽ ദൂരെ തോട്ടത്തിൽ ബെഞ്ചിൽ ഇരിക്കുന്ന കേണലിന്റെ കണ്ടപ്പോൾ ഒന്നുഷാറായ പ്രശാന്ത് അങ്ങോട്ടേക്ക് നടന്നു.

'ഗുഡ് ഈവിനിംഗ്, സർ'

'ഗുഡ് ഈവിനിംഗ് ക്യാപ്റ്റൻ. പ്ളീസ് കം ആൻഡ് സിറ്റ്.'

ബെഞ്ചിൽ ഇരുന്നപ്പോൾ നല്ല ശാന്തത തോന്നി. പുതുതായി വെട്ടിയ പുല്ലിന്റെ ഗന്ധത്തോടൊപ്പം പലവിധ പുഷ്പങ്ങളുടെ സമ്മിശ്രഗന്ധം നാസാദ്വാരങ്ങളെ പുളകമണിയിച്ചു. അല്പം അകലെയുള്ള ആൽവൃക്ഷത്തിൽ കുരുവികളും മൈനകളും കലപില കൂട്ടുന്നുണ്ടായിരുന്നു. ഇടയ്ക്കിടെ നിലത്തേക്ക് ചാടിയും വീണ്ടും ഓടിക്കയറിയും കുറെ അണ്ണാന്മാർ കളിച്ചുകൊണ്ടിരിക്കുന്നു.

'പ്രകൃതിയുടെ വരദാനം പോലെ ഉള്ള ഇത്തരം കാഴ്ചകൾ കാണാൻ തന്നെ ഒരു ഭാഗ്യം വേണം അല്ലേ?' കേണൽ ചോദിച്ചു.

'അതെ സർ. കാശ്മീരിൽ പൈൻ മരങ്ങളും മലകളും കുന്നുകളും നിറഞ്ഞ കാഴ്ച ഒരു സീനറി പെയിന്റിംഗ് കാണുന്നത് പോലെയാണ്. നാം ദൂരെ നിന്ന് അത് നോക്കിക്കാണുന്നു. എന്നാൽ ഇവിടെ പ്രകൃതി നമുക്ക് ചുറ്റും നിറഞ്ഞാടുകയാണ്. നാം അതിന്റെ ഒരു ഭാഗമായി മാറുന്നു. അതിൽ ലയിച്ചു ചേരുന്നതുപോലെ ഉള്ള അനുഭവം ആത്മാവിൽ ശാന്തത ഉണ്ടാക്കുന്നു.'

'വളരെ ശരിയാണ്. നിങ്ങൾ കവിത എഴുതാറുണ്ടോ?'

'സ്കൂളിൽ പഠിക്കുമ്പോൾ അത്യാവശ്യം എഴുതിയിരുന്നു.' പ്രശാന്ത് ചിരിച്ചു.

'പ്രകൃതിയാണ് കവിതയുടെ ഏറ്റവും വലിയ പ്രചോദനം. തന്റെ കുടുംബം പോയതുകൊണ്ട് വിഷമം ഉണ്ടാവും അല്ലേ?'

'അല്പം വിഷമം ഉണ്ട്. എന്നാൽ നല്ല ഒരു കാര്യത്തിനാണല്ലോ പോയത്. ട്രെയിനിൽ വെച്ച് വെടിയേറ്റപ്പോൾ എന്റെ ജീവിതം തീർന്നു എന്നാണ് ഞാൻ കരുതിയത്. എന്നാൽ ഞാൻ ജീവനോടെ മടങ്ങി വരികയും എന്റെ മാതാപിതാക്കളെയും ഭാര്യയെയും കുഞ്ഞിനേയും വീണ്ടും കാണാൻ സാധിക്കുകയും ചെയ്തത് തന്നെ ഏറ്റവും വലിയ ഭാഗ്യമായി ഞാൻ കരുതുന്നു. മാത്രമല്ല, ബോധം മറയുന്ന സമയത്ത് എനിക്ക് ഏറ്റവും വിചിത്രമായ ഒരു അനുഭവമുണ്ടായി.'

'അതെന്താണ്?' കേണൽ മുന്നോട്ടു ചാഞ്ഞിരുന്നു.

'ഞാൻ തികച്ചും നിർവികാരനായി ഒരു ട്രെയിനിങ് ചെയ്യുന്നതുപോലെ ആണ് ആ കൊള്ളക്കാരുമായി ഏറ്റുമുട്ടിയത്. എന്നാൽ വെടിയേറ്റപ്പോൾ എനിക്ക് വേദനയേക്കാൾ ആശ്ചര്യമാണ് തോന്നിയത്. വീണ ശേഷവും വീണ്ടും ഊർജം സംഭരിച്ചെഴുന്നേറ്റ് ബാക്കിയുള്ള ഒരു കൊള്ളക്കാരനെ വധിക്കാൻ എന്നെ സഹായിച്ചത് ആ ട്രെയിനിങ് തന്നെയാണ്. എന്നാൽ കൊള്ളക്കാർ എല്ലാവരും കൊല്ലപ്പെട്ടു എന്ന് മനസ്സിലാക്കിയപ്പോൾ ആണ് വെടിയേറ്റതിന്റെ ആഘാതം എന്നിൽ പിടിമുറുക്കിയത്.'

ആദ്യം കുത്തിത്തുളയ്ക്കുന്ന വേദനയും നെഞ്ചു മുഴുവൻ തീ കത്തുന്നതുപോലെ ഉള്ള പൊള്ളലും അനുഭവപ്പെട്ടു. എനിക്ക് മാരകമായി വെടിയേറ്റു എന്നെനിക്കു മനസ്സിലായി. ജീവിക്കാൻ ഏതാനും മിനിറ്റുകൾ മാത്രമേ ബാക്കിയുണ്ടാവൂ എന്ന സാഹചര്യത്തിൽ എന്റെ മാതാപിതാക്കളുടെയും ഭാര്യയുടെയും മകളുടെയും മുഖമാണ് എന്റെ മനസ്സിൽ തെളിഞ്ഞു വന്നത്.

ആദ്യം മരണത്തെക്കുറിച്ചുള്ള അതീവ തീക്ഷ്ണമായ ഭയം അനുഭവപ്പെട്ടു. എന്റെ കുടുംബത്തെ ഇനി കാണാനാവില്ലല്ലോ എന്ന ആഴമേറിയ നഷ്ടബോധം. ഇതുവരെ കണ്ടിട്ടില്ലാത്ത എന്റെ മകളെ ഒരിക്കലും കാണാൻ പറ്റില്ലല്ലോ എന്ന ചിന്ത എന്നെ കുത്തി നോവിച്ചു. ആ മകൾ അവളുടെ അച്ഛനെ ഒരിക്കലും കാണില്ലല്ലോ എന്ന ചിന്ത അതിലേറെ വേദനിപ്പിക്കുന്നതായിരുന്നു. നരകതുല്യമായ ആ ചിന്തകളിൽ ഞാൻ ഉരുകിയലിഞ്ഞു. എന്റെ ആത്മാവ് കത്തിയെരിഞ്ഞു. കഠിനമായ നഷ്ടബോധവും ഉൾഭയവും എന്നെ ഗ്രസിച്ചു. ആ വേദനയിൽ സമയം യുഗ

ങ്ങളോളം അനന്തമായി തോന്നി. ആ മനോവേദന മാറാൻ വേണ്ടി ഉടൻ തന്നെ മരണത്തെ പുൽകാൻ പോലും ഞാൻ തയാറായിരുന്നു.

എന്നാൽ അടുത്ത നിമിഷം ഞാൻ മരിച്ചാൽ അവർക്ക് എന്തു സംഭവിക്കും എന്ന ചിന്ത വന്നു. അഥവാ എന്റെ സ്ഥാനത്ത് എന്റെ മകളാണ് മരിക്കുന്നതെങ്കിൽ ഞാൻ ജീവിക്കില്ലേ? അഥവാ എന്റെ ഭാര്യ ആദ്യം മരിക്കുകയാണെങ്കിൽ ഞാൻ മകൾക്കു വേണ്ടി വീണ്ടും വിവാഹം കഴിച്ചു ജീവിക്കില്ലേ? സ്വന്തം പങ്കാളിയോ അച്ഛനോ അമ്മയോ മരിച്ച ലക്ഷോപലക്ഷം പേർ ആദ്യത്തെ ഞെട്ടലിനും കുറച്ചു കാലത്തെ ദുഃഖാചരണത്തിനും ശേഷം സാധാരണ ജീവിതത്തിലേക്ക് തിരിച്ചു വരുന്നില്ലേ? അവർ ഉണ്ടായിരുന്നപ്പോൾ ഉള്ളതിനേക്കാൾ നന്നായി ഇല്ലാത്തപ്പോൾ ജീവിക്കുന്നില്ലേ? എന്റെ മദ്യപനായ ഒരു അയൽക്കാരൻ മരിച്ചതിനു ശേഷമാണ് അദ്ദേഹത്തിന്റെ കുടുംബം അഭിവൃദ്ധി പ്രാപിച്ചത്. അദ്ദേഹത്തിന്റെ അകാലമരണം ആ കുടുംബത്തെ സംബന്ധിച്ചിടത്തോളം നല്ലതിനായിരുന്നു.

ഇത്തരം ചിന്തകൾ നിമിഷാർദ്ധം കൊണ്ട് എന്റെ ഉള്ളിലൂടെ മിന്നൽപ്പിണർപോലെ കടന്നു പോയി. എന്റെ മരണം ഈ ഭൂമുഖത്തു തികച്ചും ക്ലിപ്തവും താൽക്കാലികവുമായ ഒരു ചലനം മാത്രമേ ഉണ്ടാക്കൂ എന്നെനിക്കു മനസ്സിലായി. ഒരു വലിയ തടാകത്തിൽ ഒരു കടുകുമണി എറിഞ്ഞാൽ ഉണ്ടാകുന്ന ഓളങ്ങളുടെ അത്ര പോലും ചലനം എന്റെ മരണം ഈ ലോകത്തു സൃഷ്ടിക്കില്ല എന്നെനിക്കു ബോധ്യമായി. എന്റെ മരണശേഷം എന്റെ ഭാര്യ മറ്റൊരാളുടെ ഭാര്യ ആയേക്കാം. ഞാൻ ഇത് വരെ കണ്ടിട്ടില്ലാത്ത, എന്റെ ജീവരക്തത്തിൽ പിറന്ന എന്റെ മകളെ മറ്റൊരാൾ സ്വന്തം മകളെപ്പോലെ കൊഞ്ചിച്ചു വളർത്തും. പഠിപ്പിച്ചു ജോലി നേടാൻ സഹായിക്കും. സമയമായാൽ അവളുടെ കല്യാണം നടത്തും. അവളുടെ കുട്ടികളെ താലോലിച്ചു സന്തോഷിക്കും.

എൻെറ ഭാര്യ, എന്റെ മകൾ എന്നൊക്കെ ഞാൻ പറയുമ്പോൾ അവർ എന്റെ സ്വത്തായിരുന്നോ? കല്യാണത്തിന് ശേഷം മാത്രമാണ് അവൾ എന്റെ ഭാര്യ ആയത്. മകളെയാണെങ്കിൽ ഇതുവരെ കണ്ടിട്ട് പോലുമില്ല. അവരൊക്കെ എപ്പോഴെങ്കിലും എന്റേതായിരുന്നോ?

ഞാൻ വിവാഹം ചെയ്ത, ഒന്നിച്ചു കുറച്ചുകാലം ജീവിച്ച ഒരു വ്യക്തി മാത്രമാണ് എന്റെ ഭാര്യ. ഈ ഭൂമിയിൽ ജനിച്ചു വളർന്ന രണ്ടാത്മാക്കൾ തമ്മിൽ കണ്ടു മുട്ടി ഒരു ദിവസം ഒന്നിച്ചു ജീവിക്കുന്നു. ഭാവിയിൽ ഒരു ദിവസം നിശ്ചയമായും തമ്മിൽ പിരിയേണ്ടി വരും. കണ്ടുമുട്ടുന്നതിനു മുൻപ് തമ്മിൽ അറിയില്ലായിരുന്നു. പിരിഞ്ഞതിന് ശേഷം വീണ്ടും കാണുകയുമില്ല. ഇതിനിടയിലുള്ള ഏതാനും ദിവസങ്ങൾ മാ

ത്രമാണ് ദാമ്പത്യം.

എന്റെ മകൾ എന്നാൽ എന്നിലൂടെ അല്ലെങ്കിൽ ഞാൻ കാരണമായി അല്ലെങ്കിൽ ഞാൻ നിമിത്തമായി ഭൂമിയിലേക്ക് വന്ന ഒരു ജീവൻ എന്ന് മാത്രമല്ലെ അർത്ഥമുള്ളു? അവൾ സ്വന്തം അഭിപ്രായങ്ങളും വ്യക്തിത്വവും ഉള്ള ഒരു സ്വതന്ത്ര വ്യക്തി മാത്രമല്ലെ? ഞാൻ ജീവിച്ചിരുന്നാലും വലുതാകുമ്പോൾ അവൾ സ്വന്തം താല്പര്യങ്ങൾക്കനുസരിച്ചു ജീവിക്കുകയും സ്വതന്ത്രമായി സ്വന്തം കുടുംബവുമായി വസിക്കുകയും ചെയ്യില്ലേ?

ഓരോ ആത്മാവും ഒറ്റയ്ക്കാണ് ഭൂമിയിൽ വരുന്നത്. അത് മറ്റുള്ള ആത്മാക്കളുടെ കൂടെ കൂടിക്കലർന്നു ജീവിക്കുന്നു. ചിലർ തമ്മിൽ ഇഷ്ടപ്പെടുന്നു. ചിലർ തമ്മിൽ വെറുക്കുന്നു. ചിലർ പരസ്പരം ഉദാസീന ഭാവം അവലംബിക്കുന്നു. നമ്മൾ ഓരോരുത്തരും ഏകനായി വരുന്നു. ഏകനായി മടങ്ങുന്നു. നമ്മുടെ ഭൂമിയിലേക്കും തിരിച്ചുമുള്ള യാത്രകൾ അടുപ്പമുള്ളവരിൽ താൽക്കാലികമായി സന്തോഷ സന്താപങ്ങൾ ഉണ്ടാക്കുന്നു എന്നതൊഴിച്ചാൽ ഒരളവിൽ കവിഞ്ഞ് അവരുടെ നിലനില്പിനെയോ ജീവിതത്തെയോ ബാധിക്കുന്നതേയില്ല എന്നെനിക്കു വ്യക്തമായും മനസ്സിലായി. എന്റെ മാതാപിതാക്കളെയും ഭാര്യയെയും മകളെയും ഞാൻ സോപാധികമായി സ്നേഹിച്ചതാണ് എന്റെ മനോവ്യസനത്തിനു കാരണം എന്നെനിക്കു ബോധ്യമായതോടെ എന്റെ സ്നേഹം കേവലം നിരുപാധികമായി മാറുന്നതായി എനിക്കനുഭവപ്പെട്ടു. അപ്പോൾ നഷ്ടബോധവും വേദനയും പൂർണ്ണമായും എന്നെ വിട്ടു മാറി. അവരോടുള്ള സ്നേഹം മനസ്സിൽ അലതല്ലുന്നുണ്ടായിരുന്നെങ്കിലും ആ സ്നേഹത്തിനു കാരണമായ പ്രപഞ്ച വ്യവഹാരങ്ങളോടുള്ള അതീവമായ നന്ദി അല്ലാതെ ദേഷ്യമോ സങ്കടമോ നഷ്ടബോധമോ ഇല്ലാതെ എന്റെ മനസ്സ് ഒരു തെളിഞ്ഞ തടാകം പോലെ ശാന്തമായി തീർന്നു.

അപ്പോഴാണ് എന്റെ മരണത്തിനു ശേഷം എനിക്ക് എന്ത് സംഭവിക്കും എന്ന ഒരു വ്യാകുലത മനസ്സിൽ ഉടലെടുത്തത്. എന്നാൽ ഞാൻ ജനിക്കുന്നതിനു മുൻപ് എവിടെയായിരുന്നു എന്ന ചോദ്യം കൂടി അതോടൊപ്പം മനസ്സിൽ വന്നു. അതിനുത്തരം ഇല്ലെങ്കിലും ഒരു പക്ഷെ മരണ ശേഷം ആ സ്ഥലത്തു തന്നെ അല്ലെ ഞാൻ പോകുക എന്ന ചിന്ത കൂടി വന്നതോടെ എന്റെ മനസ്സ് വീണ്ടും ശാന്തമായി. ഒരു വിനോദ യാത്രയ്ക്കായി ഈ ഭൂമിയിലേക്ക് വന്നു, ഇവിടെ കുറച്ചു പേരുമായി ഹൃദയ ബന്ധം ഉണ്ടാക്കി അവരുമൊത്തു കുറച്ചുകാലം ജീവിച്ച ശേഷം ഹൃദ്യവും ഊഷ്മളവും ആയ ഓർമകളോടെ സ്വദേശത്തേക്ക് മടങ്ങിപ്പോകുന്ന ഒരു പഥികനെപ്പോലെ എനിക്ക് ശാന്തിയും സന്തോഷവും ഉന്മേഷ

വും അനുഭവപ്പെട്ടു.

കെട്ടുപാടുകൾ പൂർണമായി അഴിയുകയും മരണഭയം പൂർണമായി വിട്ടുമാറുകയും ചെയ്ത ആ നിമിഷത്തിലാണ് ഞാൻ ജീവിതത്തിൽ ഏറ്റവുമധികം സന്തോഷവും ശാന്തിയും അനുഭവിച്ചത്. ആ സമയത്ത് ഒരു ദിവ്യമായ പ്രകാശം കാണുകയും ഞാൻ അതിൽ അലിഞ്ഞു ചേരുന്നതായി അനുഭവപ്പെടുകയും ചെയ്തു. പിന്നെ ഞാൻ കണ്ണ് തുറക്കുന്നത് ആശുപതിയിൽ ആണ്.

'എന്റെ ദൈവമേ.നിങ്ങൾ ആ നിമിഷങ്ങളിൽ അനുഭവിച്ചത് എന്തെന്ന് ഏതാണ്ട് ആ നിമിഷങ്ങളിലൂടെ സ്വയം കടന്നുപോയതുപോലെ തന്നെ വ്യക്തമായി എനിക്ക് മനസ്സിലായി എന്ന് ഞാൻ കരുതുന്നു. ആ ഏതാനും നിമിഷങ്ങളിലെ മാനസിക വ്യാപാരങ്ങളെ ഇങ്ങനെ വിശ്ലേഷിക്കുകയും അപഗ്രഥിച്ചു മനസ്സിലാക്കുകയും ചെയ്യുക എന്നത് ആത്മീയമായി അത്രയും ഔന്നത്യം പ്രാപിച്ചവർക്കു മാത്രമേ കഴിയുകയുള്ളു.'

'എനിക്ക് തോന്നുന്നത് മരണാസന്നരായവരുടെ മനസ്സിലൂടെ ഇത്തരം ചിന്തകൾ കടന്നു പോവുന്നത് സ്വാഭാവികമാണ് എന്നാണ്. ഒരു ജീവിതത്തിലെ മുഴുവൻ അനുഭവങ്ങളും വികാരവിചാരങ്ങളും ഒരു ടെലിവിഷൻ സ്ക്രീനിലെന്നോണം മരണസമയത്തു കാണാൻ കഴിയും എന്ന് ഞാൻ വായിച്ചിട്ടുണ്ട്. എന്നാൽ അങ്ങനെയൊന്നും എനിക്കുണ്ടായില്ല.'

'പ്രിയപ്പെട്ട ക്യാപ്റ്റൻ, താങ്കൾ മരിച്ചിട്ടില്ല, ഇപ്പോഴും ജീവിച്ചിരിക്കുന്നു എന്ന് ഓർമ്മിപ്പിക്കാൻ ഞാൻ ആഗ്രഹിക്കുന്നു.' കേണൽ അല്പം നാടകീയമായി പറഞ്ഞു.

പ്രശാന്ത് പൊട്ടിച്ചിരിച്ചു. 'ശരിയാണ് സർ. ഇനി യഥാർത്ഥ മരണസമയത്ത് അത് അറിയാം. ഇപ്പോൾ വിട്ടേക്കാം.'

കേണൽ പുഞ്ചിരിച്ചു.

'ജീവിതം എന്നാൽ ഒരു വലിയ പ്രഹേളിക തന്നെയാണ്. ഇത്രയും ആഴത്തിലുള്ളതല്ലെങ്കിലും എനിക്കും ചില അതീന്ദ്രിയ അനുഭവങ്ങൾ ഉണ്ടായിട്ടുണ്ട്.'

'എങ്ങനെ സർ? എന്തുണ്ടായി?'

'പറയാം.' കേണൽ കാലുകൾ നീട്ടുകയും മടക്കുകയും കാൽമുട്ടുകളിൽ തലോടുകയും ചെയ്തു കൊണ്ട് ആലോചനയിൽ മുഴുകി. പ്രശാന്ത് ആകാംക്ഷയോടെ അദ്ദേഹത്തിന്റെ മുഖത്ത് തന്നെ ഉറ്റുനോക്കി നിന്നു.

'നാലഞ്ചു ദശകങ്ങൾക്ക് മുൻപത്തെ സംഭവം ആണ്. കേട്ടാൽ ഒരു

യക്ഷിക്കഥ പോലെ തോന്നും.'

'അന്ന് ഞാൻ ഒന്നര വർഷം സർവ്വിസുള്ള ഒരു സെക്കൻഡ് ലെഫ്റ്റനന്റ് ആയിരുന്നു. എനിക്ക് പർവ്വതാരോഹണം ഇഷ്ടമായതിനാൽ ഞാൻ അതിൽ ഒരു കോഴ്സ് ചെയ്തിരുന്നു. അപ്പോഴാണ് ഒരു കൈലാസ് മാനസസരോവർ യാത്രയുടെ പ്ലാൻ വന്നത്. എഞ്ചിനീയർ വിഭാഗത്തിന്റെ കീഴിൽ ഒരു കൂട്ടം ഓഫീസർമാർ, സർവേയിൽ പ്രാവീണ്യമുള്ള ജൂനിയർ കമ്മീഷൻഡ് ഓഫീസർമാർ, നോൺ കമ്മീഷൻഡ് ഓഫീസർമാർ എന്നിവരെ ചേർത്ത് തിബത്തിലുള്ള കൈലാസം, മാനസസരോവരം എന്നിവിടങ്ങളിലേക്ക് ഒരു പര്യവേക്ഷണ യാത്ര ആയിരുന്നു ഉദ്ദേശം. എന്നാൽ ഒരു സാഹസിക യാത്ര എന്നതിലുപരി ആ ഭൂപ്രദേശങ്ങൾ കണ്ടു മനസ്സിലാക്കുക, അവിടെ ഉള്ള പ്രകൃതി, ജലാശയങ്ങൾ, വഴികൾ, മറ്റു കാര്യങ്ങൾ കണ്ടു മനസ്സിലാക്കി ഒരു ടാക്ടിക്കൽ അപ്പ്രീസിയേഷൻ നടത്തുക എന്ന ഒരു ലക്ഷ്യം കൂടി ഈ യാത്രക്ക് ഉണ്ടായിരുന്നു.'

'ഞങ്ങൾ ഒരു സാഹസിക യാത്രാസംഘം ആയിട്ടാണ് പോയത്. ഗൂർഖാ റെജിമെൻറ് ഓഫീസർ ആയ ക്യാപ്റ്റൻ ഛെത്രി ആയിരുന്നു സംഘത്തലവൻ. ലഫ്റ്റനന്റ് രാംദാസ് എന്ന ഒരു എൻജിനീയർ ഓഫീസറും ഞാനും ആയിരുന്നു സംഘത്തിലെ മറ്റു ഓഫീസർമാർ. കൂടാതെ എൻജിനീയർ വിഭാഗത്തിലെ എട്ടു സർവ്വേ വിദഗ്ദ്ധരും എന്റെയും മറ്റു ഓഫീസർമാരുടെയും സ്റ്റാഫും ഒക്കെ ആയി പതിനഞ്ചു പേരാണ് സംഘത്തിൽ ഉണ്ടായിരുന്നത്.'

'ഗുൻജി എന്ന സ്ഥലം വരെ മിലിറ്ററി ട്രക്കിൽപോയ ശേഷം അവിടെ ഞങ്ങൾ കാലാവസ്ഥയുമായി പൊരുത്തപ്പെടാനായി ഒരാഴ്ച താമസിച്ചു. ഒരു വിധത്തിലും ഞങ്ങൾ സൈനികരാണെന്നു കാണുന്നവർക്കു തോന്നരുത് എന്ന കർശന നിർദേശം ഉണ്ടായിരുന്നു. അതു കൊണ്ട് സംഘത്തിലുള്ളവർ താടിയും മുടിയും ഒക്കെ വളർത്തി. സർദാർ ആയതുകൊണ്ട് എനിക്ക് പ്രത്യേകമായി ഒന്നും ചെയ്യേണ്ടി വന്നില്ല.'

'ഒരാഴ്ചക്ക് ശേഷം ഞങ്ങൾ ഗുൻജിയിൽ നിന്നും കാൽ നടയായി ഇന്ത്യ, ചൈന, നേപ്പാൾ അതിർത്തികൾ സമ്മേളിക്കുന്ന ട്രൈജംഗ്ഷൻ പോയിന്റിൽ എത്തി. അവിടെ നിന്നും ഇരുഭാഗത്തേയും ടൂറിസം വകുപ്പുകളുടെ പ്രത്യേക അനുമതി പത്രത്തോടെ ചൈനയിലേക്ക് കടന്നു. ചൈനീസ് പട്ടാള പോസ്റ്റിലെ കാവൽക്കാർ ഞങ്ങളുടെ രേഖകളും സാധനങ്ങളും ഒക്കെ വിശദമായി പരിശോധിച്ച് തൃപ്തിയായപ്പോൾ മാത്രമാണ് ഞങ്ങളെ മുന്നോട്ടേക്കു പോകാൻ സമ്മതിച്ചത്.'

'പട്ടാള പോസ്റ്റിൽ അവിടത്തെ ടൂറിസം ഏജന്റ് ഒരു വണ്ടി ഏർപ്പാടാക്കിയിരുന്നു. ആ പൊട്ടിപ്പൊളിഞ്ഞ മിനി വാനിൽ ഏതാണ്ട് അമ്പ

തോളം കിലോമീറ്റർ താൽക്കാലികം എന്ന് തോന്നിക്കുന്ന കല്ലും മണ്ണും നിറഞ്ഞ റോഡുകളിൽ കൂടി കുലുങ്ങി കുലുങ്ങി സഞ്ചരിച്ചു ഞങ്ങൾ മാനസ സരോവരത്തിന്റെ അടുത്തെത്തി. അവിടെ നിന്നും കാൽനടയായി പര്യടനം നടത്താൻ ഞങ്ങൾ തീരുമാനിച്ചതിനാൽ വാഹനം ഞങ്ങളെ ഒരു താൽക്കാലിക ക്യാമ്പിൽ ഇറക്കി തിരിച്ചു പോയി. ആ താൽക്കാലിക ക്യാമ്പിൽ ആറു മുറികൾ ഞങ്ങൾ ബുക്ക് ചെയ്തിരുന്നു. ഓഫീസർമാർക്ക് ഓരോ സിംഗിൾ ബെഡ് ഉള്ള ചെറിയ മുറികൾ വീതം. മറ്റുള്ളവർക്ക് എല്ലാവർക്കും കൂടി നാല് കിടക്കകൾ വീതമുള്ള മൂന്നു വലിയ മുറികൾ.'

'എന്റെ മുറിയുടെ ജനാല തുറന്നു നോക്കിയപ്പോൾ അകലെ മാനസ സരോവരത്തിന്റെ മനംമയക്കുന്ന കാഴ്ച കാണാമായിരുന്നു. ചന്ദ്രന്റെ ഉപരിതലത്തിന്റെ ഫോട്ടോയെ അനുസ്മരിപ്പിക്കുന്ന ഭൂപ്രകൃതിയുടെ നടുവിൽ വെട്ടിത്തിളങ്ങുന്ന സ്വച്ഛ ജലാശയം ഒരു സയൻസ് ഫിക്ഷൻ മൂവിയിലെ അന്യ ഗ്രഹ പ്രകൃതി ദൃശ്യത്തെ ഓർമിപ്പിക്കുന്നവിധം വിചിത്രമായിരുന്നു.'

'കൈലാസത്തിന് അടുത്തായുള്ള രണ്ടു തടാകങ്ങളുണ്ട്. ഇതിൽ പതിനഞ്ചായിരത്തോളം അടി ഉയരത്തിൽ സ്ഥിതി ചെയ്യുന്ന മാനസ സരോവർ ലോകത്തിലെ ഏറ്റവും ഉയർന്ന ശുദ്ധജല തടാകമാണ്. അടുത്ത് തന്നെ രാക്ഷസ് താൾ എന്നറിയപ്പെടുന്ന ഒരു ഉപ്പുവെള്ളം നിറഞ്ഞ തടാകവും ഉണ്ട്. കേവലം നാലു കിലോമീറ്ററിനുള്ളിൽ കിടക്കുന്ന ഈ രണ്ടു തടാകങ്ങളിലെ ജലത്തിന്റെ ഈ രുചിഭേദം വിശദീകരിക്കാനാകാത്ത ഒരു പ്രതിഭാസം തന്നെയാണ്. മാനസസരോവരത്തിൽ നിന്നും ഗംഗാ ചൂ എന്നറിയപ്പെടുന്ന ഒരു ചെറിയ ജലധാര രാക്ഷസ് താളിലേക്ക് നിരന്തരം ഒഴുകിക്കൊണ്ടിരിക്കുന്നു.'

'8848 മീറ്റർ ഉയരമുള്ള മൌണ്ട് എവറസ്റ്റിനേക്കാൾ 2000 മീറ്ററോളം ഉയരം കുറഞ്ഞ കൈലാസ പർവ്വതം ഇതുവരെ ആരും കീഴടക്കിയിട്ടില്ല. വർഷം തോറും നൂറുകണക്കിനു പർവ്വതാരോഹകർ ഇതിനേക്കാൾ ഉയരമേറിയ കൊടുമുടികൾ കീഴടക്കുന്നുണ്ടെങ്കിലും കൈലാസത്തിന്റെ മുകൾഭാഗം ഇന്നും നിഗൂഢമായി നിലനിൽക്കുന്നു. എന്നാൽ തിബത്തൻ വിശ്വാസം അനുസരിച്ച് മിലേരപാ എന്ന ബുദ്ധസന്യാസി അടുത്തുള്ള കൊടുമുടിയിൽ നിന്നും വായുവിലൂടെ പറന്നു കൈലാസത്തിന്റെ മുകളിൽ എത്തിച്ചേർന്നതായി പറയപ്പെടുന്നു. അതിനുശേഷം അദ്ദേഹത്തെ ആരും കണ്ടിട്ടില്ല. അദ്ദേഹം കൈലാസം വഴി സ്വർഗാരോഹണം ചെയ്തു എന്ന് വിശ്വസിക്കപ്പെടുന്നു. ആദി ശങ്കരാചാര്യർ കൈലാസം വഴി സ്വർഗാരോഹണം ചെയ്തതായി ഒരു കഥയും ഉണ്ട്.'

'ടിബറ്റിൽ താമര പോലെ കിടക്കുന്ന ആറു പർവ്വതനിരകളുടെ ഹൃദയഭാഗത്താണ് കൈലാസം സ്ഥിതി ചെയ്യുന്നത്. തിബത്തരുടെ ഓം മണി പദ്മെ ഹും എന്ന മൂലമന്ത്രം താമരയുടെ നടുവിലുള്ള മണി അഥവാ രത്നത്തെ ധ്യാനിക്കുന്നു. അത് നമ്മുടെ ഹൃദയമാകുന്ന താമരയിലെ നമ്മുടെ അവബോധമാകുന്ന രത്നത്തെ പ്രാർത്ഥിക്കുന്നു എന്നാണ് ഞാൻ ധരിച്ചുവെച്ചിരുന്നത്. എന്നാൽ കൈലാസദർശനത്തിനുശേഷം ആ മന്ത്രം താമരപോലെ കിടക്കുന്ന പർവ്വതനിരകൾക്കിടയിൽ ഒരു രത്നം പോലെ ഉള്ള കൈലാസത്തിൽ സന്നിഹിതമായ ഓംകാരപ്പൊരുളായ ശിവ ചൈതന്യത്തെ തന്നെയല്ലേ ധ്യാനിക്കുന്നത് എന്ന് ഞാൻ ചിന്തിക്കാറുണ്ട്.'

'ഹിന്ദുമത വിശ്വാസമനുസരിച്ച് ആദി ഗുരുവും യോഗിവര്യനും ആയ ഭഗവാൻ പരമശിവന്റെ വാസഭൂമിയാണ് കൈലാസം. ഹിന്ദുക്കൾ മാത്രമല്ല ബുദ്ധമതക്കാരും ജൈനമതക്കാരും ഒരു പോലെ കൈലാസത്തിനു പ്രാധാന്യം കൊടുക്കുന്നു. ബുദ്ധമതക്കാർ ഈ പർവതത്തെ മഞ്ഞിനുള്ളിലെ അമൂല്യരത്നം എന്നർത്ഥം വരുന്ന കാങ് റിംപോച്ചെ എന്ന് വിളിക്കുന്നു. ഇതും ഓം മണിപദ്മെ ഹും എന്ന മന്ത്രത്തെ അനുസ്മരിപ്പിക്കുന്നു. ജൈനമതസ്ഥർ കൈലാസത്തെ അഷ്ടപദ എന്നു വിളിക്കുന്നു. ജൈനമതത്തിന്റെ സ്ഥാപകനായ ഋഷഭദേവൻ ഇവിടെ വച്ചാണ് മോക്ഷം പ്രാപിച്ചത് എന്ന് വിശ്വസിക്കപ്പെടുന്നു.'

'ആയിരക്കണക്കിനു വർഷങ്ങളായി ഹിന്ദുക്കളും ബൗദ്ധരും ജൈനരും കൈലാസപരിക്രമം ചെയ്തുവരുന്നു. ഹിന്ദുക്കളും ബൗദ്ധരും കൈലാസത്തെ പ്രദക്ഷിണമായി ചുറ്റുമ്പോൾ ജൈനർ അപ്രദിക്ഷണമായാണ് കൈലാസപരിക്രമണം ചെയ്യുന്നത്. കൈലാസപർവ്വതത്തിന്റെ പ്രദക്ഷിണവഴിയുടെ നീളം ഏതാണ്ട് 52 കി. മി. ആണ്. ഈ മഹത്തായ പർവ്വതം പരിക്രമണം ചെയ്യുവാനായിരുന്നു ഞങ്ങളുടെ ഉദ്യമം.'

'തിബറ്റൻ പാചകക്കാരൻ കൊണ്ടുവന്ന യാക് വെണ്ണ ചേർത്ത ഉപ്പുരുചിയുള്ള ചായ കുടിച്ചു ഞങ്ങൾ അല്പം വിശ്രമിച്ചു. അതിനുശേഷം ഭാരമുള്ള സാധനങ്ങൾ ഒക്കെ മാറ്റിവെച്ച് അടുത്ത ദിവസം രാവിലെ തന്നെ പോകാൻ പാകത്തിൽ നാലു ദിവസത്തേക്ക് വേണ്ട സാധനങ്ങളും ടെൻറ് ഉണ്ടാക്കാനുള്ള സാമഗ്രികളും അൽപം ഭക്ഷണ സാധനങ്ങളും ചോക്ലേറ്റ്, ഡ്രൈ ഫ്രൂട്സ്, ബിസ്കറ്റ് തുടങ്ങിയ അവശ്യം വേണ്ട വസ്തുക്കളുമായി ഞങ്ങൾ ഭാണ്ഡക്കെട്ടുകൾ തയ്യാർ ചെയ്തു വെച്ചു.'

'വൈകുന്നേരം ഞങ്ങൾ ഒരു കൂട്ടമായി ഇരിക്കുമ്പോഴാണ് ക്യാംപിലെ ഒരു വൃദ്ധനായ തിബത്തൻ സ്റ്റാഫ് ഒരു ട്രേ നിറയെ പ്ലാസ്റ്റിക് കപ്പുകളും ഒരു സൂപ്പ് കണ്ടെയ്നറും ആയി വന്നത്. എന്റെ ബാറ്റ്മാൻ ഗം

ഗാധരൻ തമ്പിയും മറ്റു ഓഫീസർമാരുടെ ബാറ്റ്മാന്മാരും ഉടൻ തന്നെ വൃദ്ധന്റെ കൈയിൽ നിന്നും സൂപ്പ് കണ്ടയ്നറും കപ്പുകളും വാങ്ങി സൂപ്പ് സെർവ് ചെയ്യാൻ തുടങ്ങി. ക്യാപ്റ്റൻ ആ വൃദ്ധനെ കൂടെ ഇരുന്നു സൂപ്പ് കഴിക്കാൻ ക്ഷണിച്ചു.'

'ടെൻസിങ് ലാമ എന്നായിരുന്നു ആ വൃദ്ധന്റെ പേര്. അയാൾ ജനിച്ചതും വളർന്നതും ആ ക്യാമ്പിനടുത്തുള്ള ചെറിയ ഒരു ഗ്രാമത്തിലാണ്. അയാളുടെ ഭാര്യയും മകന്റെ ഭാര്യയും ആണ് ഇവിടെ പാചകം ചെയ്യുന്നത്. അയാളാണ് ഈ ക്യാമ്പിന്റെ സൂക്ഷിപ്പുകാരൻ. അയാളുടെ ഏക മകൻ ഗ്രാമത്തിൽ കൃഷിപ്പണി ചെയ്യുന്നതോടൊപ്പം ഗ്രാമത്തിലെ ഏക വ്യാപാരിയുമാണ്. ആ ഗ്രാമവാസികൾക്കാവശ്യമായ ഉപ്പു തൊട്ടു കർപ്പൂരം വരെയുള്ള എല്ലാ സാധനങ്ങളും അയാളുടെ മകൻ ആണ് ദൂരെയുള്ള പട്ടണത്തിൽ നിന്നും വരുത്തി വില്പന നടത്തുന്നത്. ഇത്രയും കാര്യങ്ങൾ ആദ്യത്തെ കുറച്ചു മിനിറ്റുകൾക്കുള്ളിൽ തന്നെ മനസ്സിലായി.'

'ടെൻസിംഗ്ജി ഗ്രാമത്തിൽ ഏതാണ്ട് എത്രപേർ ഉണ്ടാവും?' ക്യാപ്റ്റൻ ചോദിച്ചു.

'സാബ്, പേമ ഷെറിങ് എന്ന വൃദ്ധ മിനിയാന്ന് മരിച്ചതിനാൽ ഇപ്പോൾ അറുപത്തിയേഴ് പേർ മാത്രമേ ഉള്ളു.'

'ഗോഡ്, വെറും അറുപത്തിയേഴ് പേർ മാത്രമുള്ള ഗ്രാമമോ?' ക്യാപ്റ്റൻ ഛെത്രി അത്ഭുത സ്തബ്ധനായി. ഞാൻ നേപ്പാളിയാണ്. എന്റെ നാട്ടിലും വളരെ ചെറിയ ഗ്രാമങ്ങൾ ഉണ്ട്. എന്നാൽ അവിടെ കുറഞ്ഞത് ഇരുനൂറു മുന്നൂറു പേരെങ്കിലും ഉണ്ടാവും.

'സർ, എന്റെ നാട്ടിലെ ഗ്രാമത്തിൽ കുറഞ്ഞത് ഒരു പതിനായിരം പേരെങ്കിലും ഉണ്ടാവും.' ഞാൻ പറഞ്ഞു.

'പഞ്ചാബ്. ലാൻഡ് ഓഫ് ലയൺസ്.' ക്യാപ്റ്റൻ ഛെത്രി പറഞ്ഞു. 'ഇൻഡസ് വാലി സംസ്കാരം തുടങ്ങിയത് തന്നെ പഞ്ചാബിലെ സമതലങ്ങളിൽ ആണല്ലോ. അപ്പോൾ പിന്നെ അങ്ങനെ ആവാതെ തരമില്ലല്ലോ.'

'സർ, ഒരു കാര്യം പറയാനുണ്ട്.' ക്യാപ്റ്റൻ നൽകിയ സൂപ്പിന്റെ കപ്പു വാങ്ങി നന്ദിസൂചകമായി തലകുനിച്ചു കൊണ്ട് ടെൻസിങ് ക്യാപ്റ്റനോട് പറഞ്ഞു.

'പറയു ടെൻസിങ് ദായി.' നേപ്പാളി ഭാഷയിൽ മുതിർന്നവരെ സംബോധന ചെയ്യാൻ ഉപയോഗിക്കുന്ന പദമാണ് ദായി. മലയാളത്തിൽ ചേട്ടാ എന്ന് വിളിക്കുന്നത് പോലെ.

'സാബ്, ഇന്ന് പൗർണമി ആണ്. രാത്രി ഒൻപതു മണിക്ക് ശേഷം

ആരും ഒരു കാരണവശാലും പുറത്തിറങ്ങരുത്.'

'പൗർണമിക്ക് എന്താണ് വിശേഷം?'

'അപ്സരസ്സുകളും യക്ഷ കിന്നര ഗന്ധർവന്മാരും ജലക്രീഡക്കായി മാനസസരസ്സിൽ പൗർണമി ദിവസങ്ങളിൽ വരുന്നു എന്നാണ് വിശ്വാസം. നാം അവരെ വീക്ഷിക്കുന്നത് അവർക്കിഷ്ടമല്ല. നോക്കുന്നവർ സ്വബോധം നഷ്ടപ്പെട്ട് മാനസികരോഗികളെപ്പോലെ ആവാനോ അന്ധരാവാനോ സാധ്യതയുണ്ട് എന്നാണ് വിശ്വാസം.'

'ഇതൊക്കെ അന്ധവിശ്വാസമല്ലേ, ദായി?'

'എന്റെ കുട്ടിക്കാലത്തു ഗ്രാമത്തിൽ ഒരു മാനസിക രോഗി ഉണ്ടായിരുന്നു. അയാൾ സ്വബോധമില്ലാതെ എപ്പോഴും പൊട്ടിച്ചിരിച്ചും കരഞ്ഞും ഒക്കെ നടക്കുമായിരുന്നു. മാനസസരോവരത്തിൽ പൗർണമി നാളിൽ എന്ത് നടക്കുന്നു എന്ന് നോക്കാൻ പോയതിനാലാണ് ഇത് സംഭവിച്ചത് എന്നാണ് എല്ലാവരും പറഞ്ഞിരുന്നത്. ഒരു ദിവസം അയാളെ കാണാതായി. ഗ്രാമവാസികൾ വളരെ ഏറെ തിരഞ്ഞെങ്കിലും അയാളുടെ ശരീരം പോലും കിട്ടിയില്ല. അയാൾക്ക് എന്ത് സംഭവിച്ചു എന്നത് ഇന്നും ഒരു രഹസ്യമായി നിലനിൽക്കുന്നു.'

'അയാളുടെ അന്ധവിശ്വാസം മൂലം അയാൾക്ക് മനോനില തെറ്റിയതായിരിക്കാം.' ലഫ്റ്റനന്റ് രാംദാസ് പറഞ്ഞു.

'അല്ല സർ, അയാളുടെ അച്ഛൻ ബ്രിട്ടീഷുകാരുടെ സർവ്വേ ഡിപ്പാർട്മെന്റിൽ ആയിരുന്നു. അദ്ദേഹവും കുടുംബവും ദീർഘകാലം ഇംഗ്ലണ്ടിൽ താമസിച്ചിരുന്നു. അയാൾ മാഞ്ചസ്റ്റർ യൂണിവേഴ്സിറ്റിയിൽ നിയമ വിദ്യാർത്ഥി ആയിരുന്നു. അവിടെ നിന്നും നാട്ടിലേക്ക് അവധിക്കാലത്തു വന്നപ്പോൾ ആണ് ഈ സംഭവം.'

'ഗ്രാമവാസികൾ കൊടുത്ത മുന്നറിയിപ്പ് വകവെക്കാതെ അയാൾ ഒരു പൗർണമി നാളിൽ മാനസ സരോവരത്തിന്റെ തീരത്ത് കൂടാരം കെട്ടി താമസിച്ചതാണ്. അടുത്ത ദിവസം ആളുകൾ അന്വേഷിച്ചു ചെന്നപ്പോൾ അയാൾ ബോധരഹിതനായി കിടക്കുകയായിരുന്നു. മൂന്നു ദിവസത്തോളം അയാൾ അബോധാവസ്ഥയിൽ കഴിഞ്ഞു. ഗ്രാമവൈദ്യന്റെ നിരന്തര പരിചരണത്താൽ നാലാം ദിവസം അയാൾ കണ്ണ് തുറന്നു. അപ്പോഴേക്കും അയാളുടെ മനോനില തെറ്റിയിരുന്നു. അതിനു ശേഷം ഒരു ഭ്രാന്തനെപ്പോലെ ആണ് അയാൾ ജീവിച്ചത്.'

എല്ലാവരും അൽപനേരം മൗനമായിരുന്നു.

'എന്തായാലും ആരും രാത്രി പുറത്തിറങ്ങരുത്.' ഒടുവിൽ ക്യാപ്റ്റൻ കല്പന പുറപ്പെടുവിച്ചു.

അപ്പോഴേക്കും ടെൻസിംഗിന്റെ മകന്റെ ഭാര്യ താഷി വന്ന് എല്ലാവരെയും ഭക്ഷണത്തിനു ക്ഷണിച്ചു.

മരം കൊണ്ടുള്ള പഴയ മേശയും ഇരിക്കുമ്പോൾ ശബ്ദം ഉണ്ടാക്കുന്ന മരക്കസേരകളും ഉള്ള ആ ഡൈനിങ് ഹാളിൽ ഞങ്ങൾ കടന്നിരുന്നു. താഷിയും ടെൻസിംഗും ഭക്ഷണം വിളമ്പി.

ചപ്പാത്തിയും യാക്കിന്റെ ഉണങ്ങിയ മാംസം കൊണ്ട് ഉണ്ടാക്കിയ ഒരു തരം മസാലക്കറിയും ആയിരുന്നു ഭക്ഷണം. കൂടെ വറുത്തു പൊടിച്ച ബാർലിയിൽ യാക്കിന്റെ കൊഴുപ്പു ചേർത്ത് കുഴച്ചുണ്ടാക്കിയ ഉരുളകളും. ത്സാമ്പാ അഥവാ സാന്പാ എന്നാണ് ഈ ഉരുളകളുടെ പേര്. സാധാരണയായി ഡിന്നർ ത്സാമ്പായും ഇറച്ചിക്കറിയും ആണെന്നും ത്സാമ്പാ ആദ്യമായി കഴിക്കുമ്പോൾ എല്ലാവർക്കും ഇഷ്ടപ്പെടാത്തതിനാൽ ചപ്പാത്തി ഞങ്ങൾക്ക് വേണ്ടി പ്രത്യേകം ഉണ്ടാക്കിയതാണെന്നും വിനയം കലർന്ന പുഞ്ചിരിയോടെ താഷി പറഞ്ഞു.

ഒരു ത്സാമ്പാ എടുത്ത് ഇറച്ചിക്കറിയിൽ മുക്കി കടിച്ചു നോക്കിയപ്പോൾ എനിക്ക് അതിന്റെ കാരണവും മനസ്സിലായി. അതിലടങ്ങിയ മൃഗക്കൊഴുപ്പിന്റെ രുചിയും ഗന്ധവും എനിക്ക് ഇഷ്ടപ്പെടുന്നവയല്ലായിരുന്നു. ഏതായാലും ഇറച്ചിക്കറി നല്ലതായിരുന്നു. അതുകൊണ്ടു മൂന്നു ചപ്പാത്തികൾ നന്നായി ആസ്വദിച്ച് കൊണ്ട് ഞാൻ കഴിച്ചു.

ഡിന്നർ കഴിഞ്ഞപ്പോൾ എട്ടു മണിയായിരുന്നു. ക്യാപ്റ്റനോട് അനുവാദം ചോദിച്ചു കൊണ്ട് ടെൻസിംഗും കുടുംബവും ഗ്രാമത്തിലേക്ക് മടങ്ങിപ്പോയി. എല്ലാ പൗർണമി ദിവസങ്ങളിലും അയാൾ ഗ്രാമത്തിലേക്കു പോയി അവിടെ ഉറങ്ങി സൂര്യോദയസമയത്തു മടങ്ങി വരികയാണ് പതിവ്. ഒൻപതു മണിക്ക് മുന്നേ എല്ലാവരും ലൈറ്റുകൾ ഓഫ് ചെയ്തു ജനാലകൾ അടച്ചു കിടന്നുറങ്ങണം എന്നും യാതൊരു കാരണവശാലും പുറത്തിറങ്ങരുതെന്നും പോകുന്നതിനു മുൻപ് അയാൾ വീണ്ടും വീണ്ടും ഓർമ്മിപ്പിച്ചിരുന്നു.

എട്ടരയായപ്പോൾ കൂടെയുള്ള സൈനികർ ഒക്കെ അവരവരുടെ മുറികളിലേക്ക് പോയി ഉറങ്ങാൻ കിടന്നു. നേരത്തെ ഉറങ്ങുന്നതാണല്ലോ അവരുടെ ശീലം. ഓഫീസർമാർ എല്ലാവരും ക്യാപ്റ്റൻ ഛെത്രിയുടെ മുറിയിൽ പോയി ഇരുന്നു.

'നമുക്ക് പുറത്തു പോയി ഇരുന്നു സംസാരിക്കാം. ഇവരുടെ അന്ധവിശ്വാസം കണക്കിലെടുക്കേണ്ട.' ഞാൻ പറഞ്ഞു.

'വിക്രം, വെറുതെ അനാവശ്യമായി പ്രശ്നങ്ങൾ ഉണ്ടാക്കേണ്ട. ഞാനും നേപ്പാളിൽ നിന്നുള്ള പഹാഡി ആണ്. ഞങ്ങളുടെ ഗ്രാമങ്ങളി

ലും ഇങ്ങനെ ഉള്ള അനവധി വിശ്വാസങ്ങൾ ഉണ്ട്. വിശ്വാസം ഉണ്ടായാലും ഇല്ലെങ്കിലും ഞാനും അതൊക്കെ അനുസരിക്കുന്നു. ക്യാപ്റ്റൻ ഛെത്രി പറഞ്ഞു.

'ശരിയാണ്.' മലയാളിയായ ലെഫ്റ്റനന്റ് രാംദാസ് ക്യാപ്റ്റനെ അനുകൂലിച്ചപ്പോൾ ഞാൻ ആശ്ചര്യപ്പെട്ടു. ആ സമയത്തുള്ള മലയാളികൾ പൊതുവെ ഇത്തരം അന്ധവിശ്വാസങ്ങളിൽ അഭിരമിച്ചിരുന്നില്ല. മാത്രമല്ല, ഈശ്വരവിശ്വാസം ഉള്ളവർ പോലും അത് ആത്മീയ തലത്തിലാണ് കൊണ്ട് നടന്നിരുന്നത്. ഞാൻ കണ്ടിടത്തോളം ഭൗതിക ഭക്തി ഭാവം മലയാളികളിൽ ഏറ്റവും കുറവായിരുന്നു.

അമൂർത്തനായ ഏകദൈവത്തെ, വാഹെഗുരുവിനെ ആരാധിക്കുന്ന, ഗുരു ഗ്രന്ഥ് സാഹിബ് എന്ന പുസ്തകത്തെ പ്രത്യക്ഷഗുരുവായി കണക്കാക്കുന്ന സിഖ് മതസ്ഥനായ എനിക്ക് ഗന്ധർവന്മാരിലും കിന്നരന്മാരിലും ഒന്നും വിശ്വാസം ഉണ്ടായിരുന്നില്ല.

ഏതായാലും ഒൻപതു മണിക്ക് തന്നെ എല്ലാവരും അവരവരുടെ റൂമുകളിൽ പോയി വിളക്കുകൾ അണച്ച് കിടന്നു. നല്ല തണുപ്പുണ്ടായിരുന്നതിനാൽ കമ്പിളി കൊണ്ട് പുതച്ചാണ് ഞാൻ കിടന്നത്. കമ്പിളികൾക്കുള്ളിലെ സുഖകരമായ ആ ചൂടിൽ അതിവേഗം ഞാൻ ഉറങ്ങിപ്പോയി.

രാത്രി ഏറെ ചെന്നപ്പോൾ ഞാൻ കഠിനമായ മൂത്രശങ്കയോടെ ഞെട്ടി ഉണർന്നു. വാച്ചിലെ റേഡിയം ഡയൽ പന്ത്രണ്ടുമണി കഴിഞ്ഞു പത്ത് മിനിട്ട് എന്ന് കാണിച്ചു. ഞാൻ സാവധാനം എഴുന്നേറ്റു ചെരിപ്പുകൾ ധരിച്ച ശേഷം ഇടനാഴിയിലൂടെ നടന്നു കെട്ടിടത്തിന്റെ തെക്കുവശത്തുള്ള ബാത്‌റൂമിലേക്കു പോയി. കാര്യം സാധിച്ചു മടങ്ങി വന്നു ബെഡ്ഡിൽ ഇരുന്നപ്പോൾ വീണ വായിക്കുന്നതിന്റെ അവ്യക്തമായ ഒരു നാദം ഞാൻ കേട്ടു. കമ്പിളി എടുത്തു ദേഹം മുഴുവൻ പുതച്ച ശേഷം ഞാൻ ബെഡ്ഡിൽ ഇരുന്നു കാതു കൂർപ്പിച്ചു ശ്രദ്ധിച്ചു.

ആ നാദം വളരെ അവ്യക്തമായിരുന്നു. വളരെ ദൂരെ നിന്നും വരുന്നത് പോലെ തോന്നി. ഒരു പക്ഷെ എനിക്ക് തോന്നുന്നതാവാം എന്ന് പോലും ഞാൻ കരുതി. എന്നാൽ കുറച്ചു നേരം കൂടി ശ്രദ്ധിച്ചപ്പോൾ ആ നാദം കൂടുതൽ വ്യക്തമായി. പഹാഡികൾ രുദ്ര വീണ എന്ന് വിളിക്കുന്ന വീണയിൽ നിന്നുതിരുന്ന നാദമാണ് അതെന്ന് എനിക്ക് മനസ്സിലായി.

അതിമനോഹരമായ ഒരു ഗാനമായിരുന്നു അതിൽ വായിച്ചു കൊണ്ടിരുന്നത്. ജീവിതത്തിൽ ഇതുവരെ കേൾക്കാത്ത ഒരു രാഗം. പതിഞ്ഞ ആ ശബ്ദത്തിൽ ഗഹനമായ ശാന്തതയോടൊപ്പം സന്തോഷത്തിന്റെയും

സമാധാനത്തിന്റെയും തിരതള്ളലും അന്തർലീനമായിരുന്നു.

ഞാൻ അൽപനേരം ആ ഗാനമാധുരിയിൽ ലയിച്ചിരുന്നു. ഗാനവീചികൾ കൂടുതൽ കൂടുതൽ വ്യക്തമായി വരികയും എന്റെ ഉള്ളിൽ ഊഷ്മളമായ ഒരു ഉല്ലാസം പതഞ്ഞു പൊങ്ങുകയും ചെയ്തു.

അപ്പോഴാണ് ആ ഗാനത്തിന്റെ സ്രോതസ്സിനെപ്പറ്റി ഞാൻ ചിന്തിച്ചത്. അത് എന്റെ ജനാലയുടെ ദിശയിൽ കൂടി വരുന്നതാണെന്ന് എനിക്ക് മനസിലായി. ജനാല തുറന്നു നോക്കിയാലോ എന്ന് ഞാൻ ചിന്തിച്ചു. എന്നാൽ ടെൻസിംഗിന്റെയും ക്യാപ്റ്റന്റെയും വീണ്ടും വീണ്ടും ഉള്ള മുന്നറിയിപ്പുകൾ ഓർത്തു ഞാൻ എന്നെ അടക്കി നിർത്തി വീണ്ടും കണ്ണുകൾ അടച്ചു ആ ഗാനം കേൾക്കാൻ തുടങ്ങി. അൽപനേരം കൂടി ആ സ്വർഗീയ സംഗീതം കേട്ടപ്പോൾ എനിക്ക് പ്രലോഭനം അടക്കാനായില്ല. ജനാല തുറക്കാതെ തന്നെ മരം കൊണ്ടുള്ള ജനാലപ്പാളികളുടെ വിടവിലൂടെ ഒന്ന് നോക്കാം എന്ന് ഞാൻ തീരുമാനിച്ചു. ജനാല തുറന്നില്ലെങ്കിൽ ഞാൻ നോക്കുന്നതായി ആരും കാണില്ലല്ലോ. അപ്പോൾ പ്രശ്നം ഉണ്ടാകില്ല.

കമ്പിളികൾ പുതച്ചു കൊണ്ട് ഞാൻ ജനാലയുടെ അടുക്കത്തേക്കു നീങ്ങി. രണ്ടു മരപ്പാളികൾക്കിടയിലുള്ള വിടവിലൂടെ നോക്കാൻ ശ്രമിച്ചു. തണുപ്പ് കാരണം മരപ്പാളികൾ വില്ലിച്ചു പോയതിനാൽ ഉണ്ടായ ഒരു വിടവിലൂടെ എനിക്ക് പുറത്തുള്ള കാഴ്ചകൾ കാണാൻ സാധിച്ചു.

പൗർണമി നിലാവിന്റെ അഭൗമമായ പ്രഭയിൽ ആ പ്രദേശം സ്വർഗീയമായി തോന്നി. പകൽ വെറും പാറക്കെട്ടുകളും കല്ലും മണ്ണും നിറഞ്ഞു വിരസമായി തോന്നിയ അതേ സ്ഥലം ഇപ്പോൾ വിവരിക്കാനാവാത്ത വിധത്തിൽ മനോഹരമായിരുന്നു. സാധാരണ കാണുന്നതിൽ നിന്നും എത്രയോ ഇരട്ടി വലുപ്പത്തിൽ ചന്ദ്രഗോളം പ്രകാശിച്ചു നിന്നിരുന്നു. അതിന്റെ അലൗകികമായ പ്രതിഫലനം മാനസസരോവരത്തിൽ കാണാമായിരുന്നു. സ്വർണ നിറത്തിൽ തിളങ്ങുന്ന സരോവരത്തിൽ നിന്നും ചന്ദ്രന്റെ പ്രകാശം പ്രതിഫലിക്കുന്ന ദിവ്യമായ കാഴ്ച ഒരിക്കലും മറക്കാനാവാത്തതാണ്. ആ സ്വർഗീയ സംഗീതത്തിന്റെ മത്തു പിടിപ്പിക്കുന്ന നാദവീചികൾ ആ അലൗകികമായ അന്തരീക്ഷത്തെ കൂടുതൽ സ്വപ്നതുല്യമാക്കി.

അപ്പോഴാണ് സ്വർണ നിറത്തിലുള്ള അലകൾ പാഞ്ഞു കൊണ്ടിരുന്ന സരോവരത്തിന്റെ മധ്യത്തിൽ അലൗകികമായ പ്രകാശം ഞാൻ കണ്ടത്. ഇത് നിലാവിന്റെ വെളിച്ചം അല്ലായിരുന്നു. സ്വർണ നിറമുള്ള ഒരു പ്രകാശബിന്ദു മധ്യത്തിലും അതിനു ചുറ്റുമായി അലൗകികമായ പല നിറങ്ങളുള്ള ബിന്ദുക്കളും ഉണ്ടായിരുന്നു. അവ ഒരു നൃത്തത്തിലെ

ന്നോണം സ്വർണ നിറമുള്ള പ്രകാശത്തിനു ചുറ്റും സഞ്ചരിക്കുന്നുണ്ടായിരുന്നു. അതോടൊപ്പം പൊട്ടിച്ചിരിയുടെ അവ്യക്തമായ ശബ്ദവും ഞാൻ കേട്ടു. ആ അലൗകികമായ കാഴ്ചയും ദിവ്യമായ സംഗീതവും എന്നെ ഒരു മാസ്മരിക ലോകത്തിലേക്ക് നയിച്ചു. യാഥാർഥ്യമോ സ്വപ്നമോ എന്ന് തിരിച്ചറിയാനാവാത്ത ഉന്മത്തമായ ഒരവസ്ഥയിലേക്ക് എന്റെ മനസ്സ് കടന്നു പോയി. എന്റെയുള്ളിൽ ശാന്തിയും സന്തോഷവും ആഹ്ളാദവും പതഞ്ഞു പൊങ്ങി. ആ ലഹരിയിൽ ഞാൻ ആണ്ടു പോയി.

കണ്ണുകൾ തുറന്നപ്പോൾ ഞാൻ കിടക്കയിലാണ്. നല്ല വെളിച്ചം ചുറ്റിലും ഉണ്ട്. ആകാംക്ഷയോടെ എന്റെ മുഖത്തേക്കുറ്റു നോക്കുന്ന ക്യാപ്റ്റൻ ഷെത്രിയുടെ മുഖമാണ് ഞാൻ ആദ്യം കണ്ടത്. ഇടതു വശത്തു ടെൻസിംഗും കടും ചുവപ്പ് അങ്കി പോലെയുള്ള വസ്ത്രം ധരിച്ച ചുക്കിച്ചുളിഞ്ഞ മുഖമുള്ള ഒരു വൃദ്ധനും തന്റെ കൈയിലുള്ള പിച്ചള കൊണ്ടുണ്ടാക്കിയ സ്പൂൺ പോലെ ഉള്ള പുക വമിക്കുന്ന ഒരു ഉപകരണം കൊണ്ട് അയാൾ എന്റെ തലയ്ക്കുചുറ്റും ഉഴിഞ്ഞു കൊണ്ടിയ്ക്കുകയായിരുന്നു.

ഞാൻ എഴുന്നേറ്റിരുന്നപ്പോൾ ടെൻസിങ് എനിക്ക് ഒരു കപ്പ് യാക് വെണ്ണ ചേർത്ത ചായ തന്നു. അത് കുടിച്ചു കൊണ്ട് ഞാൻ അവരോട് നടന്നതെല്ലാം പറഞ്ഞു. നേരം ഉച്ചതിരിഞ്ഞു മൂന്നു മണിയായി എന്ന് ക്യാപ്റ്റൻ ഷെത്രി പറഞ്ഞു. അതായത് ഏതാണ്ട് പതിനഞ്ചു മണിക്കൂറോളം ഞാൻ അവർ എത്ര വിളിച്ചിട്ടും എഴുന്നേൽക്കാത്ത അബോധാവസ്ഥയോടടുക്കുന്ന ഉറക്കത്തിൽ ആയിരുന്നു.

രാവിലെ ആറു മണിക്ക് ചായയുമായി വന്ന എന്റെ ബാറ്റ്മാൻ നിലത്തു വീണു കിടക്കുന്ന എന്നെയാണ് കണ്ടത്. ഞാൻ വിളിച്ചിട്ടും എഴുന്നേൽക്കാതിരുന്നതിനാൽ ഉടനെ ഓഫീസർമാരെ വിവരം അറിയിക്കുകയും മറ്റുള്ളവരുടെ സഹായത്തോടെ എന്നെ എടുത്തു കിടക്കയിൽ കിടത്തുകയും ചെയ്തു. എന്താണ് സംഭവിച്ചിരിക്കുക എന്ന് പെട്ടെന്നു തന്നെ ഊഹിച്ചെടുത്ത ടെൻസിങ് ഗ്രാമ വൈദ്യനെ വിളിക്കാൻ താഷിയെ പറഞ്ഞയച്ചു. ആ ഗ്രാമത്തിലെയും അടുത്ത അനേകം ഗ്രാമങ്ങളിലെയും ആളുകളെ ചികിൽസിച്ചിരുന്ന മന്ത്രവാദിയും വൈദ്യനുമായ സോനം ലാമ ചില പച്ചമരുന്നുകൾ എന്റെ നെറ്റിയിൽ പുരട്ടുകയും തിബത്തൻ മന്ത്രങ്ങൾ ഉരുവിട്ടു കൊണ്ട് വേരുകളും മരുന്നുകളും കത്തിച്ച പുക എന്നെ ശ്വസിപ്പിക്കുകയും ചെയ്തു. ഒടുവിൽ മൂന്നുമണിക്ക് ശേഷമാണ് ഞാൻ ഉണർന്നത്. ലെഫ്റ്റനന്റ് രാംദാസിനെയും മറ്റുള്ള പട്ടാളക്കാരെയും മാനസ സരോവർ സന്ദർശിക്കാൻ അയച്ച ക്യാപ്റ്റൻ ഷെത്രി എന്റെ ബാറ്റ്മാനോടൊപ്പം ഞാൻ ഉണരുന്നതും കാത്തിരുന്നു.

എന്തെകിലും പ്രശ്നം ഉണ്ടെങ്കിൽ ചൈനീസ് സേനയുടെ സഹായത്തോടെ അവരുടെ ഹോസ്പിറ്റലിൽ എന്നെ എത്തിക്കാനായിരുന്നു ക്യാപ്റ്റൻ ഷെത്രിയുടെ പ്ലാൻ.

എന്തായാലും ഒടുവിൽ ഞാൻ പൂർണ്ണ ആരോഗ്യവാനായി. എന്റെ മനോനില തെറ്റുമോ എന്ന ഭയം ടെൻസിംഗിന് കലശലായി ഉണ്ടായിരുന്നു. എന്നാൽ വളരെ ദൂരെനിന്നും ഒരു ചെറിയ ദ്വാരത്തിലൂടെ കാഴ്ച കണ്ടതിനാലാണ് ചെറിയ രീതിയിൽ അസുഖം വന്നു രക്ഷപ്പെട്ടത് എന്നായിരുന്നു അയാളുടെ വിശ്വാസം. ക്യാപ്റ്റൻ ഷെത്രിയും വളരെ ആശങ്കാകുലനായിരുന്നു.

വൈകുന്നേരത്തോടെ പൂർണ ഉന്മേഷവാനായ ഞാൻ അത്താഴമേശയിൽ വച്ച് ഉണ്ടായതൊക്കെ എല്ലാവരോടും വിവരിച്ചു പറഞ്ഞു. എന്നാൽ എനിക്കുണ്ടായ അനുഭവം വാക്കുകളാൽ വിവരിക്കുന്നതിന് എനിക്ക് കഴിയുമായിരുന്നില്ല. അനിർവ്വചനീയമായ ഒരു അനുഭവമായിരുന്നു അത്.

'അടുത്ത കുറച്ചു ദിവസത്തിനുള്ളിൽ ഞങ്ങൾ മാനസസരോവരം, രാക്ഷസ്താൾ എന്നിവ സന്ദർശിക്കുകയും കൈലാസ പരിക്രമണം നിർവഹിക്കുകയും ചെയ്തു. എന്നാൽ ഞാൻ അന്ന് ക്യാമ്പിൽ കണ്ട കാഴ്ച ജീവിതത്തോടുള്ള എന്റെ കാഴ്ചപ്പാടിനെ വളരെ ഏറെ മാറ്റി മറിച്ചു. നമുക്കറിയാത്ത പല കാര്യങ്ങളും ലോകത്തിൽ ഉണ്ടെന്നും ആധുനിക ശാസ്ത്രം എന്നാൽ എല്ലാറ്റിന്റെയും അവസാന വാക്കല്ല എന്നും ഞാൻ മനസ്സിലാക്കി. ഇന്നലെ വരെ ഞാൻ അന്ധവിശ്വാസങ്ങൾ എന്ന് വിളിച്ചു പരിഹസിച്ചു തള്ളിക്കളഞ്ഞ പലതിന്റെയും പിന്നിൽ സാധാരണ ചിന്തക്കും ബുദ്ധിക്കും എളുപ്പത്തിൽ മനസ്സിലാക്കാനും സ്വാംശീകരിക്കാനും കഴിയാത്ത ചില കാര്യങ്ങൾ ഉണ്ടാവാം എന്ന ചിന്ത എന്നിൽ വളർന്നു. എന്റെ വിശ്വാസം ശരിയാണെന്നു കരുതാൻ എനിക്ക് ന്യായമായ കാരണങ്ങൾ ഉണ്ടെങ്കിൽ ഞാൻ എത്രയും അപഹാസ്യമാണെന്നു കരുതുന്ന വിശ്വാസങ്ങൾക്ക് പിന്നിലും ഒരു ന്യായമായ കാരണം അതിൽ വിശ്വസിക്കുന്നവർക്ക് ഉണ്ടാവാം എന്ന് അംഗീകരിക്കാൻ എന്റെ മനസ്സ് നിർബന്ധിതമായി. ചുരുക്കത്തിൽ ഈ സംഭവം എന്റെ മനസികവ്യാപാരങ്ങളെ ഞാൻ ഇന്നേ വരെ ചിന്തിച്ചിട്ടില്ലാത്ത തലങ്ങളിലേക്കും മാനങ്ങളിലേക്കും വ്യാപിപ്പിച്ചു.'

'ശരിയാണ് സർ. ഈ കഴിഞ്ഞ കുറച്ചു ദിവസങ്ങൾ എന്റെയും ജീവിതത്തെ അടിമുടി മാറ്റി മറിക്കുന്നതായിരുന്നു. താങ്കൾ പറഞ്ഞതു പോലെ എന്റെ ലോകവീക്ഷണത്തിൽ സമൂല പരിവർത്തനം ഉണ്ടായി.'

'കാഴ്ച നന്നാക്കാൻ വൈദ്യശാസ്ത്രത്തിന് കഴിയും, എന്നാൽ കാഴ്ച

പ്പാട് നന്നാക്കാൻ കഴിയില്ല എന്നൊരു ചൊല്ലുണ്ട്. എന്നാൽ ഇത്തരം അനുഭവങ്ങൾ ഒരു വ്യക്തിയുടെ കാഴ്ചപ്പാട് അപ്പാടെ മാറ്റി മാറിക്കാനും നിസ്വാർത്ഥമായ കർമ്മത്തിലേക്കും നിരുപാധികമായ മനുഷ്യ സ്നേഹത്തിലേക്കും നിസ്സംഗമായ ലോകവീക്ഷണത്തിലേക്കും അയാളെ നയിക്കാനും പര്യാപ്തമാവും എന്നാണ് എന്റെ അനുഭവം. ആ മാറിയ യാഥാർഥ്യവുമായി ഞാൻ പൊരുത്തപ്പെട്ടപ്പോൾ എനിക്ക് ദുഃഖങ്ങളിൽ നിന്നും നിരാശാബോധത്തിൽനിന്നും എന്നെന്നേക്കുമായി മോചനം ഉണ്ടായി. ചുറ്റും നടക്കുന്നതെന്തും നിസ്സംഗമായും നിർവ്വികാരമായും വീക്ഷിക്കാനും വികാരങ്ങളെ മാറ്റി നിർത്തി ബുദ്ധി മാത്രം ഉപയോഗിച്ച് തീരുമാനങ്ങൾ എടുക്കാനും എനിക്ക് സാധിച്ചു.'

'ശരിയാണ് സർ. എന്റെ കുടുംബം ഇന്നലെ മടങ്ങിപ്പോകാൻ ഒരുങ്ങിയപ്പോൾ ഞാൻ തികച്ചും നിർവ്വികാരനായിരുന്നു. ഉള്ളിലെവിടെയോ അവർ പോകുന്നതിൽ സങ്കടം ഉണ്ടായിരുന്നെങ്കിലും അത് എന്റെ ഭാര്യയുടെ കരിയറിന് വേണ്ടിയാണെന്നുള്ള യുക്തിചിന്ത സങ്കടങ്ങളെ മാറ്റി നിർത്തി. മാത്രമല്ല, മരണം മുന്നിൽ കണ്ട എനിക്ക് അവരെ രണ്ടാമതും കാണാനായതിന്റെ സന്തോഷവും ആശ്വാസവും നന്ദിയും ഈ വേർപിരിയലിന്റെ വിഷമങ്ങൾ മൂടിവെക്കാൻ പര്യാപ്തമായിരുന്നു.'

ചെറിയ പ്രായത്തിൽ തന്നെ ഒരു വലിയ ജീവിതം ജീവിക്കാനും ഒരുപാട് അനുഭവങ്ങൾ സ്വായത്തമാക്കാനും ഒരു സൈനികന് കഴിയുന്നു. ഇരുപതു കൊല്ലത്തെ സേവന കാലയളവിൽ ഒരു സാധാരണ പൗരൻ ഇരുനൂറു വർഷം ജീവിച്ചാൽ പോലും കിട്ടാത്ത അനുഭവ സമ്പത്താണ് ഒരു സൈനികന് ലഭിക്കുന്നത്.

ആ കാലയളവിൽ അവൻ കാട്ടിലെ മരച്ചുവട്ടിലും അതിർത്തിയിലെ ട്രഞ്ചിലും ക്യാമ്പിലെ ടെന്റിലും റെയിൽവേ സ്റ്റേഷനിലും മരുഭൂമിയിലെ പൂഴിയിലും വനത്തിലും പർവ്വതത്തിലെ മഞ്ഞിലും നഗരത്തിലെ ഫൈവ് സ്റ്റാർ ഹോട്ടലിലും സ്വന്തം മെസ്സിലും ബാരക്കിലും ക്വാർട്ടേഴ്സിലും ഒക്കെ കിടന്നുറങ്ങിക്കാണും. ഓപ്പറേഷൻ സമയത്തു കിട്ടുന്ന ശക്കർ പാര എന്ന് വിളിക്കുന്ന എമർജൻസി റേഷൻ മുതൽ മെസ്സിലെ വിഭവസമൃദ്ധമായ വിരുന്നു വരെ കഴിച്ചു കാണും. അക്ഷരാഭ്യാസമില്ലാത്ത ഗ്രാമവാസികൾ മുതൽ സിവിൽ സർവീസ് സീനിയർ ഓഫീസർമാർ, മന്ത്രിമാർ തുടങ്ങി പല നിലവാരത്തിലും ഉള്ള ആളുകളുമായി ഇടപെട്ടു കാണും.

പലതരം ഭാഷകൾ പഠിച്ചു കാണും. പല സംസ്കാരങ്ങൾ കണ്ടു കാണും. മറ്റു മതക്കാരുടെ ആചാരങ്ങളും അനുഷ്ഠാനങ്ങളും ആഘോഷിച്ചിരിക്കും. പല ജാതിമതഭാഷകളും വൈവിധ്യമാർന്ന സംസ്കാരങ്ങ

ളും ഉള്ള അനേകായിരം ആളുകൾക്കിടയിൽ അവരിലൊരാളായി എന്നാൽ സ്വന്തം സത്ത കൈവിടാതെ പരസ്പര ബഹുമാനത്തോടെയും സ്നേഹത്തോടെയും സഹവർത്തിച്ചു കാണും. അവയിലെ നല്ല ഭാഗങ്ങൾ സ്വന്തം സംസ്കാരത്തിന്റെ ഭാഗമാക്കുകയും സ്വന്തം സംസ്കാരത്തിന്റെ ചില കൂർത്ത വശങ്ങൾ രാകിയൊതുക്കി മിനുസമുള്ളതാക്കി തീർക്കുകയും ചെയ്തു കാണും.

യുദ്ധക്കളത്തിൽ ഒരു ഇമ പോലും ചിമ്മാതെ യാതൊരു മനസ്സാക്ഷിക്കുത്തും ഇല്ലാതെ ശത്രുവിനെ വെടിവെച്ചോ ബയണറ്റു കൊണ്ട് കുത്തിയോ വധിച്ചു കാണും. അങ്ങനെ രാജ്യരക്ഷാർത്ഥം അനേകം ജീവനുകൾ എടുത്തു കാണും. അല്ലെങ്കിൽ നേരിട്ടു ജീവനെടുത്തില്ലെങ്കിലും അനേകം ജീവനുകൾ എടുത്ത പല ഓപ്പറേഷനുകളിലും ഭാഗഭാക്കായിക്കാണും.

വെള്ളപ്പൊക്കമോ മറ്റ് അത്യാഹിതങ്ങളോ ഉണ്ടാവുമ്പോൾ സ്വന്തം ജീവൻ പോലും പണയപ്പെടുത്തി അനേകം ജീവനുകൾ രക്ഷിച്ചു കാണും. സ്വന്തം കുടുംബം അനാഥമാകുമെന്ന ഭീഷണിയിൽ പോലും രാജ്യത്തെ അനേകായിരം കുടുംബങ്ങൾ അനാഥമാകാതിരിക്കാനായി സ്വന്തം ജീവൻ പണയം വെച്ചു കൊണ്ടു യുദ്ധം ചെയ്തു കാണും. എങ്ങിനെ നോക്കിയാലും ഒരു വിശ്വപൗരന്റെയോ ഒരു സന്യാസിവര്യന്റെയോ മാനസികാവസ്ഥ സൈനികരിൽ വളരെ ചെറിയ പ്രായത്തിൽ തന്നെ ഉണ്ടാകുന്നു എന്നത് വസ്തുതയാണ്.

കേണൽ വിദൂരതയിലേക്ക് നോക്കി ചിന്താമഗ്നനായിരുന്നു. പ്രശാന്തും അകലെ ആൽമരത്തിൽ ഇളം കാറ്റിൽ ചടുലമായി ഇളകിക്കൊണ്ടിരിക്കുന്ന ഇലകളെ നോക്കിയിരുന്നു. സന്ധ്യ മയങ്ങിയിരിക്കുന്നു. സുഖകരമായ കുളിര് നല്ല തണുപ്പായി മാറിക്കൊണ്ടിരിക്കുന്നു.

വാർഡ് റിസപ്ഷനിൽ നിന്നും കോർഡ്‌ലെസ്സ് ഫോണുമായി ഒരു സ്റ്റാഫ് വന്നു. അഭിവാദ്യം ചെയ്ത ശേഷം ഫോൺ പ്രശാന്തിന് കൊടുത്തു. ദീപ്തിയുടെ കാൾ ആണ്. വീട്ടിൽ എല്ലാവരും സുഖമായി എത്തി. ബെറ്റി ഉറക്കമാണ്. സംസാരിച്ചതിന് ശേഷം ദീപ്തി ഫോൺ അച്ഛന് കൊടുത്തു. കുറച്ചു സംസാരിച്ചതിന് ശേഷം കേണൽ അടുത്തുണ്ടോ എന്ന് അച്ഛൻ ചോദിച്ചപ്പോൾ പ്രശാന്ത് കേണലിനു ഫോൺ കൈമാറി.

മറുതലക്കലുള്ള അച്ഛനോട് ഈ സർദാർ കേണൽ പച്ചമലയാളത്തിൽ സംസാരിക്കുന്നതു പ്രശാന്ത് കൗതുകത്തോടെ നോക്കിയിരുന്നു. പ്രശാന്തിനെ നോക്കി പുഞ്ചിരിച്ചു കൊണ്ട് കേണൽ സംഭാഷണം അവസാനിപ്പിച്ചു.

'നല്ല തണുപ്പ്. നമുക്ക് മുറിയിലേക്ക് പോകാം. ഇനി ഭക്ഷണം കഴി

ഞ്ഞു നേരത്തെ ഉറങ്ങണം.' കേണൽ ഫോൺ തിരിച്ചു നൽകിക്കൊണ്ട് പറഞ്ഞു.

ഫോൺ സംഭാഷണം കഴിഞ്ഞപ്പോൾ പ്രശാന്തിനും മൂഡ് ഓഫ് ആയിരുന്നു. കേണലിനെ റൂമിൽ വിട്ടു ഗുഡ് നൈറ്റ് വിഷ് ചെയ്ത പ്രശാന്ത് റൂമിലെത്തി അല്പം ഭക്ഷണം കഴിച്ച ശേഷം വേഗം തന്നെ കിടന്നു. കഴിഞ്ഞ കുറെ ദിവസങ്ങളിലെ അനുഭവങ്ങളും കേണലും ആയുള്ള സംഭാഷണങ്ങളും തന്നെ മനസ്സിന്റെ അതീവ ഗഹനമായ ഉള്ളറകളിലേക്ക് തന്റെ ആത്മബോധത്തെ കൊണ്ട് പോയിരിക്കുന്നു എന്ന് പ്രശാന്തിന് മനസ്സിലായി.

ഇനി താൻ ലോകത്തെ ഒരിക്കലും മുൻപേ കണ്ടത് പോലെ കാണില്ല എന്നത് ഏതാണ്ട് നിശ്ചയമാണ്. മരണത്തെ മുഖാമുഖം കണ്ടപ്പോൾ ഭയത്തിനു പകരം ശാന്തത അനുഭവപ്പെട്ടതും തന്റെ കുടുംബം വിട്ടു പിരിയുമ്പോൾ തനിക്കുണ്ടായ നിർവ്വികാരതയും പ്രശാന്തിന്റെ മനസ്സിനെ അനല്പമായി അലട്ടിയിരുന്നു. ഉറക്കത്തിലേക്കു വഴുതി വീണു കൊണ്ടിരിക്കുമ്പോൾ അമ്മ സന്ധ്യക്ക് ചൊല്ലിയിരുന്ന ഭജഗോവിന്ദത്തിന്റെ വരികൾ അബോധമനസ്സിലൂടെ കടന്നു വന്നു.

കാ തേ കാന്താ കസ്തേ പുത്രഃ
സംസാരോയമതീവ വിചിത്രഃ
കസ്യ ത്വം കഃ കുത ആയാത
സ്തത്ത്വം ചിന്തയ തദിഹ ഭ്രാതഃ

ആരാണു നിന്റെ ഭാര്യ, ആരാണു നിന്റെ പുത്രൻ, ഈ ലോകജീവിതം അതീവ വിചിത്രമാണ്. എന്താണു നീ, എവിടെ നിന്നും വന്നു എന്നിങ്ങനെയുള്ള പരമാർഥത്തെപ്പറ്റി ചിന്തിക്കൂ ഭ്രാതാവേ.

അധ്യായം എട്ട്

അഹോ ബത മഹത്പാപം കർത്തും വ്യവസിതാ വയം

അതിരാവിലെ തന്നെ ഉറക്കമുണർന്ന പ്രശാന്ത് പ്രഭാതകൃത്യങ്ങൾ എല്ലാം പെട്ടെന്ന് തന്നെ കഴിച്ചു തോട്ടത്തിൽ നടക്കാൻ പോയി. കേണലിന്റെ റൂമിൽ ലൈറ്റ് ഉണ്ടായിരുന്നില്ല. അദ്ദേഹം ഉറങ്ങി എഴുന്നേറ്റിട്ടുണ്ടാവില്ല എന്ന് പ്രശാന്തിന് മനസ്സിലായി.

പ്രഭാതത്തിലെ ശുദ്ധവായുവിൽ പൂക്കളുടെ സുഗന്ധവും നനവുള്ള പുല്ലിന്റെ ഗന്ധവും അതോടൊപ്പം ദൂരെ എവിടെയോനിന്ന് ഇടക്കിടക്ക് വരുന്ന കാറ്റിൽ കനലിൽ മൊരിയുന്ന ചപ്പാത്തിയുടെ ഗന്ധവും ഉണ്ടായിരുന്നു. ഒരു പട്ടാളക്യാമ്പിലെ പ്രഭാതഗന്ധങ്ങളിൽ പ്രധാനപ്പെട്ടതാണ് മൊരിയുന്ന ചപ്പാത്തിയുടെ ഗന്ധം. അത് ഒരു സൈനികന് അതീവ ഉന്മേഷം പകരുന്നു എന്ന് പറഞ്ഞാൽ പലരും ചിരിക്കും. കുന്നുകളും മലകളും കയറി മൈലുകളോളം നടന്നു വിശന്നു വലഞ്ഞും തളർന്നും ക്യാമ്പിൽ എത്തുമ്പോൾ അല്പം അകലെ വെച്ച് തന്നെ ഈ ഗന്ധം അനുഭവപ്പെടും. ആ സമയത്തു ലോകത്തിൽ ഏറ്റവും ഹൃദ്യമായ ഗന്ധം ഏതാണെന്നു ചോദിച്ചാൽ ഇതുതന്നെ ആണെന്നാണ് ഏതു സൈനികനും പറയുക. ചപ്പാത്തിയും ഉരുളക്കിഴങ്ങു കറിയും സൈനികരുടെ ജീവിതത്തിൽ അമൃതിനു തുല്യമാണ്. ഇറച്ചിയും സൂപ്പും ബ്രെഡും മത്സ്യവും പുഡിങ്ങും ഒക്കെ അടങ്ങിയ ആറു കോഴ്സ് ഡിന്നർ കഴിച്ച് ആളുകൾ ക്ഷീണത്തെ പറ്റി പരാതി പറയുകയും ഭാരം കുറക്കാൻ നടക്കുകയും കൊളസ്ട്രോളിന്റെ മരുന്ന് കഴിക്കുകയും ചെയ്യുമ്പോൾ മൂന്നു ചപ്പാത്തിയും ഒരു തവി ഉരുളക്കിഴങ്ങു കറിയും കഴിച്ച് ഒരു സൈനികൻ മൈലുകളോളം നടക്കുകയും കുന്നുകളും മലകളും കയറുകയും ചെയ്യുന്നു. അവന് ജീവിതശൈലീ രോഗങ്ങൾ ഉണ്ടാവുന്നില്ല എന്ന് മാത്രമല്ല, ശരീരവും മനസ്സും കാരി

രുമ്പിന്റെ കട്ടി ഉള്ളതായി മാറുകയും ചെയ്യുന്നു.

സൈനിക ക്യാമ്പിലെ ഭക്ഷണം വളരെ ലളിതമാണ്. അതിരാവിലെ ഒരു ചായ. പ്രഭാതകൃത്യങ്ങളും വ്യായാമങ്ങളും ഒക്കെ കഴിഞ്ഞശേഷം പ്രാതൽ. മിക്കവാറും മൂന്നു ചപ്പാത്തി, അല്ലെങ്കിൽ പൂരി. കൂടെ ഉരുളക്കിഴങ്ങു കറി, അല്ലെങ്കിൽ ഡ്രൈ ആയി ഉരുളക്കിഴങ്ങു സബ്ജി. പതിനൊന്നു മണിക്ക് ചായയും കുറച്ചു പക്കോഡ അല്ലെങ്കിൽ ആട്ട കൊണ്ടുണ്ടാക്കിയ അല്പം എരിവും മസാലരുചിയും ഉള്ള എണ്ണയിൽ വറുത്തെടുത്ത ബിസ്ക്കറ്റ് പോലെ ഉള്ള മട്ടരി എന്ന് വിളിക്കുന്ന പലഹാരം. ഉച്ചക്ക് ഒരു തവി ചോറ്, രണ്ടു ചപ്പാത്തി, പരിപ്പ് കറി, അല്ലെങ്കിൽ പരിപ്പിൽ ഉരുളക്കിഴങ്ങോ മറ്റോ മിക്സ് ചെയ്ത കറി, ഒരു തോരൻ, അച്ചാർ. ചില ദിവസങ്ങളിൽ തൈരു കൊണ്ടുള്ള റായ്ത, പപ്പടം ഇവയുണ്ടാകും. നാലു മണിക്ക് ചായ. രാത്രി അത്താഴത്തിനും ഏതാണ്ട് ഉച്ചഭക്ഷണം പോലെ ഉള്ള മെനു. എന്നാൽ അത്താഴത്തിന് ആഴ്ചയിൽ മൂന്ന് ദിവസം ഇറച്ചിക്കറി ഉണ്ടാകും. അപൂർവ്വമായി ചിലപ്പോൾ പനീർ കറി ഉണ്ടാകും.

അത്താഴത്തിന് മാംസം വിളമ്പുന്ന ദിവസമാണ് റം ഇഷ്യൂ ഉണ്ടാവുക. പട്ടാളക്കാർ സൗജന്യമായി കിട്ടുന്ന മദ്യം എപ്പോഴും കുടിച്ചു രസിക്കുന്നു എന്നാണ് ആളുകളുടെ ധാരണ. എന്നാൽ ആഴ്ചയിൽ മൂന്നു ദിവസം മാത്രം ആണ് റം നൽകുന്നത്. അതും കാശു വാങ്ങിത്തന്നെ. മെസ്സിൽ വൈകുന്നേരം ഭക്ഷണസമയത്തിനു മുൻപേ ഡ്യൂട്ടിയിൽ ഉള്ള സീനിയർ ഹവിൽദാർ ക്യാന്റീനിൽ നിന്നും റം ബോട്ടിലുകൾ കൊണ്ട് വരുന്നു. ലിസ്റ്റ് അനുസരിച്ചു മദ്യം കഴിക്കുന്ന എല്ലാ പട്ടാളക്കാർക്കും രണ്ടു പെഗ് വീതം റം നൽകുന്നു. ഇത് ഡ്യൂട്ടി ജെ സി ഓ വിന്റെ മേൽനോട്ടത്തിൽ ആയിരിക്കും. ഡ്യൂട്ടിയിൽ ഉള്ള സൈനികർക്ക് മദ്യം നല്കുന്നില്ല. അവരുടെ ലിസ്റ്റ് അടങ്ങിയ, യൂണിറ്റിന്റെ അഡ്ജുറ്റന്റ് പുറപ്പെടുവിച്ച ഓർഡർ മെസ്സിൽ ഡിസ്പ്ലേ ചെയ്തിരിക്കും. അതിലുള്ളവർക്ക് ആ ദിവസം മദ്യം കഴിക്കാൻ പാടില്ല. ഓരോരുത്തരോടും കാശു വാങ്ങി അടുത്ത ദിവസം ബാക്കിയുള്ള ബോട്ടിലുകളും കാശും കാന്റീനിൽ ഡെപ്പോസിറ്റ് ചെയ്യുന്നു.

പട്ടാളക്കാർക്ക് മദ്യം, അതും റം തന്നെ കൊടുക്കാൻ ഒരു കാരണമുണ്ട്. റം വേഗം രക്തത്തിൽ ലയിക്കുകയും പെട്ടെന്ന് തന്നെ ശരീരത്തിൽ നിന്നും പുറംതള്ളപ്പെടുകയും ചെയ്യുന്നു. കുടിച്ച് അല്പനേരത്തിനുള്ളിൽ തന്നെ ശരീരത്തെയും മനസ്സിനെയും ശാന്തമാക്കുന്ന റം രാവിലെ എഴുന്നേൽക്കുമ്പോൾ ഹാങ്ങ് ഓവർ ഉണ്ടാക്കുന്നില്ല. നല്ല

ഉറക്കം ലഭിക്കാനും രാവിലെ ഉന്മേഷത്തോടെ എഴുന്നേൽക്കാനും പാകത്തിലുള്ള അളവ് മാത്രമേ കഴിക്കാൻ അനുവാദമുള്ളൂ.

സൈനികർ വളരെ അപകടകരമായ അവസ്ഥയിലാണ് മിക്കവാറും സേവനം ചെയ്യുന്നത്. സൈനികരുടെ സേവന സാഹചര്യങ്ങൾ, നാഗരികതയിൽ നിന്നും അകന്നുള്ള ജീവിതം, സൈനിക ജോലിയിലെ റിസ്ക്, ഇടക്കിടെയുള്ള ഓപ്പറേഷൻസ്, കുടുംബത്തിൽനിന്നും അകന്നുള്ള ജീവിതം എന്നിവയാൽ മിക്കവാറും പട്ടാളക്കാർക്കും പോസ്റ്റ് ട്രൗമാറ്റിക് സ്ട്രെസ് ഡിസ്ഓർഡർ (PTSD) എന്ന മാനസികാവസ്ഥയുടെ വിവിധ വകഭേദങ്ങൾ കണ്ടു വരുന്നു. ഇതിനെ ചെറുക്കാനായി വികസിത രാജ്യങ്ങൾ അവരുടെ സൈനികർക്ക് ജീവിതകാലം മുഴുവൻ സൈക്കോളജിക്കൽ കൗൺസിലിങ്, ചികിത്സ, മരുന്നുകൾ, ഇവ നൽകുന്നു.

എന്നാൽ ചില കോമൺവെൽത്ത് രാജ്യങ്ങളിൽ ഇതിനു പകരം സർവിസിൽ ഉള്ളപ്പോഴും റിട്ടയർമെന്റിനു ശേഷവും മദ്യം നൽകുന്നു. അല്പം മദ്യം കഴിച്ചാൽ മാനസികമായി ശാന്തത തോന്നുന്നു. അത് നന്നായി ഉറങ്ങാനും ചിലരെ സഹായിക്കുന്നു. നല്ല മരുന്നുകൾ ഇല്ലാതിരുന്ന പഴയ കാലത്തു മദ്യം ജീവിതകാലം മുഴുവൻ മരുന്നുകൾ കഴിക്കുന്നതിനേക്കാൾ സൈഡ് എഫക്ട് കുറഞ്ഞതും സർക്കാരിന് ചെലവില്ലാത്തതും ആയിരുന്നു. എന്നാൽ നമ്മുടെ നാട്ടിലെ മുഴുക്കുടിയന്മാർ പട്ടാളക്കാർക്ക് എന്തോ നിധി കിട്ടുന്നു എന്ന രീതിയിലാണ് സംസാരിക്കുന്നത്. എന്നാൽ മദ്യത്തിന് അടിമയാവാനുള്ള സാദ്ധ്യതയും അതിന്റെ അമിതോപയോഗം കൊണ്ടുള്ള പ്രശ്നങ്ങളും കണക്കിലെടുത്താൽ ആധുനികകാലത്തു മദ്യം ഒരിക്കലും ഒരു മരുന്നായി ഉപയോഗിച്ച് കൂടാ എന്നുതന്നെ പറയേണ്ടിവരും.

ഇനി ആളുകൾ കരുതുന്നതു പോലെ മദ്യം സർക്കാർ വക സൗജന്യമായി നൽകുന്നതല്ല. കാന്റീൻ ഡിപ്പാർട്ട്മെൻറ് കോടിക്കണക്കിനു യൂണിറ്റുകൾ ഓരോ മദ്യ കമ്പനിയുമായും കോൺട്രാക്ട് ചെയ്യുമ്പോൾ വില്പന വില താരതമ്യേന കുറയുന്നു. ആ വിലയുടെ മേൽ ടാക്സ് ഒക്കെ അടച്ചാണ് പട്ടാളക്കാർ മദ്യം വാങ്ങുന്നത്. എന്ന് വച്ചാൽ ഒരു സാധാരണക്കാരൻ മദ്യം വാങ്ങുമ്പോൾ അതിന്റെ വിലയിൽ നിന്നും അബ്കാരികളും ഇടനിലക്കാരും രാഷ്ട്രീയക്കാരും വിഴുങ്ങുന്ന പണം പട്ടാളക്കാരന് കൊടുക്കേണ്ടി വരുന്നില്ല. അത്ര മാത്രം.

എന്തൊക്കെയായാലും സ്ഥിരമായി മദ്യപിക്കുന്ന സൈനികരുടെ എണ്ണം താരതമ്യേന കുറവാണ്. സ്ട്രെസ് ഡിസ്ഓർഡർ കൂടുതൽ

ഉള്ളവർ ചിലർ അടിമകളായി തീരാറുണ്ട്.

എന്തായാലും രാജ്യസേവനത്തിനായി ജീവൻപോലും പണയംവെച്ചു വളരെ അധികം ബുദ്ധിമുട്ടുകളിലൂടെ കടന്നുപോയി മാനസികവും ശാരീരികവുമായ അനവധി മുറിവുകൾ ഏറ്റുവാങ്ങി റിട്ടയർ ചെയ്തു വരുന്ന പട്ടാളക്കാർക്ക് അതിനുശേഷം കൃത്യമായ ചികിത്സ നൽകാതെ പകരം അവരുടെ തന്നെ ചെലവിൽ മദ്യം വാങ്ങി കഴിക്കാനുള്ള അവസരം നൽകുന്നത് രാജ്യം അവരോടുള്ള ഉത്തരവാദിത്വത്തിൽ നിന്നും ഒഴിഞ്ഞു മാറുന്നതുപോലെ തന്നെയാണ്. മാത്രമല്ല, പട്ടാളക്കാരെല്ലാം മദ്യപാനികളാണ് എന്ന ഒരു ധാരണയും ഇതുമൂലം ഉണ്ടാകുന്നു.

പലതും ഓർത്തുകൊണ്ട് നടന്നപ്പോൾ സമയം പോയതറിഞ്ഞില്ല. പ്രാതൽ വന്നു കാണും. പ്രശാന്ത് റൂമിലേക്ക് പോയി പ്രാതൽ കഴിച്ച ശേഷം അൽപനേരം കിടന്നു. ഡോക്ടർ വന്നിട്ട് വേണം കേണലിന്റെ അടുത്ത് പോവാൻ.

അൽപനേരം കഴിഞ്ഞപ്പോൾ ഡോക്ടറും ബെറ്റിയും വന്നു. സ്വതവേയുള്ള ഔദ്യോഗികത കലർന്ന പെരുമാറ്റത്തേക്കാളുപരി വളരെ ഊഷ്മളമായ, അവരെല്ലാം തന്റെ സ്വന്തം കുടുംബമാണ് എന്നപോലെയുള്ള ഒരു ചേതോവികാരമാണ് ഇന്ന് പ്രശാന്തിന് തോന്നിയത്. തന്റെ സ്വന്തം ജേഷ്ഠനും അനുജത്തിയും ആണ് അവർ എന്ന് തോന്നിപ്പോയി. അവരുടെ പെരുമാറ്റവും അതുപോലെ തന്നെ ആയിരുന്നു. വികാരനിർഭരമായ അനുഭവങ്ങളിലൂടെ കടന്നു പോകുന്നവർ എങ്ങനെ ഒരു ആത്മബന്ധം ഉണ്ടാക്കുന്നു എന്ന് പട്ടാളക്കാർക്ക് പറഞ്ഞു കൊടുക്കേണ്ട ആവശ്യം ഇല്ലല്ലോ.

പരിശോധനക്ക് ശേഷം പെട്ടെന്ന് തന്നെ മെഡിക്കൽ ലീവിൽ അയക്കാം എന്ന് പറഞ്ഞു ഡോക്ടർ ചില പരിശോധനക്കുറിപ്പുകൾ എഴുതി. അത്പ്രകാരം പ്രശാന്ത് പെട്ടെന്ന് തന്നെ ലാബിൽ പോയി പരിശോധനക്ക് വേണ്ട സാമ്പിളുകൾ നൽകുകയും എക്സ്റേ, അൾട്രാ സൗണ്ട് മുതലായവ ചെയ്യിക്കുകയും ചെയ്തു.

പതിനൊന്നു മണിയോടെയാണ് പ്രശാന്ത് ഫ്രീ ആയത്. അപ്പോൾ തന്നെ തിരക്കിട്ടു നടന്ന് കേണലിന്റെ മുറിയുടെ വാതിൽക്കൽ എത്തി. വാതിൽക്കൽ വച്ച് തന്നെ നല്ല കാപ്പിയുടെ മത്തു പിടിപ്പിക്കുന്ന സുഗന്ധം അനുഭവപ്പെട്ടു.

'കം ഇൻ യങ് മാൻ.' കിടക്കയിൽ ചാരിയിരുന്നു കാപ്പി കുടിച്ചുകൊണ്ടിരിക്കുകയായിരുന്ന കേണൽ ഉന്മേഷത്തോടെ പറഞ്ഞു. 'സാഹ

ബ് കോ കോഫീ പിലാഓ ബേട്ടാ'. കേണൽ റൈഫിൾ ബഹദൂറിനോട് പറഞ്ഞു.

കോഫി വാങ്ങി ഒരു സിപ്പ് എടുത്തതിനു ശേഷം പ്രശാന്ത് കേണലിനോട് ഡോക്ടർ പറഞ്ഞതും ലാബിൽ പോയതും അടക്കം എല്ലാ കാര്യങ്ങളും പറഞ്ഞു.

'ഗുഡ്. നിങ്ങൾ വീണ്ടും യുദ്ധക്കളത്തിലേക്കു പോകാൻ തയ്യാറാവുന്നു എന്ന നല്ല സൂചനയാണിത്.' കേണൽ പറഞ്ഞു.

'സർ, താങ്കൾ യുദ്ധത്തിന്റെ അനുഭവകഥകൾ ഒന്നും ഇതുവരെ എന്നോട് പറഞ്ഞിട്ടില്ല. നമ്മുടെ സംഭാഷണം എപ്പോഴും ഫിലോസഫിയെ ചുറ്റിത്തിരിഞ്ഞാണ് ഉണ്ടാവാറുള്ളത്.' പ്രശാന്ത് ചിരിച്ചുകൊണ്ട് കേണലിനെ നോക്കി.

'ശരിയാണ്. എന്നാൽ അനുഭവങ്ങളാണ് ഒരാളെ ഫിലോസോഫിക് ആക്കുന്നത്. ശരിയല്ലേ?'

'അതെ സർ.'

റൈഫിൾ ബഹാദൂർ ഫ്ളാസ്കിലെ അവശേഷിച്ച കാപ്പി രണ്ടു പേരുടെയും കപ്പുകളിൽ പകർന്നു. അവൻ സാധനങ്ങൾ ഒക്കെ സഞ്ചികളിലാക്കി കേണലിനോട് അനുവാദം ചോദിച്ചശേഷം പ്രശാന്തിനെ നോക്കി പുഞ്ചിരിയോടെ തലകുനിച്ചു പുറത്തേക്കുപോയി.

കേണൽ വിദൂരതയിലേക്കെന്നവണ്ണം നയനങ്ങൾ നട്ടിരിക്കുകയായിരുന്നു. അദ്ദേഹം ഏതോ കാലത്തു കഴിഞ്ഞുപോയ ഏതോ യുദ്ധരംഗത്താണെന്ന് മനസ്സിലായ പ്രശാന്ത് ക്ഷമയോടെ കാത്തിരുന്നു.

'ഞാൻ മിലിറ്ററി അക്കാഡമിയിൽനിന്നും പാസ് ഔട്ട് ആയി ആഴ്ചകൾക്കുള്ളിൽ തന്നെയാണ് ആയിരത്തി തൊള്ളായിരത്തി അറുപത്തഞ്ചിലെ യുദ്ധം തുടങ്ങുന്നത്. അതിർത്തിയിൽ പ്രശ്നങ്ങൾ അല്പാല്പമായി തുടങ്ങിയപ്പോൾ തന്നെ എന്റെ യൂണിറ്റ് പീസ് ലൊക്കേഷനിൽ നിന്നും അതിർത്തിയിലേക്ക് മാറ്റപ്പെട്ടു. ഒരു സെക്കൻഡ് ലെഫ്റ്റനന്റ് ആയിരുന്ന എനിക്ക് ഒരു പ്ലാറ്റൂണിന്റെ കമാൻഡ് നൽകപ്പെട്ടു. സുബേദാർ രവികുമാർ എന്ന ഉയരം കുറഞ്ഞ് അല്പം തടിച്ചു കറുത്ത ഒരു മലയാളി ആയിരുന്നു എന്റെ പ്ലാറ്റൂൺ ജെ സി ഓ. പട്ടാളക്കാർ എല്ലാവരും കേരളം, കർണാടകം, തമിഴ്നാട്, ആന്ധ്രപ്രദേശ് തുടങ്ങിയ ദക്ഷിണേന്ത്യൻ സംസ്ഥാനങ്ങളിൽ നിന്നുള്ളവർ ആയിരുന്നു. എന്റെ കമ്പനി കമാൻഡർ ഉത്തർപ്രദേശിൽ നിന്നുള്ള ക്യാപ്റ്റൻ സുഹൈൽ ഖാനും കമാൻഡിങ് ഓഫീസർ മലയാളിയായ ലെഫ്റ്റനന്റ് കേണൽ ജേക്കബ് തോമസും ആയിരുന്നു.'

'ഞങ്ങൾ ആദ്യം ഡിഫെൻസീവ് റോളിൽ ആണ് പോയത്. കുഴപ്പങ്ങൾ ഇതുവരെ തുടങ്ങിയിട്ടില്ലാത്ത ഒരു പ്രദേശത്തു ഞങ്ങൾ പോയി ട്രെഞ്ചുകൾ കുഴിച്ചു നിലയുറപ്പിച്ചു. വൈകുന്നേരത്തോടെ ഞങ്ങൾ എത്തിയപ്പോൾ ശത്രുവിന്റെ യൂണിഫോമിൽ ഉള്ള കുറച്ചു പട്ടാളക്കാർ ദൂരെനിന്ന് വെടിവെച്ചിരുന്നു. എന്നാൽ നമ്മുടെ എയർഫോഴ്സ് വിമാനങ്ങൾ തലയ്ക്കു മീതെ പറന്ന് അവരുടെമേൽ മെഷീൻ ഗൺ ഫയർ ചെയ്തു സഹായിച്ചതിനാൽ പിന്നെ അവർ തല പൊക്കിയില്ല.'

രാത്രിയോടെ ബറ്റാലിയൻ ട്രെഞ്ചുകൾ കുഴിച്ചു നിലയുറപ്പിച്ചു. രണ്ടാൾ ട്രെഞ്ചുകളും മൂന്നാൾ ട്രെഞ്ചുകളും അവയെ തമ്മിൽ ബന്ധിപ്പിക്കുന്ന കമ്മ്യൂണിക്കേഷൻ ട്രെഞ്ചുകളും മെഷീൻ ഗൺ നെസ്റ്റുകളും ഒക്കെ സൈനികർ രാത്രിക്കു രാത്രി തയാറാക്കി. ആയുധങ്ങളും വെടിക്കോപ്പുകളും അവ സൂക്ഷിക്കാനുള്ള ബങ്കറുകളും ഡ്യൂട്ടിയിൽ ഇല്ലാത്തവർക്ക് രാത്രി ഉറങ്ങാനുള്ള ബങ്കറുകളും ഒക്കെ കുഴിച്ചു. ഈ സമയമത്രയും ശത്രുക്കളുടെ ഇടപെടൽ തടയാൻ നമ്മുടെ പീരങ്കിപ്പട ഇടയ്ക്കിടെ ഷെല്ലിങ് നടത്തിക്കൊണ്ടിരിക്കുകയായിരുന്നു. ട്രെഞ്ചുകൾ കുഴിച്ചശേഷം അടുത്ത രാത്രിയിൽ ഞങ്ങൾ ട്രെഞ്ചുകൾക്കു മുൻപിലായി ആന്റി പേർസണൽ മൈനുകൾ സ്ഥാപിച്ചു. അതിനും മുന്നിലായി മുള്ളുകമ്പികൾ കൊണ്ടുള്ള വേലികളും തടസ്സങ്ങളും സ്ഥാപിച്ചു. ഇത്തരം തടസ്സങ്ങൾക്കു ശത്രുക്കളെ തടയാനാവില്ലെങ്കിലും അൽപനേരം അവരെ തടഞ്ഞു നിർത്താൻ ആവും. ഇവ നമ്മുടെ ആയുധങ്ങളുടെ പരിധിയിൽ ആയതിനാൽ അങ്ങനെ അൽപനേരം നിൽക്കുന്ന ശത്രുവിന് നമ്മുടെ ട്രെഞ്ചിൽ ഇറുന്നു തന്നെ വലിയ നാശനഷ്ടങ്ങൾ വരുത്താൻ നമുക്കാവും.

ശത്രുവിനെ നേരിടാൻ ഞാൻ എന്റെ പ്ലാറ്റൂണിലെ മൂന്ന് സെക്ഷനുകളെയും ഏറ്റവും മുന്നിലായി വിന്യസിച്ചു. ഏതെങ്കിലും സെക്ഷന്റെ മേലെ ആക്രമണം വന്നാൽ ഇരുവശത്തും ഉള്ള സെക്ഷനുകൾക്ക് സംരക്ഷണം നല്കാൻ പാകത്തിൽ ആയിരുന്നു ഡിപ്ലോയ്മെന്റ്. എന്റെ പ്ലാറ്റൂണിന്റെ ഇരുവശവുമായി കമ്പനിയുടെ മറ്റ് രണ്ടു പ്ലാറ്റൂണുകൾ ഡിപ്ലോയ് ചെയ്തിരുന്നു. എന്റെ കമ്പനി പൊസിഷന് ഇരുവശവും ബറ്റാലിയന്റെ മറ്റ് രണ്ടു കമ്പനികൾ സ്ഥാനം ഏറ്റെടുത്തിരുന്നു. ഒരു കമ്പനി റിസർവ് ആയി ഈ മൂന്നു കമ്പനികളിൽ ഏതിനെയും സഹായിക്കാൻ പാകത്തിൽ ഡിഫെൻസ് ലൈനിന് അല്പം പുറകിലായി ഡിപ്ലോയ് ചെയ്യപ്പെട്ടിരുന്നു.

അടുത്ത രണ്ടു ദിവസങ്ങളിൽ ജിറ്റർ പാർട്ടി എന്നറിയപ്പെടുന്ന

രണ്ടോ മൂന്നോ ശത്രുസൈനികർ അടങ്ങിയ സംഘങ്ങൾ ഇടക്കിടെ അപ്രതീക്ഷിതമായി വന്നു കുറച്ചു വെടിവെച്ചതല്ലാതെ കാര്യമായ പ്രശ്നങ്ങൾ ഒന്നും ഉണ്ടായില്ല. തിരിച്ചു വെടിവെപ്പ് തുടങ്ങിയ ഉടനെ അവർ ഓടിപ്പോവും. നമ്മുടെ സൈനികരെ കഴിയുന്നത്ര ശല്യപ്പെടുത്തുക എന്നത് മാത്രമാണ് അവരുടെ ഉദ്ദേശം.

മുഖത്തോടു മുഖം നോക്കിയുള്ള ഒരു സൈനിക വിന്യാസം ഉണ്ടാകുമ്പോൾ രണ്ടു സൈനിക വിഭാഗങ്ങളും മറുപക്ഷത്തിനുമേൽ മാനസികമായ ആധിപത്യം സ്ഥാപിക്കാൻ ശ്രമിക്കും. ഒരു യഥാർത്ഥ ഏറ്റുമുട്ടൽ ഉണ്ടാകുമ്പോൾ എതിരാളികളിൽ ആർക്കാണോ മാനസികമായി ആധിപത്യം സ്ഥാപിക്കാൻ സാധിക്കുന്നത്, അവരായിരിക്കും വിജയികൾ. ഇതിനായി പട്രോളിങ് നടത്തി ശത്രുക്കളുടെ വിന്യാസം മനസ്സിലാക്കുക, ശത്രു പട്രോളുകളെ ഒളിഞ്ഞിരുന്ന് ആംബുഷ് ചെയ്തു നശിപ്പിക്കുക, പീരങ്കി കൊണ്ട് തുടർച്ചയായി വെടിവെക്കുക, എയർ റെയ്ഡ് നടത്തുക മുതലായ പ്രവർത്തനങ്ങൾ ഇരുസേനകളും നിരന്തരം ചെയ്തു കൊണ്ടിരിക്കും. ചിലപ്പോൾ പട്രോളുകൾ ശത്രു നിരകൾക്കപ്പുറത്തേക്ക് നുഴഞ്ഞു കയറി അവരുടെ വെടിമരുന്നു ശേഖരത്തിനു തീ വെക്കുകയോ ബോംബ് വെച്ച് തകർക്കുകയോ ചെയ്യും.

ബറ്റാലിയൻ ഡിപ്ലോയ് ചെയ്തതിന്റെ മൂന്നാംദിവസം വൈകുന്നേരം അല്പം പിന്നിൽ നാലാമത്തെ കമ്പനിക്ക് തൊട്ടുപിറകിൽ ആയി നിലകൊള്ളുന്ന ബറ്റാലിയൻ ഹെഡ് ക്വാർട്ടേസിൽ എത്താനുള്ള കല്പന എനിക്ക് കിട്ടി. ബറ്റാലിയൻ ഹെഡ്ക്വാർട്ടേഴ്സ് എന്നാൽ ഭൂമി കുഴിച്ചുണ്ടാക്കി മേലെ തടിപ്പലകകൾ ഇട്ടു മണ്ണ്കൊണ്ട് മൂടിയ കുറച്ചു ബങ്കറുകൾ ആണ്. അതോടൊപ്പം അവയെ ബന്ധിപ്പിക്കുന്ന ക്രോൾ ട്രെഞ്ചുകളും കുറച്ചു ഡിഫെൻസിവ് ട്രെഞ്ചുകളും. ബറ്റാലിയൻ ഹെഡ് ക്വാർട്ടറിന്റെ വശങ്ങളിലായി രണ്ട് ആക്ക് ആക്ക് ഗണ്ണുകൾ (ack-ack guns) ഉണ്ടായിരുന്നു. എന്ന് വെച്ചാൽ ലൈറ്റ് മെഷിൻ ഗൺ ഒരു ഉയരമുള്ള മൗണ്ടിന്മേൽ കയറ്റി അതിനു ചുറ്റും വൃത്താകൃതിയിൽ ട്രെഞ്ച് കുഴിച്ചുണ്ടാക്കിയ ഒരു സംവിധാനം. താഴ്ന്നു പറന്നു ട്രെഞ്ചുകളുടെമേൽ വെടിയുണ്ട വർഷിക്കുന്ന ശത്രുവിന്റെ യുദ്ധവിമാനങ്ങളെ വെടിവെച്ചു വീഴ്ത്താനാണ് ഈ തോക്കുകൾ ഉപയോഗിച്ചിരുന്നത്. വിമാനങ്ങളെ വീഴ്ത്താൻ അപൂർവമായേ സാധിച്ചിരുന്നുള്ളൂ എങ്കിലും വൈമാനികനെ സംബന്ധിച്ചിടത്തോളം ഇതൊരു കനത്ത മാനസിക ഭീഷണി ആയിരുന്നതിനാൽ ഒരു പ്രതിരോധമെന്ന നിലയിൽ ഈ മെഷീൻ ഗണ്ണുകൾ അക്കാലത്ത് വളരെ ഫലപ്രദമായിരുന്നു.

എല്ലാ കമ്പനി കമാണ്ടർമാരും പ്ലാറ്റൂൺ കമാണ്ടർമാരും ആ ബ്രീഫിംഗിൽ സന്നിഹിതരായിരുന്നു. ഓപ്പറേഷൻസ് റൂമിനുള്ളിൽ യൂണിറ്റ് ഡിപ്ലോയ് ചെയ്യപ്പെട്ട പ്രദേശത്തിന്റെ വലിയ ഒരു മാപ്പ് പ്രദർശിപ്പിച്ചിരുന്നു. ബറ്റാലിയന്റെ ഡിപ്ലോയ്മെന്റും കിട്ടിയ വിവരങ്ങൾ ഉപയോഗിച്ച് തയാറാക്കിയ ശത്രുവിന്റെ സംഭവ്യമായ ഡിപ്ലോയ്മെന്റും അതിൽ അടയാളപ്പെടുത്തിയിരുന്നു. ആ മാപ്പ് ഉപയോഗിച്ച് യൂണിറ്റ് അഡ്ജുറ്റന്റ് എല്ലാവരെയും ബ്രീഫ് ചെയ്തു. ഇന്ന് വൈകുന്നേരമോ നാളെ പുലർച്ചയോടെയോ ഒരു ആക്രമണം പ്രതീക്ഷിക്കാം എന്നാണ് ഇന്റലിജൻസ് വകുപ്പിന്റെ അഭിപ്രായം. എല്ലാവരും ജാഗരൂകരായിരിക്കാനും ഏതൊരു സാഹചര്യത്തിലും ഒരു ട്രെഞ്ച് പോലും ശത്രുവിന് വിട്ടുകൊടുക്കരുതെന്നു കമാൻഡിങ് ഓഫീസർ എല്ലാവരെയും ഓർമ്മിപ്പിച്ചു.

മടങ്ങിയെത്തിയ പ്ലാറ്റൂൺ കമാണ്ടർമാർ അവരവരുടെ പ്ലാറ്റൂണുകളിലെ ജെ സി ഓ മാരെയും എൻ സി ഓ മാരെയും ബ്രീഫ് ചെയ്തു. പുതിയ വിവരങ്ങളുടെ അടിസ്ഥാനത്തിൽ സെക്ഷൻ ലൈറ്റ് മെഷീൻ ഗണ്ണുകൾ, പ്ലാറ്റൂൺ മോർട്ടാർ, മീഡിയം മെഷിൻ ഗൺ, റോക്കറ്റ് ലോഞ്ചർ തുടങ്ങിയവയുടെ വിന്യാസം അല്പാല്പം മാറ്റേണ്ടി വന്നു.

സൂര്യാസ്തമയത്തിനു മുൻപേ തന്നെ പിന്നിലുള്ള ലോജിസ്റ്റിക് ക്യാമ്പിൽ നിന്നും പാചകം ചെയ്ത രാത്രി ഭക്ഷണം കൊണ്ടുവന്നിരുന്നു. മൂന്നു പൂരികൾ, നന്നായി ജീരകം ചേർത്ത അല്പം ഡ്രൈ ആയ ഉരുളക്കിഴങ്ങു മസാല, ഒരു സ്പൂൺ അച്ചാർ, ഇത്രയുമാണ് ഡിന്നർ. ഓരോ സെക്ഷനും ഓരോ പാത്രങ്ങളുടെ സെറ്റ് ആയിട്ടാണ് ഭക്ഷണം എത്തിയത്. കൂടെ ആവി പറക്കുന്ന ചൂടുള്ള ചായ അടങ്ങിയ ചെറിയ ഒരു കണ്ടെയ്നറും. സെക്ഷനിലുള്ള സൈനികർ ഓരോരുത്തരായി അവരവരുടെ മെസ് ടിന്നിൽ ഭക്ഷണവും ഇനാമൽ മഗ്ഗുകളിൽ ചായയും എടുത്ത് അവരവരുടെ സ്ഥാനങ്ങളിലേക്ക് മടങ്ങി. ഇങ്ങനെയാണ് യുദ്ധമേഖലയിലെ ഭക്ഷണ വിതരണം. ആക്രമണവും ഷെല്ലിങ്ങും മറ്റും ഉണ്ടാകുമ്പോൾ ചിലപ്പോൾ ഒന്നോ രണ്ടോ ദിവസത്തേക്ക് ഭക്ഷണ വിതരണം ഉണ്ടായില്ലെന്നും വരാം.

എല്ലാവരുടെയും ബാക്ക് പാക്കിൽ ശക്കർ പാര എന്ന് വിളിക്കുന്ന ആട്ട കൊണ്ടുണ്ടാക്കി പഞ്ചസാരലായനിയിൽ മുക്കി ഉണക്കിയ ഒരു പലഹാരം അരക്കിലോ വീതം ഉണ്ടാവും. അത് കേടുകൂടാതെ ദിവസങ്ങളോളം നിലനിൽക്കും. ഭക്ഷണ വിതരണം ഇല്ലാതാവുമ്പോൾ ശക്കർ പാരയും വെള്ളവും മാത്രമാണ് ആകെ ആശ്രയം. ഒരു ഏറ്റുമുട്ടൽ തുടങ്ങുന്നതിനു മുൻപേ പല സൈനികരും തങ്ങളുടെ കൈയ്യി

ലുള്ള ഭക്ഷണവും മിട്ടായികളും ചോക്കലേറ്റും ഒക്കെ കഴിച്ചു തീർക്കും. ഏറ്റുമുട്ടലിനു ശേഷം അത് കഴിക്കാൻ ജീവനോടെ ഉണ്ടായില്ലെങ്കിലോ എന്ന തികച്ചും ന്യായമായ ചിന്തയാണ് അതിനവരെ പ്രേരിപ്പിക്കുന്നത്.

ഭക്ഷണം കഴിഞ്ഞ ശേഷം പ്ലാറ്റൂൺ കമാണ്ടർമാർ എല്ലാ ട്രെഞ്ചുകളും സന്ദർശിച്ചു സൈനികരോട് സംസാരിച്ചു അവരുടെ മനോവീര്യം ഉയർത്തി. അൽപനേരത്തിനകം കമാൻഡിങ് ഓഫീസറും കമ്പനി കമാണ്ടറും എന്റെ പ്ലാറ്റൂൺ ഹെഡ്ക്വാർട്ടർ ട്രെഞ്ചിൽ എത്തി.

'ജയ്ഹിന്ദ്, സർ.'

'ജയ്ഹിന്ദ് വിക്രം . ഹൌ ആർ തിങ്ങ്സ്?'

'ഫൈൻ സർ. ഞാൻ എല്ലാ സെക്ഷനുകളുടെയും ട്രെഞ്ചുകൾ സന്ദർശിച്ചു. എല്ലാവരും നല്ല തയാറെടുപ്പിലാണ്.'

'രവി സാഹബ്.' കമാൻഡിങ് ഓഫീസർ പ്ലാറ്റൂൺ ജെ സി ഓ ക്കു നേരെ തിരിഞ്ഞു.

'ജീ സാഹബ്'

'പ്ലാറ്റൂണിന്റെ നടുക്കുള്ള ഫോർവേഡ് ട്രെഞ്ചിൽ ശത്രുവിന്റെ കനത്ത ആക്രമണം വന്നാൽ എന്ത് ചെയ്യും?'

'സാഹബ്, ഇരുവശത്തും ഉള്ള ട്രെഞ്ചുകൾ സപ്പോർട്ട് ചെയ്യും. രണ്ടു മെഷീൻ ഗണ്ണുകളും ആ കാണുന്ന രണ്ടു ലൊക്കേഷനുകളിലേക്കു റീ സൈറ്റ് ചെയ്ത് ഫയർ വോളിയം കൂട്ടും.'

'ആ ട്രെഞ്ച് ശത്രുക്കൾ പിടിച്ചെടുത്തലോ?'

'ഇടതുവശത്തുള്ള ട്രെഞ്ചിൽനിന്നും കൗണ്ടർ അറ്റാക്ക് ചെയ്യും, സർ.'

'ഇടതുവശത്തുള്ള ട്രെഞ്ചും ശത്രുക്കൾ പിടിച്ചാലോ?'

'രണ്ടാമത്തെ സെക്ഷനിൽ ഉള്ള പകുതി ടീം വലതുവശത്തുള്ള ട്രെഞ്ച് വഴി കൗണ്ടർ അറ്റാക്ക് നടത്തും സർ. പ്ലാറ്റൂൺ ഹെഡ്ക്വാർട്ടർ മുന്നോട്ടുള്ള റിസേർവ് ട്രെഞ്ചിൽ പോയി സപ്പോർട്ട് കൊടുക്കും.'

'ആ ട്രെഞ്ചും ശത്രുക്കൾ പിടിച്ചാലോ?'

സുബേദാർ രവിക്ക് ദേഷ്യം വന്നു. 'സാഹേബ്. ഞങ്ങളെന്താ വെറുതെ ശാപ്പാടും കഴിച്ചിരിക്കുന്ന മണ്ണുണ്ണികളാണോ? ഇങ്ങനെ ഓരോ ട്രെഞ്ചായി ശത്രുവിന് കൊടുക്കാൻ? ഇവിടെ അവർക്ക് ഒരു ട്രെഞ്ചെങ്കിലും പിടിക്കാൻ കഴിഞ്ഞാൽ ഈ പ്ലാറ്റൂണിൽ ഒരാൾപോലും ജീവനോടെ ഇല്ല എന്ന് അങ്ങേക്ക് മനസ്സിലാക്കാം. ഞങ്ങൾ അവസാനത്തെ ഉണ്ടയും അവസാനത്തെ സൈനികനും ഉള്ളത് വരെ പൊരുതും. ഞങ്ങ

ളുടെ മൃതദേഹങ്ങളിൽ ചവിട്ടി മാത്രമേ അവർക്ക് ഇവിടെ ഒരു തുണ്ടു ഭൂമി എങ്കിലും പിടിച്ചെടുക്കാനാവൂ.'

സുബേദാർ രവിയുടെ നിശ്ചയദാർഢ്യം നിറഞ്ഞ ഭാഷണം എനിക്ക് രോമാഞ്ചമുണ്ടാക്കിയെങ്കിലും കമാൻഡിങ് ഓഫീസറോട് ഏതാണ്ട് ധിക്കാരപരമായി സംസാരിച്ചത് കേട്ടപ്പോൾ എന്റെ ഉള്ളൊന്നാളി. പ്ലാറ്റൂണിൽ ഡിസിപ്ലിൻ ഇല്ല എന്ന് പറഞ്ഞ് എന്നെ വഴക്കു പറയുമോ എന്ന് ഞാൻ ഭയന്നു. എന്നാൽ കമാൻഡിങ് ഓഫീസർ പൊട്ടിച്ചിരിച്ചു.

'ദാറ്റ് ഈസ് ദി സ്പിരിറ്റ് രവി സാഹബ്. അങ്ങനെയാണ് വേണ്ടത്. ഒരു യുദ്ധത്തിന് മുൻപ് ഒരു സൈനികന്റെ മനോവീര്യം ഇത്തരത്തിലാകണം.' രവി സാബിന്റെ പുറത്തു തട്ടി അഭിനന്ദിച്ചുകൊണ്ട് കമാൻഡിങ് ഓഫീസർ എന്നെ നോക്കി പുഞ്ചിരിച്ചു. 'വെൽ ഡൺ.' ഞാൻ ആരുമറിയാതെ നിശ്വസിച്ചു.

രാത്രി മുഴുവൻ സൈനികർ ട്രെഞ്ചുകളിൽ ആകാംക്ഷയോടെ കാത്തിരുന്നു. രാത്രി ഒരു മണിക്ക് കമ്പനി ഹെഡ്ക്വാർട്ടറിൽനിന്നും കൊടുത്തയച്ച ചൂട് ചായ വളരെ സഹായകമായി. പുലർച്ചെ മൂന്നു മണിയോടെ മുള്ളുവേലിക്കപ്പുറം ചില അനക്കങ്ങൾ കണ്ടു തുടങ്ങി. പെട്ടെന്നു ഒരു മോർട്ടാർ ഷെൽ ഒരു മൂളലോടെ ചീറിപ്പാഞ്ഞു വന്ന് ട്രെഞ്ചുകൾക്കു തൊട്ടു പുറകിൽ ആയി വലിയ ശബ്ദത്തോടെ പൊട്ടിത്തെറിച്ചു. എല്ലാ സൈനികരും ട്രെഞ്ചുകൾക്കുള്ളിലേക്കു പിൻവലിഞ്ഞു. റിപ്പോർട്ട് ചെയ്യാൻ റേഡിയോ കൈയിൽ എടുക്കോമ്പോഴേക്കും കമാൻഡിങ് ഓഫീസറുടെ ശബ്ദം അതിൽ കേട്ടു.

'ടൈഗർ ഫോർ ഓൾ ടൈഗേഴ്സ്. ബുൾ സപ്പോർട്ട് കമിങ്. ഹോൾഡ് ഓൺ.'

നമ്മുടെ പീരങ്കിപ്പടയുടെ സപ്പോർട്ട് വരുന്നു. സെക്കൻഡുകൾക്കുള്ളിൽ കനത്ത പീരങ്കി ആക്രമണം ആരംഭിച്ചു. നമ്മുടെ മുള്ളുവേലിക്കപ്പുറം ശത്രുക്കൾ ആക്രമിക്കാൻ വട്ടംകൂട്ടിയിരുന്ന സ്ഥലത്തു നമ്മുടെ മോർട്ടാർ റെജിമെൻറ് ഷെൽ വർഷം നടത്തുകയാണ്. ശത്രുക്കൾ ഇപ്പോൾ നിലം പറ്റിക്കിടക്കുകയാവും. നമ്മുടെ ട്രെഞ്ചുകളുടെമേലും അവരുടെ ഷെൽ വർഷം തുടർന്ന് കൊണ്ടിരുന്നു. ഞങ്ങൾക്ക് തല പൊക്കാൻ പറ്റാത്ത അവസ്ഥയായിരുന്നു. എന്നാൽ ഷെൽ വർഷം നടക്കാത്ത അകലെയുള്ള പ്ലാറ്റൂണുകൾ ശത്രുക്കളുടെ മേലെ മെഷിൻ ഗണ്ണുകൾ ഉപയോഗിച്ചു വെടിവെക്കുന്നുണ്ടായിരുന്നു.

ആ വെടിവെപ്പിനിടയിലും ശത്രുക്കൾ മുള്ളു വേലി തകർത്തു. പെട്ടെന്ന് നമ്മുടെ ട്രെഞ്ചുകളുടെ മേലുള്ള ശത്രുവിന്റെ ഷെൽ വർഷം

നിലച്ചു. അതിനർത്ഥം ശത്രുക്കൾ ആക്രമിക്കാൻ പോകുന്നു എന്നാണ്.

'അലേർട്ട്. അലേർട്ട്.' ഞാൻ ഉറക്കെ ആക്രോശിച്ചു. സെക്ഷൻ കമാണ്ടർമാർ അത് ഏറ്റു വിളിച്ചു. എല്ലാവരും ട്രിഗറിന്മേൽ കൈവെച്ചു തയാറായിരുന്നു. പെട്ടെന്ന് ഞങ്ങളുടെ ട്രെഞ്ചുകളുടെ മുന്നിലായി സ്മോക്ക് കാൻഡിലുകൾ എറിയപ്പെട്ടു. എങ്ങും കനത്ത പുക. അവർ പുകമറക്കുള്ളിലൂടെ ആക്രമണം നടത്തുകയാണ്.

മലനിരകളിൽ ആക്രമണം നടത്തണമെങ്കിൽ പ്രതിരോധിക്കുന്നവരുടെ ഒൻപത് ഇരട്ടി ആളുകൾ ആക്രമണം ചെയ്യുന്നവർക്കു ഉണ്ടായിരിക്കണം. എന്ന് വെച്ചാൽ ഓരോ സെക്ഷന്റെ നേരെയും ശത്രുവിന്റെ ഓരോ കമ്പനി ആണ് ആക്രമണം നടത്തുക. എന്റെ പ്ലാറ്റൂൺ പൊസിഷന്റെമേൽ ഒരു ബറ്റാലിയൻ ആണ് ആക്രമണം നടത്തുന്നത്. എന്നാൽ പർവ്വതനിരകൾ പ്രതിരോധിക്കുന്നവർക്ക് അനുകൂലമാണെന്നു പഠിച്ചതിനാൽ എനിക്ക് ഭയം തോന്നിയില്ല. മാത്രമല്ല, ഷെല്ലിങ്ങിലും വെടിവെപ്പിലും അനേകം പേർക്ക് പരിക്കേൽക്കുന്നതിനാൽ ട്രെഞ്ചുകളിൽ എത്തുന്ന ശത്രുക്കളുടെ എണ്ണം അതിലുള്ള നമ്മുടെ പട്ടാളക്കാരേക്കാൾ അല്പം കൂടുതലാവാനെ വഴിയുള്ളു.

'ബോലോ തക്ബീർ; അള്ളാഹു അക്ബർ.' ശത്രുക്കളുടെ രണഭേരി മുഴങ്ങി.

'വീർ മദ്രാസ്സി' മുൻനിര ട്രെഞ്ചിൽനിന്നും സെക്ഷൻ കമാൻഡർ നായക് അബ്ദുൽ സത്താറിന്റെ ആക്രോശം മുഴങ്ങി.

'അടി കൊല്ലൂ, അടി കൊല്ലൂ' പ്ലാറ്റൂൺ ഒന്നാകെ ഒരേ സ്വരത്തിൽ ദിഗന്തങ്ങൾ ഭേദിക്കുമാറ് അലറി. എന്റെ പ്രിയപ്പെട്ട ദ്രാവിഡ സൈനികരുടെ സമരാക്രോശം. പാണ്ഡ്യ ചേര ചോള സേനാനികളുടെ സൈനിക പാരമ്പര്യം പേറുന്ന എന്റെ ദ്രാവിഡ യുദ്ധവീരന്മാരുടെ രക്തക്കുഴലുകളിൽ ചോര തിളച്ചു മറിഞ്ഞു. ഹിമാലയം മുതൽ ശ്രീലങ്ക, ഇൻഡോനേഷ്യ, സുമാത്ര, ബാലി തുടങ്ങിയ രാജ്യങ്ങൾ വരെ കീഴടക്കിയ വിദഗ്ധ നാവികരും പുകൾപെറ്റ സേനാനായകരുമായ ചെങ്കുട്ടുവൻ ചേരൻ, കുലശേഖര പാണ്ഡ്യൻ, രാജരാജ ചോളൻ മുതലായ ദ്രാവിഡ യുദ്ധവീരന്മാരുടെ ആത്മാക്കൾ അവരിൽ ആവേശിച്ചു. എന്റെ സൈനികരിൽ ഹിന്ദുക്കളും മുസ്ലിങ്ങളും ക്രിസ്ത്യാനികളും ഉണ്ട്. പല ജാതികളും വർഗ്ഗങ്ങളും ഉണ്ട്. എന്നാൽ അവരെയെല്ലാം തമ്മിൽ ബന്ധിപ്പിക്കുന്ന ആദി ദ്രാവിഡ രക്തമാണ് ഇന്ന് ആ രണകാഹളം മുഴക്കുന്നത്. ഭാരത ഭൂമിയിലെ മൂലനിവാസികളുടെ രക്തം ഭാരത മാതാവിന്റെ ഭൂമിയിൽ കാൽ കുത്താനുള്ള ധിക്കാരം കാണിച്ച

ശത്രുക്കളുടെ ജീവന് വേണ്ടി ആക്രോശിക്കുകയാണ്. അവർ ആരും ഇന്ന് ജീവനോടെ മടങ്ങിപ്പോവില്ല

'ഫയർ അറ്റ് വിൽ.' ഞാൻ കല്പന കൊടുത്തു. അത് സെക്ഷൻ കമാണ്ടർമാരും ട്രെഞ്ചിലുള്ള സൈനികരും ആവർത്തിച്ചു. തുടർച്ചയായ വെടിശബ്ദങ്ങൾ മുഴങ്ങി ശത്രുക്കൾ ആർത്തുവിളിച്ചുകൊണ്ട് ട്രെഞ്ചുകളിലേക്ക് വെടിവെച്ചു മുന്നേറുകയാണ്. ചിലർ ട്രെഞ്ചുകളിൽ ചാടി വീണു കൈയോടു കൈ പോരാട്ടത്തിന് മുതിർന്നു. 'അടി കൊല്ലൂ അടി കൊല്ലൂ' എന്ന യുദ്ധാക്രോശവും മലയാളത്തിലും തമിഴിലും ഉള്ള ആക്രോശങ്ങളും ശാപവചനങ്ങളും ഉറുദുവിൽ ഉള്ള രോദനങ്ങളും എല്ലാം മുഴങ്ങിക്കേട്ടു. പോരാട്ടത്തിന്റെ ബഹളത്തിനിടക്ക് ആരൊക്കെയോ തമിഴിലും മലയാളത്തിലും ഉള്ള ദേശഭക്തി ഗാനങ്ങൾ അലറുന്നുണ്ടായിരുന്നു. അൽപസമയത്തിനുള്ളിൽ ശത്രുക്കൾ പിന്തിരിഞ്ഞോടാൻ തുടങ്ങി. ട്രെഞ്ചുകളിൽനിന്നും വിജയാഹ്ളാദ ശബ്ദങ്ങൾ മുഴങ്ങി.

എല്ലാം തെളിഞ്ഞപ്പോൾ സുബേദാർ രവി റിപ്പോർട്ട് എടുത്തു. ഏഴുപേർക്ക് പരിക്കേറ്റതൊഴിച്ചാൽ വേറെ കാര്യമായ പ്രശ്നങ്ങൾ ഒന്നുമില്ല. പ്രഥമശുശ്രൂഷ നൽകിയ ശേഷം മൂന്നുപേരെ ഫീൽഡ് ഹോസ്പിറ്റലിലേക്ക് മാറ്റി. അവരുടെ പരിക്ക് സാരമാണെങ്കിലും ഗുരുതരമായിരുന്നില്ല. ശത്രുക്കളുടെ അനേകം ശവശരീരങ്ങൾ ചിതറിക്കിടന്നിരുന്നു. പരിക്കേറ്റു വീണുകിടന്ന ശത്രുസൈനികർക്ക് പ്രഥമശുശ്രൂഷ കൊടുത്തതിനു ശേഷം യുദ്ധത്തടവുകാർക്കുള്ള ക്യാമ്പിലേക്ക് മിലിറ്ററി പോലീസുകാർ വന്നു കൊണ്ട്പോയി. ഉത്തരവാദിത്വമുള്ള ഒരു ജനാധിപത്യ രാജ്യത്തെ ധാർമികമായ യുദ്ധത്തിൽ വിശ്വസിക്കുന്ന ഒരു മഹാസൈന്യം അവരെ ദണ്ഡിക്കുകയോ പീഡിപ്പിക്കുകയോ ചെയ്യില്ല. മറിച്ച് പുരുഷോത്തമരാജാവ് അലക്സാണ്ടർ ചക്രവർത്തിയോട് ആവശ്യപ്പെട്ടു വാങ്ങിയത് പോലെ പരാജയപ്പെട്ടെങ്കിലും ഒരു യോദ്ധാവിനു നൽകേണ്ട ബഹുമാനം അവർക്കു ലഭിക്കും. അവർക്ക് ക്യാമ്പിൽ ജനീവാ കരാർ പ്രകാരമുള്ള ആദരവും വൈദ്യശുശ്രൂഷയും ഭക്ഷണ താമസ സൗകര്യങ്ങളും ലഭിക്കും. യുദ്ധത്തിന് ശേഷം ഇരു രാജ്യത്തെയും സർക്കാരുകൾ തമ്മിലുള്ള ഉടമ്പടി പ്രകാരം അവരെ സ്വന്തം രാജ്യത്തേക്കയക്കും.

ഒരു വലിയ മുളവടിമേൽ ഒരു വെള്ളക്കൊടി കെട്ടിയശേഷം ശത്രുസൈനികരുടെ മൃതശരീരങ്ങൾ അതിനടുക്കലായി ഒരു ടാർപോളിൻ ഷീറ്റിന്മേൽ നിരത്തിവെച്ചു വെള്ള തുണികൾകൊണ്ട് പുതപ്പിച്ചു.

അല്പനേരത്തിനുള്ളിൽ വെള്ളക്കൊടിയുമായി ശത്രുസേനയിലെ ഒരു ക്യാപ്റ്റനും രണ്ടു ജെ സി ഓ മാരും നിരായുധരായി മുള്ളുവേലിക്കപ്പുറം എത്തി. ഞാനും സുബേദാർ രവികുമാറും ഹവിൽദാർ തോമസും മൈൻഫീൽഡിലൂടെ മുള്ളുവേലിക്കടുത്തു പോയി.

'ഗുഡ് മോർണിംഗ് സർ, ഐ ആം ലഫ്റ്റനന്റ് വിക്രം സിംഗ്. ഹൌ ക്യാൻ ഐ ഹെൽപ് യു?' മറുവശത്ത് എന്നേക്കാൾ സീനിയർ ആയ ക്യാപ്റ്റൻ ആയതു കൊണ്ട് ഞാൻ ഉപചാരപൂർവം സല്യൂട്ട് ചെയ്ത ശേഷം ചോദിച്ചു.

'ഗുഡ് മോർണിംഗ് ലഫ്റ്റനൻറ് വിക്രം സിംഗ്. ഐ ആം ക്യാപ്റ്റൻ ജാവേദ് ഖാൻ. ക്യാൻ ഐ ടേക്ക് ബാക് ദി ബോഡീസ് ഓഫ് മൈ ഡെഡ് സോൾജിയേഴ്സ്?' സല്യൂട്ട് മടക്കി ക്യാപ്റ്റൻ മറുചോദ്യം ചോദിച്ചു.

'ഒരു നിമിഷം സർ.' ഞാൻ റേഡിയോ സെറ്റിൽ കമാൻഡിങ് ഓഫീസറുമായി സംസാരിച്ച് അദ്ദേഹത്തിന്റെ അനുവാദം വാങ്ങി.

'സർ, പ്ളീസ് കം ബാക്ക് ആഫ്റ്റർ വൺ അവർ. വീ വിൽ ഷിഫ്റ്റ് ദി ബോഡീസ് റ്റു നോമാൻസ് ലാൻഡ് ബൈ ദെൻ.' മൈൻഫീൽഡിലൂടെ അവരെ ഉള്ളിലേക്ക് കടത്താൻ പറ്റില്ല. അതിനാൽ ഒരുമണിക്കൂറിനുള്ളിൽ സൈനികരുടെ ശരീരങ്ങൾ മുള്ളുവേലിക്കപ്പുറം ഇരു പോസ്റ്റുകൾക്കും ഇടയിലുള്ള ഇരുനൂറോളം മീറ്റർ വീതിയുള്ള നൊമാൻസ് ലാൻഡിൽ എത്തിക്കുമെന്നും അവർക്ക് അവിടെനിന്നും അവ ചുമന്നു കൊണ്ടുപോവാമെന്നും ഞാൻ ക്യാപ്റ്റനെ അറിയിച്ചു.

'താങ്ക് യു ലഫ്റ്റനന്റ് വിക്രം സിംഗ്. ആൾസോ ക്യാൻ ഐ ഗെറ്റ് ഡീറ്റെയിൽസ് ഓഫ് ദി പ്രിസണേഴ്സ് യു ഹാവ് ടേക്കൺ?'

തടവിൽ പിടിച്ചവരുടെ വിവരങ്ങൾ എനിക്കറിയില്ല. അറിയാമെങ്കിൽ തന്നെ അത് പറഞ്ഞുകൊടുക്കാൻ എനിക്ക് അധികാരമില്ല.

'സോറി സർ, ഐ ആം നോട്ട് ഓതറൈസ്ഡ് റ്റു ഗിവ് ദാറ്റ് ഇൻഫർമേഷൻ.'

'നോ പ്രോബ്ലം. യു ഹാവ് ഹെൽപ്പ്ഡ് എ ലോട്ട്. സീ യു ആഫ്റ്റർ വൺ അവർ.' ഞങ്ങൾ പരസ്പരം സല്യൂട്ട് ചെയ്തു പിരിഞ്ഞു.

റിസേർവ് കമ്പനിയിൽനിന്നും സി ഓ അയച്ച സൈനികരുടെ സഹായത്തോടെ ഞാനും സുബേദാർ രവികുമാറും ഹവിൽദാർ തോമസും നൂറ്റി പതിനേഴു മൃതദേഹങ്ങൾ നൊമാൻസ് ലാൻഡിൽ എത്തിച്ചു. അതിൽ പ്രായമായ രണ്ടു സുബേദാർമാരും വളരെ ചെറുപ്പക്കാരായ ചില പട്ടാളക്കാരും ഉണ്ടായിരുന്നു. എന്നാൽ ഒരു ഓഫീസർ പോലും

കൊല്ലപ്പെട്ടവരിൽ ഇല്ലായിരുന്നു. ആ ബറ്റാലിയൻ അറ്റാക്കിൽ ഒരു ഓഫീസർ പോലും പങ്കെടുത്തില്ല, അല്ലെങ്കിൽ അവർ ട്രെഞ്ചുകളിലേക്ക് ആക്രമിച്ചു കയറാനുള്ള റിസ്ക് എടുത്തില്ല എന്നത് തികച്ചും ആശ്ചര്യകരമായിരുന്നു. യുവ ഓഫീസർമാർ മുന്നിൽനിന്നും നയിക്കുന്ന നമ്മുടെ സേനയെ വൃദ്ധരായ ജെ സി ഓ മാരെയും ചെറുപ്പക്കാരെയും പിന്നിൽ നിന്ന് തള്ളി വിടുന്ന ഓഫീസർമാരുള്ള ശത്രുസേനക്ക് എങ്ങനെ തോൽപ്പിക്കാനാകും?

ഒരു മണിക്കൂർ കഴിഞ്ഞപ്പോൾ ക്യാപ്റ്റൻ ജാവേദ് ഖാൻ വെള്ളക്കൊടിയും മുപ്പതോളം പട്ടാളക്കാരുമായി വന്നു. ശരീരങ്ങൾ ഞാൻ ക്യാപ്റ്റന് കൈമാറ്റം ചെയ്തതായി പ്രഖ്യാപിച്ചു. കൈമാറ്റ രേഖകളിൽ രണ്ടുപേരും ഒപ്പുവച്ചു. അവർ ശരീരങ്ങൾക്കുമേൽ അവരുടെ ദേശീയ പതാകകൾ പുതപ്പിച്ചു. ഞങ്ങൾ ഇരുവശത്തുമായി നിരന്നുനിന്നു. ആദ്യം നമ്മുടെ സൈനികർ എന്റെ ഉത്തരവനുസരിച്ചു മരിച്ച സൈനികർക്ക് വെപ്പൺ സല്യൂട്ട് സമർപ്പിച്ചു. പൊരുതി മരിച്ച ശത്രുക്കൾക്ക് അവരെ വധിച്ച സൈനികരുടെ വീരവണക്കം. യോദ്ധാക്കൾക്കു ചേർന്ന വീരോചിതമായ അന്തിമോപചാരം. ശേഷം ക്യാപ്റ്റൻ ജാവേദിന്റെ കല്പന പ്രകാരം അവരുടെ സൈനികരും സല്യൂട്ട് സമർപ്പിച്ചു. അവർ ശരീരങ്ങൾ മാറ്റുന്ന സമയത്തു നമ്മുടെ വശത്തു നിന്നും യാതൊരു ഉപദ്രവവും ഉണ്ടാകില്ല എന്ന് ഞാൻ ഉറപ്പു കൊടുത്തു. ഞങ്ങൾ പരസ്പരം കൈകൊടുത്തു പിരിഞ്ഞു.

ഞങ്ങളുടെ വ്യവഹാരം ആജന്മ ശത്രുക്കളുടേതു പോലെ ആയിരുന്നില്ല, മറിച്ച് എവിടെയോ കണ്ടുമറന്ന പഴയ സുഹൃത്തുക്കളുടേത് പോലെ ആയിരുന്നു എന്നത് എന്നെ അത്ഭുതപ്പെടുത്തി. എന്റെ ഒരു സീനിയർ ഓഫീസർക്ക് കൊടുക്കുന്ന എല്ലാ ബഹുമാനവും ഞാൻ ക്യാപ്റ്റന് കൊടുത്തു. എന്റെ സീനിയർ ഓഫീസർ എനിക്ക് തരുന്ന കരുതലും ബഹുമാനവും ക്യാപ്റ്റൻ എനിക്കും തന്നു. ഞങ്ങൾ പരസ്പരം പോരാടുന്ന രണ്ടു സേനകളിൽ അല്ല, ഒരു സേനയുടെ തന്നെ ഭാഗമാണ് എന്നാണ് എനിക്ക് തോന്നിയത്. രണ്ടു വിഭാഗം സൈനികരും തമ്മിലുള്ള പെരുമാറ്റവും അതു പോലെ തന്നെ ആയിരുന്നു.

മടങ്ങുമ്പോൾ രവി സാബിന്റെയും ചില പട്ടാളക്കാരുടെയും കണ്ണുകൾ ഈറനായതായി എനിക്ക് തോന്നി. എല്ലാ മനുഷ്യരുടെയും ഉള്ളിൽ ഉള്ള മനുഷ്യത്വം എന്ന തത്വം ജാതി മത രാഷ്ട്ര ഭേദങ്ങളെ അധികരിക്കുന്ന ഒന്നാണ് എന്ന് എനിക്ക് മനസ്സിലായി. മതങ്ങളുടെയും നിയമങ്ങളുടെയും വിശ്വാസങ്ങളുടെയും വിദ്വേഷത്തിന്റെയും ചങ്ങലകൾ കൊ

ണ്ട് എത്ര തന്നെ ബന്ധിച്ചാലും ആദ്യം കിട്ടുന്ന അവസരത്തിൽ അതൊക്കെ പൊട്ടിച്ചെറിഞ്ഞ് പുറത്തുചാടാൻ വെമ്പിനിൽക്കുന്ന, ഓരോ മനുഷ്യന്റെയും ഉള്ളിലുള്ള ആ ദൈവികശക്തി എനിക്ക് പരിപൂർണമായും അനുഭവവേദ്യമായി.

ഇത് എന്റെയും ക്യാപ്റ്റൻ ജാവേദ് ഖാന്റെയും അവസാന കൂടിക്കാഴ്ച ആയിരുന്നില്ല. അടുത്ത യുദ്ധത്തിൽ മേജർ ആയിരുന്ന ഞാൻ കമാൻഡ് ചെയ്ത കമ്പനി കേണൽ ജാവേദ് ഖാൻ കമാൻഡ് ചെയ്ത ബറ്റാലിയനെതിരെ യുദ്ധം ചെയ്തിരുന്നു. പിന്നീട് ആഫ്രിക്കയിലെ ഒരു രാജ്യത്ത് ഐക്യരാഷ്ട്ര സഭയുടെ സമാധാനസേനയുടെ ഭാഗമായി എന്റെ ബറ്റാലിയൻ ഡിപ്ലോയ് ചെയ്യപ്പെട്ടപ്പോൾ ഫോഴ്സ് ഹെഡ്ക്വാർട്ടറിൽ ബ്രിഗേഡിയർ ജാവേദ് ഖാൻ ചീഫ് ഓഫ് സ്റ്റാഫ് ആയിരുന്നു. എന്നുവെച്ചാൽ എന്റെ ബോസ് ആയിരുന്നു എന്ന് പറയാം. അക്കാലത്താണ് ഞങ്ങൾ നല്ല സുഹൃത്തുക്കൾ ആയത്. അതിനുശേഷം ഞങ്ങൾ പരസ്പരം സമ്പർക്കത്തിൽ ആയിരുന്നു.

അദ്ദേഹത്തിന്റെ മകളും എന്റെ മകളും അമേരിക്കയിലെ മിഷിഗൺ യൂണിവേഴ്സിറ്റിയിലും വെസ്റ്റ് പോയിന്റ് മിലിറ്ററി അക്കാദമിയിലും സഹപാഠികൾ ആയിരുന്നു. ഇപ്പോൾ അവർ രണ്ടുപേരും അമേരിക്കൻ സൈന്യത്തിൽ ഒരേ ബറ്റാലിയനിൽ ഓഫീസർമാരാണ്. അവർ ഇറാക്കിലും അഫ്ഗാനിസ്ഥാനിലും ഒന്നിച്ചു യുദ്ധം ചെയ്തിരുന്നു. റിട്ടയർമെന്റിനു ശേഷം അമേരിക്കയിൽ സ്ഥിരതാമസമാക്കിയ ലഫ്റ്റനന്റ് ജനറൽ ജാവേദ് ഖാനെയും കുടുംബത്തെയും ഞാൻ പലവട്ടം സന്ദർശിച്ചിട്ടുണ്ട്. അവസാനത്തെ സന്ദർശനത്തിൽ അദ്ദേഹം രോഗക്കിടക്കയിൽ ആയിരുന്നു. അദ്ദേഹത്തിന്റെ മരണശേഷം അന്ത്യോപചാരം അർപ്പിച്ചാണ് ഞാൻ മടങ്ങിയത്.

കേണൽ വിദൂരതയിലേക്ക് മിഴി നട്ടുകൊണ്ട് ആലോചനയിൽ മുഴുകി. പ്രായംകൊണ്ട് ചുളിഞ്ഞ ആ മുഖത്ത് പല തരത്തിലുള്ള വികാരങ്ങൾ മിന്നിമറഞ്ഞു. ആ മുഖത്തെ ഓരോ ചുളിവും എത്രയെത്ര ജീവിതാനുഭവങ്ങൾ ഒളിപ്പിച്ചുവെക്കുന്നുണ്ടാവും എന്നാലോചിച്ചുകൊണ്ട് പ്രശാന്ത് അദ്ദേഹത്തിന്റെ മുഖത്ത് തന്നെ മിഴി നട്ടിരുന്നു.

'സർ, പിന്നീട് എന്ത് സംഭവിച്ചു? വീണ്ടും ആക്രമണം ഉണ്ടായോ?'

'ഉണ്ടായി. അതൊരു വലിയ കഥയാണ്. എന്റെ ജീവിതത്തെത്തന്നെ മാറ്റിമറിച്ച കഥ. നമുക്ക് ഉച്ചഭക്ഷണം കഴിച്ച് അല്പം വിശ്രമിച്ച ശേഷം നാല് മണിക്ക് കാണാം. അപ്പോൾ കഥ തുടരാം.' കേണൽ തളർന്ന സ്വരത്തിൽ പറഞ്ഞു, അദ്ദേഹത്തിന്റെ കഥ പറഞ്ഞതു കൊണ്ടുള്ള പ്രയ

ത്നമല്ല, മറിച്ച് ആ സമയത്ത് മനസ്സിലൂടെ കടന്നുപോയ വികാരങ്ങളുടെ കൊടുംകാറ്റാണ് ആ തളർച്ചക്കു കാരണം എന്ന് പ്രശാന്തിന് മനസ്സിലായി.

ഭക്ഷണം കഴിച്ചു കിടന്നപ്പോൾ പതിനെട്ടക്ഷൗഹിണി സൈനികരുടെ ജീവൻ കവർന്ന മഹാഭാരത യുദ്ധത്തെപ്പറ്റിയാണ് പ്രശാന്ത് ആലോചിച്ചത്. ചെയ്യാൻ പോകുന്ന കൃത്യത്തിന്റെ അനന്തരഫലം ശരിക്കും മനസ്സിലാക്കിയ അർജുനന്റെ ഉള്ളിലെ ആതുരമായ മനുഷ്യത്വം വിളിച്ചു പറഞ്ഞ വരികൾ.

അഹോ ബത മഹത്പാപം കർത്തും വ്യവസിതാ വയം
യദ്രാജ്യസുഖലോഭേന ഹന്തും സ്വജനമുദ്യതാഃ

കഷ്ടം, രാജ്യാധികാരത്തിനും സുഖത്തിനുമുള്ള അത്യാഗ്രഹം കാരണം നാം സ്വന്തം ബന്ധുക്കളെ വധിക്കാൻ തുനിഞ്ഞിറങ്ങിയിരിക്കുന്നു. ഇത് മഹാപാപമാണ്.

ഒന്നോർത്താൽ ഓരോ യുദ്ധവും മഹാഭാരതയുദ്ധം തന്നെ അല്ലെ? മണ്ണിനു വേണ്ടി അതേ മണ്ണിന്റെ മക്കളായ സഹോദരർ ആരോ വരച്ച വരകൾക്കപ്പുറവും ഇപ്പുറവും നിന്ന് ആ വരകൾക്കു വേണ്ടി തമ്മിൽ കൊല്ലുന്ന ഇത്തരം യുദ്ധങ്ങൾ എപ്പോൾ അവസാനിക്കും? അതിനുള്ള മാനസിക ഔന്നത്യം മനുഷ്യ വംശത്തിന് എപ്പോൾ കൈവരും? മതം, രാഷ്ട്രം, വർഗ്ഗം, ഭാഷ മുതലായവക്ക് അതീതമായ മനുഷ്യത്വം എപ്പോൾ എല്ലാവരുടെയും കൈമുതലാകും?

അധ്യായം ഒൻപത്

യദഹംകാരമാശ്രിത്യ
ന യോത്സ്യ ഇതി മന്യസേ

കൃത്യം നാലുമണിക്ക് തന്നെ പ്രശാന്ത് കേണലിന്റെ വാതിൽക്കൽ മുട്ടി. വാതിൽ തുറന്നപ്പോൾ തന്നെ നല്ല കാപ്പിയുടെ മണം നാസാരന്ധ്ര ങ്ങളിലേക്ക് കയറി.

'കം ഡിയർ. ഹാവ് എ കപ്പ് ഓഫ് കോഫീ.'

പുഞ്ചിരിച്ചുകൊണ്ട് റൈഫിൾ ബഹാദൂർ കൊടുത്ത കാപ്പിക്കപ്പ് കൈ യിൽ എടുത്തു പ്രശാന്ത് സോഫയിൽ ഇരുന്നു. കാപ്പിയുടെ ആസ്വാദ്യ കരമായ ഗന്ധം കഴിയുന്നത്ര ഉള്ളിലേക്ക് വലിച്ചു കയറ്റി. ഈ ഗന്ധമാ ണ് കാപ്പിയെ ഇത്രയും രുചികരമാക്കുന്നത്. മൂക്കടച്ചു പിടിച്ചു കൊണ്ട് കാപ്പി കുടിച്ചാൽ രണ്ടാമതും കുടിക്കാൻ തോന്നില്ല. ഒരേ സമയത്ത് പ ഞ്ചേന്ദ്രിയങ്ങളിൽ ഏറ്റവും കൂടുതൽ എണ്ണത്തെ പ്രചോദിപ്പിക്കുന്ന പ ദാർഥങ്ങളാണ് നമ്മൾ ഏറ്റവും കൂടുതൽ ആസ്വദിക്കുക

'സർ പിന്നെ എന്തുണ്ടായി?' പ്രശാന്തിന് ആകാംക്ഷ അടക്കാനായില്ല.

കേണൽ പുഞ്ചിരിച്ചു. അദ്ദേഹത്തിന്റെ കണ്ണുകൾ വിദൂരതയിലേക്ക് നീണ്ടു.

ക്യാപ്റ്റൻ ജാവേദ് ഖാനുമായി കൂടിക്കാഴ്ച്ച നടത്തി പിരിഞ്ഞശേഷം പ്ലാറ്റൂണിൽ എത്തിയപ്പോൾ സി ഓ വിനെ ഉടനടി കാണാനുള്ള മെസ്സേ ജ് കാത്തുകിടക്കുന്നുണ്ടായിരുന്നു.

കമാൻഡ് ബങ്കറിൽ ഉടനടി എത്തിയപ്പോൾ എല്ലാ ഓഫീസർമാരും സന്നിഹിതരായിരുന്നു. കൂടാതെ മറ്റൊരു ബറ്റാലിയന്റെ കമാൻഡിങ് ഓഫീസറും അഡ്ജുട്ടന്റും രണ്ടു കമ്പനി കമാണ്ടർമാരും സന്നിഹിത രായിരുന്നു.

കമാൻഡിങ് ഓഫീസർ അവരെ എല്ലാവർക്കും പരിചയപ്പെടുത്തി. അന്ന് അർധരാത്രി കഴിഞ്ഞ് ഒരു കൗണ്ടർ അറ്റാക്ക് ചെയ്യാനുള്ള പ്ലാൻ അനുസരിച്ചാണ് അവർ വന്നത്. തുടർന്ന് നടന്ന മീറ്റിങ്ങിൽ രണ്ടു ബറ്റാ ലിയനുകളും തമ്മിൽ നടക്കേണ്ട ഏകോപനവും ആക്രമണത്തിന്റെ വി

ശദവിവരങ്ങളും ചർച്ച ചെയ്തു.

സൂര്യാസ്തമയം കഴിഞ്ഞപ്പോഴും അന്തരീക്ഷം ശോകമൂകമായിരുന്നു. ഇരുഭാഗത്തുനിന്നും ഒരു വെടിയൊച്ചപോലും കേൾക്കുന്നുണ്ടായിരുന്നില്ല. അൽപനേരം കഴിഞ്ഞപ്പോൾ ആക്രമണ ബറ്റാലിയന്റെ സൈനികർ കുറച്ചു പേരായി വന്നു ഓരോ ട്രെഞ്ചിലും പതിഞ്ഞിരുന്നു. കുറേപ്പേർ ബങ്കറുകളിലും ഷെൽറ്ററുകളിലും ഒളിച്ചിരുന്നു. അവരുടെ ഓഫീസർമാർ ഇടയ്ക്കിടെ അവർക്കിടയിലൂടെ നടന്നു സംസാരിച്ചു കൊണ്ടിരുന്നു.

പുലർച്ചെ മൂന്നുമണിയായപ്പോൾ വളരെ പതിഞ്ഞ സ്വരത്തിൽ ചൂളം വിളികൾ കേൾക്കാൻ തുടങ്ങി. അതുവരെ വിശ്രമിച്ചു കൊണ്ടിരുന്ന ആക്രമണ ബറ്റാലിയന്റെ സൈനികർ പെട്ടെന്ന് എഴുന്നേറ്റു ട്രെഞ്ചുകളിൽനിന്നും പുറത്തു കടന്നു മുന്നോട്ടു നീങ്ങി. അൽപനേരം കഴിഞ്ഞപ്പോൾ 'ജയ് മാ കാളി, ആയോ ഗോർഖാലി' എന്ന രണഭേരി മുഴങ്ങിയതോടെ വെടിയൊച്ചകളും ആക്രോശങ്ങളും കൊണ്ട് അന്തരീക്ഷം മുഖരിതമായി.

ഏതാണ്ട് ഇരുപതു മിനിറ്റുകളോളം ഘോരമായ യുദ്ധം നടക്കുന്നതിന്റെ ശബ്ദങ്ങൾ കേട്ടുകൊണ്ടിരുന്നു. സാവധാനം നിശബ്ദത തിരികെ വന്നു. ആ സമയമത്രയും ആ കൂരിരുട്ടിന്റെ മറവിൽ നടക്കുന്നതെന്താണെന്ന് മനസ്സിൽ കാണാൻ ശ്രമിക്കുകയായിരുന്നു ഞാൻ. ആക്രമണം വിജയിച്ചു കാണുമോ? അതോ അവർ നമ്മുടെ സൈനികരെ എല്ലാം കൊന്നുതള്ളിയോ? ക്യാപ്റ്റൻ ജാവേദ് ഖാൻ അവിടെ ഉണ്ടാകുമോ? അദ്ദേഹത്തിനെന്തെങ്കിലും സംഭവിച്ചു കാണുമോ? ഇങ്ങനെ അനേകായിരം ചോദ്യങ്ങൾ എന്റെ മനസ്സിൽ ഉയർന്നുകൊണ്ടിരുന്നു. പെട്ടെന്ന് ആ അന്ധകാരത്തെ കീറിമുറിച്ചുകൊണ്ട് രണ്ടു പച്ചനിറത്തിലുള്ള പ്രകാശങ്ങൾ ആകാശത്തേക്കുയർന്നു. ശത്രുക്കളെ തോൽപ്പിച്ച് ആ പോസ്റ്റുകൾ പിടിച്ചെടുത്തു എന്നതിന്റെ സൂചനയായിരുന്നു അത്.

പുലർച്ചയോടെ ആ പോസ്റ്റുകളിൽ നമ്മുടെ പതാകകൾ പാറിപ്പറന്നു. ഗൂർഖാ സൈനികർ അവിടെ പ്രതിരോധം തീർത്തു സന്നദ്ധരായി നിന്നു. എന്റെ കമ്പനി പരിക്കേറ്റവരെ പിന്നിലെ ഫീൽഡ് ഹോസ്പിറ്റലിലേക്ക് കൊണ്ട് പോവാനും മൃതശരീരങ്ങൾ യഥാവിധി പെട്ടികളിലാക്കി പിറകിൽ ബറ്റാലിയൻ അഡ്മിനിസ്ട്രേറ്റീവ് കേന്ദ്രത്തിൽ എത്തിക്കാനും നിയുക്തരായി.

മുപ്പതോളം സൈനികർക്ക് പരിക്കേറ്റിരുന്നു. അതിൽ ചിലർ ഗുരുതരാവസ്ഥയിലുമായിരുന്നു. എന്നാൽ ചികിത്സക്ക് ശേഷം വീണ്ടും ഒരു യുദ്ധത്തിൽ പങ്കെടുക്കാൻ അവർ പ്രാപ്തരാവും. ശാരീരികമായി വള

രെയധികം കേടുപാടുകൾ പറ്റിയ ചിലരെ ചികിത്സക്ക് ശേഷം പെൻഷൻ നൽകി വീട്ടിലേക്കയക്കേണ്ടി വന്നേക്കാം. എന്നാൽ നമ്മുടെ പതിനൊന്നു സൈനികർ ആ യുദ്ധത്തിൽ വീരമൃത്യു പ്രാപിച്ചിരുന്നു. ആ പതിനൊന്നു പേരുടെ വീടുകളിൽ വൈകുന്നേരത്തോടെ വിവരമെത്തും. അവിടെ നിലവിളികൾ മുഴങ്ങും. അവരുടെ ഭാര്യമാർ തങ്ങളുടെ വളകൾ തച്ചുടച്ചു സിന്ദൂരപ്പൊട്ടുകൾ മായ്ച്ചു കളഞ്ഞു തങ്ങളുടെ മംഗല്യത്തിന് വിട ചൊല്ലും. വർണശബളമായ വസ്ത്രങ്ങൾ മാറ്റി വെള്ള വസ്ത്രം ധരിക്കും. അകാലത്തിൽ വിട്ടുപിരിഞ്ഞ തങ്ങളുടെ പ്രിയപ്പെട്ടവനെ ഓർത്തു ജീവിതകാലം മുഴുവൻ കണ്ണീരൊഴുക്കും. അവരുടെ കുട്ടികൾക്ക് അച്ഛൻ എന്നാൽ ചുമരിൽ തൂങ്ങിക്കിടക്കുന്ന ഒരു ഫോട്ടോ മാത്രമായിരിക്കും. നായക് സംഗ്രാം ബഹാദൂർ ഥാപ്പയുടെ ഗർഭസ്ഥശിശുവിന് തന്റെ പിതാവിനെ ഒരിക്കൽ പോലും കാണാനുള്ള ഭാഗ്യം ഉണ്ടാവില്ല. അവർക്ക് അച്ഛൻ എന്നാൽ ഒരു യുദ്ധകഥയിലെ നായകൻ മാത്രം. പിതാവിന്റെ സ്നേഹവും കരുതലും അനുഭവിക്കാതെ അവർ ജീവിതത്തെ നേരിടും. ആ സൈനികരുടെ മാതാപിതാക്കൾക്ക് വാർധക്യത്തിൽ അവരുടെ ധീരപുത്രന്മാരുടെ കരുതലും സ്നേഹാദരങ്ങളും ലഭിക്കില്ല. തങ്ങളുടെ ചിതയ്ക്ക് തീ കൊളുത്തേണ്ടവർ തങ്ങളുടെ മുന്നിൽ എരിഞ്ഞടങ്ങുന്നത് കാണേണ്ടിവരുന്ന അവരുടെ ഹൃദയത്തിൽ ശിഷ്ടകാലം മുഴുവൻ ആ ചിത നീറിക്കത്തിക്കൊണ്ടിരിക്കും.

ആവേശത്തോടെ ജയ് വിളികളും അമർ രഹെ മുദ്രാവാക്യങ്ങളും മുഴക്കുന്നവരും റീത്തുകൾ സമർപ്പിക്കുന്നവരും പ്രഭാഷണങ്ങൾ നടത്തുന്നവരും അത് റിപ്പോർട്ട് ചെയ്യുന്ന പത്രപ്രവർത്തകരും അന്ത്യസംസ്കാരം കഴിഞ്ഞു തങ്ങളുടെ ജീവിതത്തിലേക്ക് മടങ്ങിപ്പോകും. അച്ഛനും അമ്മയും സഹോദരങ്ങളും ഭാര്യയും കുട്ടികളും ഒക്കെയായി അവർ സന്തോഷത്തോടെ ജീവിക്കും. എന്നാൽ ഈ ദിവസത്തിന് ശേഷം അവർ വീരമൃത്യുവടഞ്ഞ ആ സൈനികനെപ്പറ്റിയോ അയാളുടെ വിധവയെപ്പറ്റിയോ കുട്ടികളെപ്പറ്റിയോ ആലോചിക്കുക പോലുമില്ല. അതൊരു സിനിമ കണ്ട ലാഘവത്തോടെ മറക്കും. തങ്ങൾ ഇന്നനുഭവിക്കുന്ന എല്ലാ സൗഭാഗ്യങ്ങൾക്കും കാരണം ഇങ്ങനെ അനേകംപേർ രാജ്യത്തിന്റെ അഖണ്ഡതയും സ്വാതന്ത്ര്യവും കാത്തുസൂക്ഷിക്കാനായി കൊടുത്ത തങ്ങളുടെ ജീവനും ജീവിതങ്ങളുമാണ് എന്ന് നാം എത്രപേർ ചിന്തിക്കും?

യുദ്ധത്തിൽ മരിച്ചതിനാൽ സർക്കാരിൽനിന്നും നല്ല കാശു കിട്ടിക്കാണും എന്ന് പരസ്പരം അടക്കം പറയുന്ന ചില ബന്ധുക്കളും സുഹൃത്തുക്കളും ആ കൂട്ടത്തിൽ ഉണ്ടാവും. എന്നാൽ തന്റെ ഭർത്താവ് മരണത്തിൽനിന്നും തിരിച്ചു വരുമെങ്കിൽ തന്റെ മുഴുവൻ സമ്പാദ്യങ്ങൾ മാ

ത്രമല്ല, തന്റെ ജീവൻപോലും കൊടുക്കാൻ ആ വീരനാരികൾ എപ്പോഴും തയാറാണ് എന്ന് സമ്പത്തിനുവേണ്ടി ആർത്തിപൂണ്ടു നടക്കുന്ന അത്തരം ആളുകൾക്ക് മനസ്സിലാവുമോ?

അടുത്ത ദിവസം എന്റെ പ്ലാറ്റൂണിനെ ഞങ്ങളുടെ പ്രതിരോധസ്ഥാനത്തുള്ള ട്രെഞ്ചുകളിൽ നിന്നും പിൻവലിച്ചു. മുന്നിൽ ബറ്റാലിയൻ ആക്രമിച്ചു കയറിയതിനാൽ ഇനി ഞങ്ങൾ പിറകിൽ പ്രതിരോധം തീർത്തിരിക്കുന്നതിൽ അർത്ഥമില്ലല്ലോ. ഞങ്ങൾക്ക് ഉടനടി ബ്രിഗേഡ് ഹെഡ്ക്വാർട്ടറിലേക്ക് പോകാൻ കല്പന കിട്ടി.

ഉച്ചയോടെ ബ്രിഗേഡ് ഹെഡ്ക്വാർട്ടറിൽ എത്തിച്ചേർന്ന ഞങ്ങൾക്ക് വളരെ ദിവസങ്ങൾക്കു ശേഷം നല്ല ഉച്ചഭക്ഷണം ലഭിച്ചു. ചോറും പരിപ്പും ചപ്പാത്തിയും ഉരുളക്കിഴങ്ങു തോരനും അച്ചാറും അടങ്ങിയ ആ ഭക്ഷണം ഒരു സാധാരണ ഹോട്ടലിൽ വിളമ്പിയാൽ മിക്കവരും മുഖം ചുളിക്കുമെങ്കിലും ഞങ്ങളെ സംബന്ധിച്ചിടത്തോളം അത് ശരിക്കും ഒരു മഹാസദ്യ തന്നെ ആയിരുന്നു. ഒരു യുദ്ധത്തിനിടയിൽ ഇത്തരം കൊച്ചുകൊച്ചു കാര്യങ്ങൾ മനസ്സിന് എത്ര സന്തോഷവും ഉന്മേഷവും പകരുന്നു എന്നത് അതീവ വിചിത്രമായ കാര്യം തന്നെയാണ്. നാല് മണിക്കൂർ ഉറങ്ങിയശേഷം ബ്രിഗേഡ് ഓപ്പറേഷൻസ് റൂമിലെത്താൻ ഞങ്ങൾക്ക് കൽപ്പന കിട്ടി.

ഓപ്പറേഷൻസ് റൂമിൽ ആ പ്രദേശത്തിന്റെ ഒരു സാൻഡ്മോഡൽ ഉണ്ടായിരുന്നു. നദിയും കുന്നുകളും മലകളും റോഡുകളും കാടുകളും ഏതാണ്ട് ശരിക്കും ഉള്ളതുപോലെ തന്നെ ക്രമീകരിച്ചുണ്ടാക്കിയ ആ മോഡലിൽ ബ്രിഗേഡ് ഇന്റലിജൻസ് ഓഫീസർ ഞങ്ങൾക്ക് ശത്രുവിന്റെയും ഞങ്ങളുടേയും പോസ്റ്റുകൾ, റോഡുകൾ, വഴികൾ, ശത്രു യൂണിറ്റുകൾ ഇവയൊക്കെ കാണിച്ചുകൊണ്ട് ദീർഘമായ ഒരു ബ്രീഫിങ് തന്നു. അതിൽ കാണിച്ചുതന്ന ശത്രുവിന്റെ ഒരു ഗൺ പൊസിഷൻ റെയ്ഡ് ചെയ്തു തകർക്കുകയാണ് ഞങ്ങൾക്ക് കിട്ടിയ മിഷൻ. ആറു മൗണ്ടെൻ ഹൊവിറ്റ്സർ ഗണ്ണുകൾ ഉള്ള ഒരു ബാറ്ററി ലൊക്കേഷൻ ആയിരുന്നു അത്. ബാറ്ററി എന്നാൽ കാലാൾപ്പടയിലെ കമ്പനിക്കു തുല്യമായ പീരങ്കിപ്പടയുടെ യൂണിറ്റ് ആണ്.

സാധാരണഗതിയിൽ ഒരു കമ്പനി പൊസിഷൻ അക്രമിക്കണമെങ്കിൽ കുറഞ്ഞത് ഒരു ബറ്റാലിയൻ എങ്കിലും വേണം. എന്നാൽ റെയ്ഡ് എന്നാൽ ഒരു സാധാരണ ആക്രമണം അല്ല. മറിച്ച് ശത്രുനിരകളുടെ പിന്നിലേക്ക് നുഴഞ്ഞു കയറി ശത്രുവിന്റെ തന്ത്രപ്രധാനമായ ഏതെങ്കിലും കേന്ദ്രം തകർത്ത് രക്ഷപ്പെട്ട് മടങ്ങിയെത്തുകയാണ് ഒരു റെയ്ഡിൽ സംഭവിക്കുന്നത്.

സുബേദാർ രവികുമാർ, ഹവിൽദാർ തോമസ് എന്നിവരടങ്ങിയ ആകെ പതിനഞ്ചുപേർ മാത്രമുള്ള ഒരു റെയ്ഡ് പാർട്ടിയെ ഞാൻ തയ്യാറാക്കി. മറ്റുള്ള സൈനികരോടും അതെ തയ്യാറെടുപ്പുകൾ തന്നെ നടത്താൻ കല്പന കൊടുത്തു. കാരണം അവസാനനിമിഷം എന്തെങ്കിലും കാരണവശാൽ ഈ പാർട്ടിയിലെ ഒരാൾക്ക് പോകാൻ സാധിച്ചില്ലെങ്കിൽ അതിനുപകരം ഒരാൾ വേണമല്ലോ.

പ്ലാൻ അനുസരിച്ച് വൈകുന്നേരം ഭക്ഷണം കഴിച്ച് അല്പം നേരം വീണ്ടും ഉറങ്ങിയ ഞങ്ങൾ രാത്രി ഒൻപതു മണിയോടെ വീണ്ടും ഒത്തുകൂടി സാൻഡ് മോഡലിൽ ഒന്നുകൂടി റിഹേഴ്സൽ ചെയ്തു. ഓരോ ചായയും കുടിച്ചു റെയ്ഡ് പാർട്ടി പോകാൻ തയാറായി. പ്ലാറ്റൂണിലെ മറ്റു സൈനികർ കൈതന്നും കെട്ടിപ്പിടിച്ചും ഞങ്ങൾക്ക് സുരക്ഷിതമായ മടക്കം ആശംസിച്ചു. ഞങ്ങളുടെ ലോക്കൽ പണ്ഡിറ്റ് ആയ നായക് സോമസുന്ദരം പൂജ ചെയ്തശേഷം ഞങ്ങൾക്ക് എല്ലാവർക്കും കുങ്കുമതിലകം ചാർത്തി.

അതിർത്തി ട്രെഞ്ചുകളിൽ എത്തിയപ്പോൾ മുൻകൂട്ടി തീരുമാനിച്ചതു പ്രകാരം പിറകിൽനിന്നും പീരങ്കിപ്പടയുടെ ഷെൽ വർഷം തുടങ്ങി. ഇപ്പോൾ ശത്രുക്കൾ ട്രെഞ്ചുകൾക്കുള്ളിൽ തല പൂഴ്ത്തി ഇരിക്കുകയാവും. എന്നാൽ ഞങ്ങൾക്ക് കടന്നുപോവാനുള്ള വഴി ഉൾപ്പെടുന്ന ഒരു കോറിഡോർ ഷെൽ വർഷം ഇല്ലാതെ ഒഴിച്ചിട്ടിരിക്കും. എന്നാൽ കനത്ത ഷെൽ വർഷത്തിൽ ശത്രുവിന് ഈ കാര്യം മനസ്സിലാകുകയും ഇല്ല.

ഏതാണ്ട് മൂന്ന് മണിക്കൂറുകൾ കൊണ്ട് ഞങ്ങൾ ശത്രു നിരകൾക്കുള്ളിലൂടെ നുഴഞ്ഞു കയറി ഗൺ പൊസിഷന്റെ അടുത്തെത്തി. നമ്മുടെ ഷെല്ലിങ്ങിന് മറുപടിയായി അവരും ഷെല്ലിങ് നടത്തുന്നുണ്ടായിരുന്നു. ഞങ്ങൾ അടുത്തുള്ള പൊന്തക്കാടുകൾക്കിടയിൽ ഒളിഞ്ഞിരുന്നു കൊണ്ട് അവിടെയുള്ള ഗണ്ണുകളുടെ വിന്യാസവും ആളുകളുടെ എണ്ണവും ശ്രദ്ധിച്ചു മനസ്സിലാക്കി. എല്ലാവരും എത്തി എന്നുറപ്പു വരുത്തിയശേഷം പ്ലാൻ പ്രകാരം ഞങ്ങൾ മൂന്നു ഗ്രൂപ്പുകളായി തിരിഞ്ഞു. ഗണ്ണുകൾ തകർക്കാനുള്ള ഗ്രൂപ്പ് എന്റെ കൂടെ ആയിരുന്നു. സുബേദാർ രവിയും നാലു സൈനികരും ഇടതുവശത്തുകൂടെ ചുറ്റി ഗൺ പൊസിഷന്റെ പിന്നിലെത്തി. ഹവിൽദാർ തോമസും മൂന്നു സൈനികരും വലതുവശത്തുകൂടെ ചുറ്റി ഗണ്ണുകളുടെ മുന്നിൽ ഇടതുവശത്തായി സ്ഥാനം ഉറപ്പിച്ചു.

ഗണ്ണുകളുടെ ഫയറിങ് നടക്കുന്ന സമയം അതിന്റെ ക്രൂ ചെവികൾ പൊത്തിപ്പിടിക്കും. അപ്പോൾ ഞങ്ങളുടെ തോക്കുകളുടെ താരതമ്യേന ചെറിയ ശബ്ദം കേൾക്കാൻ പ്രയാസമാണ്. അടുത്ത സാൽവോ ഫയറിംഗ് തുടങ്ങിയപ്പോൾ തന്നെ ഞങ്ങൾ മൂന്നു ഗ്രൂപ്പിൽ പെട്ടവരും മുൻ

പേ തീരുമാനിച്ചുറപ്പിച്ച ഗണ്ണുകളുടെ ക്രൂ ആയ ശത്രു സൈനികരെ ലക്ഷ്യം വെച്ച് വെടിയുതിർത്തു. നിമിഷങ്ങൾക്കുള്ളിൽ ആ ഗൺ ക്രൂവിലെ എല്ലാ ശത്രു സൈനികരും നിലത്തു വീണു. എന്റെ പാർട്ടിയുമായി ഞാൻ മുന്നോട്ടേക്കു കുതിച്ചു. സുബേദാർ രവിയും ഹവിൽദാർ തോമസും ഞങ്ങൾക്ക് കവറിങ് ഫയർ തരാനും വേണ്ടി വന്നാൽ ഇടപെടാനും തയാറായി അവരവരുടെ സ്ഥാനങ്ങളിൽ ജാഗരൂകരായിരുന്നു.

മിന്നൽവേഗത്തിൽ ഗൺ പൊസിഷനിൽ എത്തിയ ഞങ്ങൾ ആറുപേരും അവരവർക്കു നിശ്ചയിക്കപ്പെട്ട ഗണ്ണുകളുടെ അടുത്തെത്തി സ്ഫോടകവസ്തുക്കൾ അടങ്ങിയ ബാഗുകൾ എടുത്ത് അവയുടെ ഫ്യൂസ് ആക്റ്റിവേറ്റ് ചെയ്തശേഷം ഗണ്ണുകളുടെ ബാരലുകൾക്കുള്ളിലേക്ക് തള്ളിക്കയറ്റി. നിമിഷാർദ്ധത്തിനുള്ളിൽ ഞങ്ങൾ പഴയ ഒളിസ്ഥലത്തേക്കു മടങ്ങിയെത്തി. ഏതാനും സെക്കന്റുകൾക്കുള്ളിൽ ആ ആറു ഗണ്ണുകളും അതിഭയങ്കരമായ ശബ്ദത്തോടെ പൊട്ടിത്തെറിച്ചു. ഞങ്ങളുടെ റെയ്ഡ് വിജയകരമായിരിക്കുന്നു. എന്നാൽ ശത്രുക്കൾക്ക് അവിടെ എന്താണ് സംഭവിച്ചത് എന്ന് മനസ്സിലായിരിക്കും. ഞങ്ങളുടെ കവർ പൊളിഞ്ഞിരിക്കുന്നു. ഇനി ജീവനോടെ മടങ്ങി എത്തുക എന്നത് മാത്രമാണ് ഞങ്ങളുടെ മിഷൻ.

ഏതാനും മിനിറ്റുകൾക്കുള്ളിൽ മറ്റു ടീമുകൾ എല്ലാം ഞങ്ങളുടെ ഒളിസ്ഥലത്ത് ഒത്തുകൂടി. ഞങ്ങൾ രണ്ടു പാർട്ടികൾ ആയി തിരിച്ചു എക്സ് ഫിൽട്രേഷൻ അഥവാ രക്ഷപ്പെടൽ ആരംഭിച്ചു. മടങ്ങുന്ന വഴിക്ക് ശത്രുക്കളുമായി ഏറ്റുമുട്ടൽ ഉണ്ടായാൽ ആൾനാശം പരമാവധി കുറക്കാനും ശത്രുക്കളാൽ കണ്ടുപിടിക്കപ്പെടാനുള്ള സാധ്യത കുറക്കാനുമാണ് ഇങ്ങനെ രണ്ടു ടീമുകളായത്. സുബേദാർ രവികുമാർ ആദ്യത്തെ പാർട്ടിയെ നയിച്ചുകൊണ്ട് മുന്നേറി. ഏതാനും മിനിറ്റുകൾ കഴിഞ്ഞു ഞാനും ഹവിൽദാർ തോമസും മറ്റുള്ളവരും പുറപ്പെട്ടു. ഞങ്ങളുടെ ഓപ്പറേഷൻ വിജയിച്ചത് മനസ്സിലാക്കിയ ബ്രിഗേഡ് ഇന്റലിജൻസ് ഓഫീസറുടെ കല്പനപ്രകാരം നമ്മുടെ പീരങ്കിപ്പട ഞങ്ങളെ കവർ ചെയ്യാനായി ഫയറിംഗ് തുടങ്ങി. മാത്രമല്ല, ഞങ്ങൾക്ക് പോകാനുള്ള കോറിഡോർ ഒഴിച്ച് മറ്റുള്ള സ്ഥലങ്ങളിൽ ഉള്ള ശത്രു ട്രെഞ്ചുകൾക്കു നേരെ നമ്മുടെ മുൻനിര ട്രെഞ്ചുകളിൽ നിന്നും വെടിയുണ്ട വർഷം നടക്കുന്നുണ്ടായിരുന്നു.

മുന്നിലെ പാർട്ടി എത്ര ദൂരം പോയിരിക്കുന്നു എന്ന് കൂരിരുട്ടിൽ കാണാൻ പറ്റുമായിരുന്നില്ല. ഞങ്ങൾ എങ്ങനെയോ തപ്പിത്തടഞ്ഞു മുന്നോട്ടേക്ക് അതിവേഗം നീങ്ങിക്കൊണ്ടിരുന്നു. എന്നാൽ പെട്ടെന്ന് ശത്രുനിരയിൽനിന്നും ഫ്ളെയേഴ്സ് എന്നറിയപ്പെടുന്ന പ്രകാശം പരത്തുന്ന ഷെ

ല്ലുകൾ ആകാശത്തേക്ക് കുതിച്ചുയർന്നു. അവിടെയെങ്ങും പ്രകാശമാനമായി. ഒരിക്കൽ മോർട്ടറിൽ നിന്നും ഫയർ ചെയ്താൽ നാല്പത്തഞ്ചു സെക്കന്റുകളോളം ഈ ഫ്ളെയറുകൾ ആകാശത്തു നിന്നും ഒരു ചെറിയ സൂര്യനെപ്പോലെ പ്രഭ ചൊരിയും. ഓരോ നാൽപതു സെക്കന്റിലും ഇവ ഫയർ ചെയ്താൽ യുദ്ധക്കളം പകൽ പോലെ ആയിത്തീരും. ശത്രുക്കൾക്ക് നമ്മുടെ വിജയകരമായ റെയ്ഡിനെപ്പറ്റി വിവരം കിട്ടി എന്ന് വ്യക്തം. ഇനി അവർ ഏതുവിധേനയും റെയ്ഡ് പാർട്ടിയെ നശിപ്പിക്കാനോ ജീവനോടെ പിടിക്കാനോ ശ്രമിക്കും.

കാട്ടുപൊന്തകളുടെ മറപറ്റിയും വെള്ളമൊലിച്ചുണ്ടായ തോടുകളിൽ ഇഴഞ്ഞും ഞങ്ങൾ മുന്നോട്ടു നീങ്ങി. രവി സാബിന്റെ ടീമിനെ കാണാനേ പറ്റിയില്ല. അവർ അത്രയും സൂക്ഷ്മമായാണ് മുന്നോട്ടു പോകുന്നത് എന്ന് ഞങ്ങൾക്ക് മനസ്സിലായി.

അതിർത്തിക്കടുത്ത് ഞങ്ങൾ ക്രോസ്സ് ചെയ്തുവന്ന പോയിന്റിനും ഒരു നൂറ് നൂറ്റമ്പത് മീറ്റർ പിന്നിൽ ഞങ്ങൾ എത്തിയപ്പോൾ വലതു വശത്തുനിന്നും ഞങ്ങൾക്ക് നേരെ വെടിപൊട്ടി. വെടിയുണ്ടകൾ ചുറ്റുപാടും ചീറിപ്പാഞ്ഞപ്പോൾ ഞങ്ങൾ കുഴികളിലും പാറകളുടെ പിന്നിലും അഭയം തേടി. ഉടനെ തന്നെ ശത്രുവിന്റെ വിന്യാസരേഖക്ക് തൊട്ടപ്പുറത്തു നോമാൻസ് ലാൻഡിൽ നിന്നും ഞങ്ങൾക്ക് നേരെ വെടിയുതിർത്തു കൊണ്ടിരുന്ന പോയിന്റിലേക്ക് അതിശക്തമായ വെടിവെപ്പ് നടന്നു. സുബേദാർ രവികുമാറിന്റെ ടീം നോമാൻസ് ലാൻഡിൽ എത്തിയിരിക്കുന്നു. പിന്നിൽ നടന്ന കാര്യം മനസ്സിലാക്കിയ ടീം ഞങ്ങൾക്ക് കവറിങ് ഫയർ തരികയാണ്.

കവറിങ് ഫയറിന്റെ മറവിൽ ഞങ്ങൾ വീണ്ടും മുന്നോട്ടേക്കു നീങ്ങി. ശത്രുക്കളുടെ ട്രെഞ്ച് പൊസിഷൻ കടന്ന ഞങ്ങൾ ഇടയ്ക്കിടെ പിന്നോട്ടേക്കു തിരിഞ്ഞു വെടിവെച്ചുകൊണ്ട് നൊമാൻസ് ലാൻഡിന്റെ മുക്കാൽ ഭാഗത്തോളം കടന്നു. രവി സാബിന്റെ ടീം മുന്നിലെ നമ്മുടെ ട്രെഞ്ചിൽ ഇറങ്ങി കവറിങ് ഫയർ തരുന്നുണ്ടായിരുന്നു. ഒരു പതിനഞ്ചു മീറ്റർ കൂടി പോയാൽ നമ്മുടെ ഫോർവേഡ് ട്രെഞ്ചിൽ എത്തും. ഞാനും എന്റെ ബഡ്ഡിയും തിരിഞ്ഞു നിന്ന് ഫയർ ചെയ്തു. മറ്റുള്ളവർ കുതിച്ചോടി ട്രെഞ്ചുകളിലേക്കു ചാടി അവിടെനിന്നും കവറിങ് ഫയർ തന്നു. ഞങ്ങൾ ട്രെഞ്ചുകളിലേക്കു കുതിച്ചു. എന്നാൽ ട്രെഞ്ചിലേക്ക് എത്താൻ വെറും അഞ്ചു മീറ്റർ ഉള്ളപ്പോൾ എന്റെ പിറകിൽ അതിശക്തമായ ഒരു പ്രഹരം ഏറ്റതുപോലെ എനിക്ക് തോന്നി. പിന്നെ എനിക്ക് ഒന്നും ഓർമ്മയുണ്ടായിരുന്നില്ല. വെടിയേറ്റ എന്നെ ഹവിൽദാർ തോമസും ട്രെഞ്ചിൽനിന്നും ചാടിക്കയറിയ മറ്റു രണ്ടു സൈനികരുംകൂടി വല്ലവിധേനയും ട്രെ

ഞ്ചിനുള്ളിൽ എത്തിച്ചു എന്നും പ്രഥമശുശ്രൂഷക്കുശേഷം ഒരുവിധത്തിൽ ഫീൽഡ് ഹോസ്പിറ്റലിൽ എത്തിച്ചു എന്നും ഞാൻ പിന്നീട് മനസ്സിലാക്കി. ആ ദിവസം ആ യുദ്ധത്തിലെ എന്റെ അവസാന ദിവസമായിരുന്നു.

ഫീൽഡ് ഹോസ്പിറ്റലിൽ എത്തിയ എന്റെ അവസ്ഥ വളരെ മോശമായിരുന്നു. യുദ്ധസമയത്ത് ഫീൽഡ് ഹോസ്പിറ്റലുകളിൽ മുൻഗണനാക്രമം അനുസരിച്ചാണ് ചികിൽസിക്കുക. ചികിത്സയോട് പെട്ടെന്ന് പ്രതികരിക്കുന്ന, അതീവ ഗുരുതരമല്ലാത്ത കേസുകൾ ആദ്യം നോക്കുന്നു. ശ്രദ്ധവേണ്ട ചെറിയ കേസുകൾ പിന്നെ നോക്കുന്നു. അതീവ ഗുരുതരമായ, മേജർ ഓപ്പറേഷൻ വേണ്ടിവരുന്ന അധികം പ്രതീക്ഷയില്ലാത്ത കേസുകൾ ഏറ്റവും അവസാനമാണ് നോക്കുക. കാരണം അത്തരത്തിൽ ഒരാളുടെ ജീവൻ രക്ഷിക്കുന്ന സമയവും പ്രയാസവും ഉണ്ടെങ്കിൽ മറ്റുള്ള മൂന്നോ നാലോ ജീവൻ രക്ഷിക്കാനാകും. രക്ഷപ്പെടുമെന്ന് യാതൊരു ഉറപ്പും ഇല്ലാത്ത ഒരു രോഗിയുടെമേൽ കൂടുതൽ സമയം ചെലവഴിച്ചാൽ ആ സമയത്തു രക്ഷപെടാൻ സാധ്യതയുള്ള പല രോഗികളും മരണത്തിനു കീഴടങ്ങി എന്നും വരാം. ഞാൻ ഈ മുറിവ് അതിജീവിക്കില്ല എന്നായിരുന്നു ഡോക്ടറുടെ അഭിപ്രായം. അതിനാൽ രക്തസ്രാവം നിയന്ത്രിച്ചു വേദനസംഹാരി തന്ന എന്നെ ഒരു വശത്തു കിടത്തി ഡോക്ടർ മറ്റുള്ളവരെ നോക്കാൻ തുടങ്ങി.

എന്നാൽ എന്റെ പ്ലാറ്റൂൺ ജെ സി ഓ സുബേദാർ രവികുമാർ ഇത് കണ്ടു കോപാകുലനായി. ഡോക്ടറെയും നഴ്സിംഗ് അസ്സിസ്റ്റന്റുമാരെയും നിർബന്ധിച്ച് ആവുന്നത്ര ചികിത്സ അദ്ദേഹം ചെയ്യിച്ചു. എന്റെ സാബിന് എന്തെങ്കിലും പറ്റിയാൽ ജീവനോടെ വിടില്ല എന്ന് ഡോക്ടറെ ഭീഷണിപ്പെടുത്തുക പോലും ചെയ്തു. എങ്ങനെയോ റേഡിയോവിൽ കമാൻഡിങ് ഓഫീസറെ ബന്ധപ്പെട്ട രവി സാഹബ് വിവരങ്ങൾ അറിയിക്കുകയും ബ്രിഗേഡ് കമാണ്ടറുടെ സഹായത്തോടെ എത്രയും പെട്ടെന്ന് എന്നെ മിലിറ്ററി ഹോസ്പിറ്റലിൽ എത്തിക്കാൻ ഏർപ്പാട് ചെയ്യുകയും ചെയ്തു. മിലിറ്ററി ഹോസ്പിറ്റലിൽ ഏതാനും എമർജൻസി സർജറികൾ കഴിഞ്ഞ എന്നെ ബോധം വന്നതിനുശേഷം ഡൽഹിയിലെ വലിയ ബേസ് ഹോസ്പിറ്റലിൽ എത്തിച്ചു. അവിടെ അഞ്ചു മാസത്തോളം കഴിഞ്ഞതിനു ശേഷമാണ് ഞാൻ സുഖം പ്രാപിച്ചത്. കേണൽ പറഞ്ഞു നിർത്തി.

പ്രശാന്ത് കഥ കേട്ട് തരിച്ചിരുന്നു. ഇത്രയും വർഷങ്ങൾക്കു മുൻപേ, ഇത്രയും സൗകര്യങ്ങൾ ഒന്നും ഇല്ലാത്ത കാലത്ത് ഇത്തരം ഒരു അഗ്നി പരീക്ഷ അതിജീവിക്കുക എന്നാൽ പ്രയാസം തന്നെ ആണ്.

ഓരോ സംഭവവും നമ്മുടെ ജീവിതത്തെ മാറ്റി മറിക്കുന്നു. മരണ

ത്തിന്റെ വായിൽനിന്നും സുബേദാർ രവികുമാർ എന്ന മനുഷ്യന്റെ ഇട പെടൽ ഒന്നു കൊണ്ടു മാത്രം രക്ഷപ്പെട്ട എനിക്ക് ബേസ് ഹോസ്പിറ്റ ലിലെ വാസം ജീവിതം തന്നെ മാറ്റി മറിക്കാൻ കാരണമായി.

'അതെങ്ങനെ സർ?'

വളരെ അവശ നിലയിലായിരുന്ന എന്നെ ഐ സി യു വിൽ ഡ്യൂട്ടി യിൽ നിന്ന് പരിചരിച്ച മിലിറ്ററി നഴ്സിംഗ് ഓഫീസർമാരിൽ ഒരാളായി രുന്നു ജി എം കെ എന്ന ചുരുക്കപ്പേരിൽ അറിയപ്പെട്ടിരുന്ന സെക്കൻഡ് ലെഫ്റ്റനന്റ് ഗ്രേസ് മേരി കൃഷ്ണൻ. പിന്നീട് നാലുമാസത്തെ ആശു പത്രി വാസത്തിനിടയിൽ ഞങ്ങൾ കൂടുതൽ അടുത്തു. അടുപ്പം സ്നേ ഹബന്ധമായി മാറുകയും ചെയ്തു. രണ്ടു വർഷങ്ങളോളം തുടർന്ന ആ സ്നേഹബന്ധം വിവാഹത്തിൽ പര്യവസാനിച്ചു. പഞ്ചാബിൽ എന്റെ ഗ്രാമത്തിലെ ഗുരുദ്വാരയിൽ നടന്ന വിവാഹത്തിനുശേഷം ഞങ്ങൾ കേ രളത്തിൽ അവളുടെ ഗ്രാമത്തിലെ ചർച്ചിൽ ക്രിസ്ത്യൻ ആചാരപ്രകാര വും വിവാഹിതരായി. അഞ്ചു ദശകങ്ങൾ സന്തോഷമായി ജീവിച്ചു. ഒടു വിൽ വിധി ക്യാൻസറിന്റെ രൂപത്തിൽ എത്തി അവളെ കൊണ്ട് പോയി. കേണലിന്റെ കണ്ണുകളിൽനിന്നും കണ്ണീർ ധാരയായി ഒഴുകി.

'നമുക്കിനി നാളെ സംസാരിക്കാം. എനിക്ക് അൽപനേരം ഒറ്റക്കിരി ക്കണം.' കേണൽ പറഞ്ഞു.

പ്രശാന്ത് എഴുന്നേറ്റു കാൽപാദങ്ങൾ മുട്ടിച്ച് അറ്റെൻഷൻ ആയ ശേ ഷം പുറത്തുകടന്നു. ഒന്നും പറയാൻ കഴിഞ്ഞില്ല. അല്ലെങ്കിലും എന്ത് പറയാൻ?

നാം ജീവിതത്തിൽ അനുഭവിക്കുന്ന കാര്യങ്ങളിൽ നമുക്ക് എന്തെ ങ്കിലും നിയന്ത്രണം ഉണ്ടോ? അങ്ങനെ ഉണ്ടെങ്കിൽ ആരെങ്കിലും മോശ മായ കാര്യങ്ങൾ ചെയ്യുമോ? മഹാവിനാശകാരിയായ യുദ്ധങ്ങൾ ഉണ്ടാ കുമോ?

യദഹംകാരമാശ്രിത്യ ന യോത്സ്യ ഇതി മന്യസേ
മിഥ്യൈഷ വ്യവസായസ്തേ പ്രകൃതിസ്ത്വാം നിയോക്ഷ്യതി

അല്ലയോ അർജുനാ, ഞാൻ യുദ്ധം ചെയ്യുകയില്ല എന്ന നിന്റെ അഹങ്കാരം നിറഞ്ഞ സമീപനം വെറുതെയാണ്. നിന്റെ പ്രകൃതി അഥവാ നിന്റെ സ്വഭാവം നിന്നെക്കൊണ്ടു യുദ്ധം ചെയ്യിച്ചേ അടങ്ങുകയുള്ളൂ.

യുദ്ധവും സമാധാനവും ജീവിതമാകുന്ന പ്രഹേളികയുടെ രണ്ടു ഭാ ഗങ്ങൾ മാത്രമാണ്. മനുഷ്യൻ എത്ര പുരോഗമിച്ചാലും യുദ്ധങ്ങൾ ഒ രുവിധത്തിൽ അല്ലെങ്കിൽ മറ്റൊരു വിധത്തിൽ നടന്നുകൊണ്ടിരിക്കും. യുദ്ധമില്ലാതെ സമാധാനമില്ല. യുദ്ധമില്ലാതെ ജീവിതമില്ല. ജീവിതംതന്നെ ഒരു യുദ്ധമാണല്ലോ?

ഉപസംഹാരം

തസ്മാദുത്തിഷ്ഠ കൗന്തേയ യുദ്ധായ കൃത നിശ്ചയഃ

അടുത്ത ദിവസം രാവിലെ ഡോക്ടർ വന്നത് നല്ലൊരു സന്തോഷ വാർത്തയുമായാണ്.

'ഗുഡ് മോർണിംഗ് ഹീറോ, ഐ ഗോട്ട് എ ഗുഡ് ന്യൂസ് ഫോർ യു. മെഡിക്കൽ ബോർഡ് ഹാസ് അപ്രൂവ്ഡ് യുവർ ഡിസ്ചാർജ് വിത്ത് മെഡിക്കൽ ലീവ്.'

തന്നെ നാല്പത്തിയഞ്ചു ദിവസത്തെ മെഡിക്കൽ ലീവോടെ ഡിസ്ചാർജ് ചെയ്യുന്നു. നാട്ടിൽ പോയി മെഡിക്കൽ ലീവ് കഴിഞ്ഞശേഷം യൂണിറ്റിൽ റിപ്പോർട്ട് ചെയ്യണം. അന്നുതന്നെ അടുത്തുള്ള മിലിറ്ററി ഹോസ്പിറ്റലിൽ റിവ്യു ബോർഡിന് മുൻപാകെ ഹാജരാകണം. അവർ ടെസ്റ്റുകൾ നടത്തിയശേഷം തന്റെ ആരോഗ്യനില അനുസരിച്ചുള്ള മെഡിക്കൽ കാറ്റഗറി തരും ആ കാറ്റഗറി പ്രകാരമുള്ള ഡ്യൂട്ടികളിൽ തനിക്കു ഏർപ്പെടാം. നാളെ പുറപ്പെടാം.

ഡോക്ടർ പോയ ഉടനെ തന്നെ പ്രശാന്ത് കേണൽ വിക്രം സിംഗിന്റെ മുറിയിലേക്ക് പോയി. അദ്ദേഹവും നാളെത്തന്നെ ഡിസ്ചാർജ് ആവുകയാണ്. മിക്കവാറും അടുത്ത ആഴ്ച അമേരിക്കയിലേക്ക് പോകും.

വീട്ടിൽ പോകുന്നതിന്റെ സന്തോഷം അലതല്ലുന്നുണ്ടായിരുന്നെങ്കിലും കേണലിനെ വിട്ടു പിരിയുന്നത് വളരെ വിഷമകരമായിരുന്നു. ആ കുറച്ചു ദിവസങ്ങൾ കൊണ്ടുതന്നെ അവർ തമ്മിൽ ഗഹനമായ ഒരു ആത്മബന്ധം സ്ഥാപിച്ചിരുന്നു. രണ്ടുപേരും ടെലിഫോൺ നമ്പറുകളും അഡ്രസ്സും ഒക്കെ കൈമാറി തമ്മിൽ സന്ദർശിക്കാമെന്ന വാഗ്ദാനവും ചെയ്തു.

അന്ന് മുഴുവൻ ഡിസ്ചാർജ് പേപ്പറുകൾ തയാറാക്കുന്നതിന്റെയും ടിക്കറ്റ് ബുക്ക് ചെയ്യുന്നതിന്റെയും തിറക്കുകളായിരുന്നു. വൈകുന്നേരം

അൽപനേരം കൊച്ചുവർത്തമാനം പറഞ്ഞിരിക്കാൻ സമയം കിട്ടി. അപ്പോൾ രണ്ടുപേർക്കും സന്തോഷത്തേക്കാൾ അല്പം വിഷാദമാണ് തോന്നിയത്. നല്ല കാപ്പിക്ക് പോലും ആ വിഷാദഭാവം മാറ്റാൻ കഴിഞ്ഞില്ല.

എവിടെനിന്നോ വന്ന രണ്ടുപേർ. അവരെ ബന്ധിപ്പിക്കുന്നത് സൈന്യം എന്ന ഒരു കണ്ണി മാത്രം. എന്നാൽ കണ്ട ഉടനെ എപ്പോഴോ പിരിഞ്ഞ രണ്ടു സഹോദരൻമാരെപ്പോലെ തമ്മിൽ അടുക്കുകയും ഇത്രയും ദിവസം സന്തോഷമായി കഴിയുകയും ചെയ്തു. ഇപ്പോൾ തമ്മിൽ പിരിയുമ്പോൾ എന്തോ ഒരു വിഷമം. എന്നാൽ പിരിയുന്നത് വീണ്ടും കണ്ടു മുട്ടാൻ മാത്രമാണ് എന്ന ആശ്വാസവും.

അടുത്ത ദിവസം കേണലിനോടും ഡോക്ടറോടും ബെറ്റിയോടും വികാരനിർഭരമായ വിടപറയലിനുശേഷം പ്രശാന്ത് ഹോസ്പിറ്റലിന്റെ ഗേറ്റ് കടന്നു വിശാലമായ ലോകത്തേക്കിറങ്ങി. ഡോക്ടറുടെ കരുതലും കേണലിന്റെ സ്നേഹവും ബെറ്റിയുടെ നിറഞ്ഞ കണ്ണുകളും മനസ്സിൽ തങ്ങി നിൽക്കുന്നു. അവ ജീവിതകാലം മുഴുവൻ കൂടെയുണ്ടാകും. അവർ തന്റെ ജീവിതത്തിന്റെ ഭാഗമായിക്കഴിഞ്ഞിരിക്കുന്നു.

സംഭവരഹിതമായ യാത്രക്ക്ശേഷം വീട്ടിലെത്തിയ പ്രശാന്ത് ഗേറ്റിനടുത്തു തന്നെ പ്രതീക്ഷിച്ചു നിൽക്കുന്ന കുടുംബത്തെയാണ് കണ്ടത്. അച്ഛനും അമ്മയും ബാഗുകൾ എടുത്തു വെക്കുമ്പോൾ പ്രശാന്ത് തന്റെ മകളെ കൊഞ്ചിച്ചു കൊണ്ടിരിക്കുകയായിരുന്നു. ഈ ഭാഗ്യം തനിക്കുണ്ടാകില്ല എന്നുറപ്പായ ആ നിമിഷങ്ങളെ പ്രശാന്ത് വീണ്ടും ഓർത്തു.

നാല്പത്തിയഞ്ചു ദിവസങ്ങൾ ഒരു മനോഹര സ്വപ്നം പോലെ കടന്നുപോയി. ഏറെക്കാലത്തെ ഒറ്റക്കുള്ള സൈനിക ജീവിതത്തിനും മരണവുമായുള്ള അനേകം കൂടിക്കാഴ്ചകൾക്കും നീണ്ട ആശുപത്രി വാസത്തിനും ശേഷം വീണുകിട്ടിയ കുറച്ചു നാളുകൾ സ്വർഗീയമായ ഒരു അനുഭവമായിരുന്നു.

ഒടുവിൽ യാത്ര തിരിക്കാനുള്ള ദിവസം വന്നെത്തി.

മകളെ മടിയിൽ ഇരുത്തിക്കൊണ്ട് റെയിൽവേ സ്റ്റേഷന്റെ ബെഞ്ചിൽ ഇരുന്ന് പ്രശാന്ത് താൻ ഡൽഹിയിൽനിന്നും ട്രെയിൻ കയറിയ ആ ദിവസത്തെപ്പറ്റി ആലോചിച്ചു. വെറും മുപ്പതു ദിവസത്തെ ലീവിന് അന്ന് വണ്ടി കയറിയ തന്റെ ജീവിതത്തിൽ കുറച്ചു നിമിഷങ്ങൾക്കുള്ളിൽ ആഞ്ഞടിച്ച കൊടുംകാറ്റ് ആ യാത്ര മാസങ്ങളുടെ ദൈർഘ്യം ഉള്ളതാക്കിത്തീർത്തു. ഇനി ഇവിടെനിന്നും വണ്ടി കയറിയാൽ തന്റെ മുന്നിൽ എന്തൊക്കെ അനുഭവങ്ങളാണ് വിധി കരുതി വെച്ചിട്ടുള്ളത്?

ജീവിതം സിനിമ ഷൂട്ട് ചെയ്തുവച്ച ഒരു ഫിലിം റീൽ പോലെ ആണെന്ന് പറഞ്ഞു കേട്ടിട്ടുണ്ട്. വർത്തമാനം നമുക്ക് വെളിപ്പെട്ടു വരുന്നു. ഭാവിയിൽ സംഭവിക്കാനുള്ളതും റെക്കോർഡ് ചെയ്ത് അതിനുള്ളിൽ ഉണ്ട്. എന്നാൽ അത് നമുക്ക് വെളിപ്പെടണമെങ്കിൽ ആ സമയം വന്നെത്തണം. ആ റീൽ പ്രകാരം സംഭവിക്കേണ്ട കഥാഗതി അതിന്റെ കൃത്യസമയത്തു തന്നെ സംഭവിക്കും. പക്ഷെ അത് വിധി വാദം അല്ലേ? ഒരു മനുഷ്യന് തന്റെ സ്വതന്ത്രബുദ്ധി ഉപയോഗിച്ച് ഇനി വരാൻ ഉള്ളതിനെ മാറ്റിയെടുക്കാൻ ആവില്ലെങ്കിൽ പിന്നെ ജീവിതത്തിനു തന്നെ എന്തർഥമാണുള്ളത്? നാമെല്ലാം ആരോ എഴുതിയ നാടകം ആടിത്തീർക്കുന്ന വെറും മനുഷ്യപ്പാവകൾ മാത്രമാണോ?

ഒരു വാഹനത്തിൽ രാത്രി യാത്ര ചെയ്യുമ്പോൾ അതിന്റെ ലൈറ്റുകൾ കാണിക്കുന്ന ദൂരം മാത്രമേ നമുക്ക് കാണാനാവുകയുള്ളൂ. എന്നാൽ നാം മുന്നോട്ടു പോകുന്തോറും അതിനനുസരിച്ച് മുന്നോട്ടുള്ള വഴി നമുക്ക് വെളിപ്പെട്ടുവരും. എന്നാൽ ആ വാഹനത്തിന്റെ സ്റ്റിയറിങ് നമ്മുടെ കൈയിൽ ഉണ്ട്. നമുക്ക് റോഡുകൾ മാറ്റാനാവില്ല. എന്നാൽ നമുക്ക് ഇഷ്ടപ്പെട്ട റോഡുകളിലേക്ക് തിരിയാനാവും. വാഹനത്തിന്റെ സ്പീഡ് നിയന്ത്രിക്കാനാവും. വേണമെങ്കിൽ റോഡരികിൽ നിർത്തിയിടാനാകും. അടുത്തുള്ള ഢാബയിൽ കയറി ഇഷ്ടപ്പെട്ട ഭക്ഷണം രുചിയോടെ കഴിക്കാനാവും. വാഹനത്തിന്റെ വേഗത കുറച്ച് പ്രകൃതിഭംഗി ആസ്വദിക്കാനാകും. ഒരുപക്ഷെ യാത്രയിൽ അപകടങ്ങൾ പറ്റിയേക്കാം. അവയെ നമുക്ക് നിയന്ത്രിക്കാനാവില്ലെങ്കിലും വേണ്ട മുൻകരുതലുകൾ എടുത്ത് അവയെ ഒഴിവാക്കാനോ ലഘൂകരിക്കാനോ പറ്റും.

ജീവിതത്തെ ഒരു എഴുതപ്പെട്ട കഥ ആടിത്തീർക്കുന്ന രംഗപീഠം എന്നതിലുപരി ഒരു വാഹനം ഓടിക്കുന്നതുമായി താരതമ്യപ്പെടുത്താനാണ് പ്രശാന്തിന് തോന്നിയത്. മനുഷ്യന്റെ ഇച്ഛാശക്തിക്കും തീരുമാനങ്ങൾക്കും സംഭവഗതികളെ മാറ്റി മറിക്കാനാവും. അന്ന് താൻ ബെർത്തിൽനിന്നും എഴുന്നേൽക്കാതെ അവിടെത്തന്നെ കിടന്നിരുന്നെങ്കിൽ ആ ആറു കൊള്ളക്കാരും ജീവനോടെ ഉണ്ടാകുമായിരുന്നു. താൻ എത്രയോ ദിവസങ്ങൾക്കു മുൻപേ തന്നെ അവധി കഴിഞ്ഞു മടങ്ങിപ്പോകുമായിരുന്നു. എന്നാൽ ആ ആറു കൊള്ളക്കാർ എത്രപേരെ കൊള്ളയടിച്ചു കാണും? എത്രപേരെ കൊന്നുകാണും? താൻമൂലം രക്ഷപെട്ടവരിൽ എത്രപേർ ഭാവിയിൽ അടുത്ത തലമുറയെ സൃഷ്ടിച്ചുകാണും? അടുത്ത നൂറു വർഷങ്ങളിൽ ആ തലമുറകൾ എത്ര വളർന്നു കാണും? അങ്ങനെ ഭാവിയിലെ ആയിരക്കണക്കിനാളുകളുടെ ജന

നത്തിനും ജീവിതത്തിനും വെറും ഒരു നിമിഷാർദ്ധത്തിൽ താൻ എടുത്ത ഒരു തീരുമാനമല്ലേ കാരണമാവുക?

ചിന്തകൾ കാടുകയറിപ്പോകുന്നു. ദീപ്തിയുടെ കൈ തന്റെ കൈയിൽ മുറുകിയപ്പോളാണ് വണ്ടി പ്ലാറ്റ്ഫോമിലേക്കു പ്രവേശിക്കുന്നത് പ്രശാന്ത് കണ്ടത്. അച്ഛനമ്മമാരുടെ മുഖങ്ങളിൽ ഇരുട്ട് പടർന്നു. ദീപ്തിയുടെ കണ്ണുകളിൽ ഏതു നിമിഷവും വർഷിക്കാവുന്ന സങ്കടമഴ പോലെ അശ്രുബിന്ദുക്കൾ ഉരുണ്ടുകൂടിയിരിക്കുന്നു. വലിയ ശബ്ദത്തോടെ നിരങ്ങി നിരങ്ങി തീവണ്ടി പ്ലാറ്റ്ഫോമിൽ നിശ്ചലമായി നിന്നു. ആളുകൾ പ്ലാറ്റ്ഫോമിലൂടെ ബാഗുകളും വലിച്ചുകൊണ്ട് കംപാർട്മെന്റുകളിലേക്ക് ഓടുന്നു. ചായ, ഉഴുന്നുവട വിളികൾ പ്ലാറ്റ്ഫോമിലെമ്പാടും മുഴങ്ങാൻ തുടങ്ങി. പ്രശാന്ത് ബാഗുകൾ കൂപ്പെയിൽവെച്ച് വീണ്ടും പുറത്തിറങ്ങി മകളെ കൈയിലെടുത്തു കൊഞ്ചിച്ചു. ദീപ്തി കൈയിൽ മുറുകെ പിടിച്ചിരിക്കുന്നു. തീവണ്ടി നീണ്ട ഹോൺ മുഴക്കി. അതൊരു യുദ്ധകാഹളം പോലെ ആയിരുന്നു.

ബെറ്റിയെ അവസാനമായി ഒന്ന് കൂടി ചുംബിച്ച് ദീപ്തിയുടെ കൈയിൽ കൊടുത്ത പ്രശാന്ത് വണ്ടിയിൽ ചാടിക്കയറി. വണ്ടി സാവധാനം മുന്നോട്ടു നീങ്ങുമ്പോൾ അശ്രുധാരകൾ ദീപ്തിയുടെ കണ്ണുകളിൽ നിന്നും ഒലിച്ചിറങ്ങി. നിറഞ്ഞ കണ്ണുകളോടെ നോക്കുമ്പോൾ അവർ എല്ലാവരും കൈ വീശുന്നു. അവർ ചെറുതായി ചെറുതായി ഈറനായ കണ്ണുകളിൽ നിന്നും മറയുവോളം പ്രശാന്ത് കൈവീശിക്കൊണ്ട് വാതിൽക്കൽ തന്നെ നിന്നു.

വാതിൽക്കൽ നിന്നും വന്നു സീറ്റിലിരുന്നപ്പോൾ മനസ്സിൽ വന്നത് തന്റെ പ്ലാറ്റൂണും സുബേദാർ ഠാക്കൂറും വിനയ് ശർമയും ഹരിമോഹനും മറ്റുള്ള സൈനികരും ആണ്. വെടിമരുന്നിന്റെയും വെടിയേറ്റ പൈൻ മരങ്ങളുടെയും ഗന്ധം എവിടെനിന്നോ വരുന്നതുപോലെ തോന്നി. ഒരു ടെലിവിഷൻ സ്ക്രീനിൽ സീൻ മാറുന്ന ലാഘവത്തോടെ മനസ്സിലെ ചിത്രങ്ങൾ മാറിമറഞ്ഞു വന്നു. കുടുംബത്തിന്റെയൊപ്പം ഉള്ളപ്പോൾ അനുഭവിച്ച നിമിഷനേരത്തെ ദൗർബല്യം എവിടെയോ പോയ്മറഞ്ഞു. ഇപ്പോൾ മനസ്സിൽ അടുത്ത ഓപ്പറേഷൻ എന്തായിരിക്കുമെന്ന ചിന്തയും ആവേശം നിറഞ്ഞ ആകാംക്ഷയും മാത്രം. തന്റെ രാജ്യത്തിന് വേണ്ടി ജീവനെടുക്കാനും കൊടുക്കാനും തയ്യാറായിരിക്കുന്ന സൈനികന്റെ മനോനില അങ്ങനെ തന്നെ ആയിരിക്കും.

ഹതോ വാ പ്രാപ്യസി സ്വർഗം ജിതോ വാ ഭോക്ഷ്യസി മഹീം
തസ്മാദുത്തിഷ്ഠ കൗന്തേയ യുദ്ധായ കൃത നിശ്ചയഃ

യുദ്ധത്തിൽ വധിക്കപ്പെട്ടാൽ വീരസ്വർഗം ലഭിക്കും. വിജയിച്ചാൽ ഭൂമിയിലെ ഐശ്വര്യങ്ങൾ അനുഭവിക്കാം. അതിനാൽ അർജുനാ, എഴുന്നേൽക്കൂ, യുദ്ധം ചെയ്യാനുള്ള ദൃഢനിശ്ചയത്തോടെ.

നിർഭാഗ്യവശാൽ ഇന്നും നാം ജീവിക്കുന്നത് മതിലുകൾ കൊണ്ട് വേർതിരിക്കപ്പെട്ട ഒരു ലോകത്താണ്. രാഷ്ട്രീയത്തിന്റെയും മതത്തിന്റെയും വിശ്വാസത്തിന്റെയും ഭൂമിശാസ്ത്രത്തിന്റെയും ഇഷ്ടികകൾ വച്ച് അസഹിഷ്ണുതയുടെയും അവിശ്വാസത്തിന്റെയും ചാന്തിനാൽ പടുത്തുയർത്തിയ വന്മതിലുകൾ മനുഷ്യരാശിയെ വേർതിരിക്കുന്നു. മനുഷ്യത്വത്തിന്റെ ചുഴലിക്കൊടുങ്കാറ്റുകൾ ലോകമാസകലം ചീറ്റിയടിച്ച് ആ മതിലുകൾ തകർത്തെറിയുന്ന ദിനം വരെ അവ കാത്തുസൂക്ഷിക്കാൻ യുദ്ധസജ്ജരായ ധീരന്മാർ ഉണ്ടാവേണ്ടത് എല്ലാവരുടെയും ആവശ്യമാണ്.

മാനവിക സംസ്കാരങ്ങളുടെ ചരിത്രങ്ങളിൽ ഭൂരിഭാഗവും ചോര കൊണ്ടെഴുതപ്പെട്ടവയാണ്. ഭീഷണമായ യുദ്ധഭൂമികളിൽ ചടുലമായ സീൽക്കാരത്തോടെ നടനമാടി മതിമറന്നു രുധിരപാനം ചെയ്യുന്ന വാൾമുനകളിൽനിന്നും ചീറ്റിത്തെറിച്ച രക്തത്തുള്ളികളാണ് സംസ്കാരങ്ങളുടെ കാൻവാസുകളിൽ മാറ്റങ്ങളുടെ ചിത്രങ്ങൾ രചിച്ചത്. അത്തരം ചിത്രങ്ങളാണ് ഇതിഹാസങ്ങളായി മാറുന്നത്. ചരിത്രഗതിയിൽ യുദ്ധങ്ങൾ അനിവാര്യമാണ്. അതിനാൽ യോദ്ധാക്കൾ എപ്പോഴും യുദ്ധസന്നദ്ധരായിരിക്കണം. അതവരുടെ ധർമ്മമാണ്.

കണ്ണുകളടച്ച് പ്രശാന്ത് ദീർഘശ്വാസം എടുത്തു. തീവണ്ടി വീണ്ടും വീണ്ടും രണകാഹളം മുഴക്കിക്കൊണ്ടു കുതിച്ചു പാഞ്ഞു.

◆◆◆

www.ingramcontent.com/pod-product-compliance
Lightning Source LLC
LaVergne TN
LVHW100255051026
849517LV00006B/2097
* 9 7 8 9 3 9 3 3 9 7 6 5 2 *